ആപത്ത് വരുന്നുണ്ട്

aapathu varunnundu
stories

•

sukumar koorkanchery

•

first edition
october 2015

•

typesetting & published
chintha publishers, thiruvananthapuram

•

•

cover
ambish

•

വിതരണം

ദേശാഭിമാനി ബുക്ക് ഹൗസ്

H O തിരുവനന്തപുരം–695 035
phone: 0471-2303026, 6063026
www.chinthapublishers.com
chinthapublishers@gmail.com

ബ്രാഞ്ചുകൾ

ഹെഡ്ഡാഫീസ് ബ്രാഞ്ച് കുന്നുകുഴി • സ്റ്റാച്യു തിരുവനന്തപുരം • കെ എസ്
ആർ ടി സി ബസ് സ്റ്റേഷൻ ആലപ്പുഴ • കെ എസ് ആർ ടി സി ബസ്
സ്റ്റേഷൻ എറണാകുളം • ചിറ്റൂർ റോഡ് എറണാകുളം • മച്ചിങ്ങൽ ലെയ്ൻ
തൃശൂർ • ഐ ജി റോഡ് കോഴിക്കോട് • മാവൂർ റോഡ് കോഴിക്കോട് • എൻ
ജി ഒ യൂണിയൻ ബിൽഡിങ് കണ്ണൂർ • സെൻട്രൽ ബസ് ടെർമിനൽ
കോംപ്ലക്സ് താവക്കര കണ്ണൂർ

CO - 2252 / 3734

ആപത്ത് വരുന്നുണ്ട്

(കഥകൾ)

സുകുമാർ കൂർക്കഞ്ചേരി

ചിന്ത പബ്ലിഷേഴ്സ്
തിരുവനന്തപുരം-695 035

സുകുമാർ കൂർക്കഞ്ചേരി

തൃശൂർ ജില്ലയിലെ കൂർക്കഞ്ചേരിയിൽ ജനിച്ചു. അച്ഛൻ: കല്ലേറ്റുംകര താഴേക്കാട് ചിറ്റേത്ത് ഗോവിന്ദൻ നായർ, അമ്മ: കൂർക്കഞ്ചേരി കണക്കപ്പെറമ്പിൽ സരസ്വതി അമ്മ.

സ്റ്റുഡന്റ്സ് ഫെഡറേഷൻ കോഴിക്കോടു വെച്ചു നടത്തിയ സമ്മേളനത്തോടനുബന്ധിച്ചുള്ള ചെറുകഥാമത്സരത്തിൽ ഒന്നാം സമ്മാനം നേടിക്കൊണ്ടാണ് സാഹിത്യരംഗത്തു വന്നത്. നോവൽ, കഥ, ബാലസാഹിത്യം തുടങ്ങി ഇരുപതോളം പുസ്തകങ്ങൾ പ്രസിദ്ധീകരിച്ചു.

പ്രധാന കൃതികൾ: *നൂല്, ഉച്ചമേയുന്ന കുന്നുകൾ, ഉന്മാദിനിദേവി (നോവലുകൾ); ഒന്നും അറിയാത്ത നമ്മൾ, ആരുമറിയാതെ അനസൂയ, ദ്വാപരയുഗം, ഹെൽമറ്റ് (കഥകൾ); പളുങ്കുമണികൾ, ആനത്തലയോളംവെണ്ണ, അമ്പിളിത്തോപ്പ്, കുഞ്ഞുബുദ്ധൻ (ബാലസാഹിത്യം)*.

സി എൻ കരുണാകരന്റെ രേഖാചിത്രങ്ങളോടെ *ദേശാഭിമാനി* വാരികയിൽ ഖണ്ഡശ്ശഃ പ്രസിദ്ധീകരിച്ച *നിവാസികൾ* എന്ന നോവലാണ് *ഉച്ചമേയുന്ന കുന്നുകൾ* എന്ന പേരിൽ പുസ്തകമായത്. *ദാനം കിട്ടിയ ഭൂമി* എന്ന പരിസ്ഥിതി സംബന്ധിയായ കൃതി കേന്ദ്രഗവൺമെന്റിലെ വിദ്യാഭ്യാസ സാംസ്കാരിക വകുപ്പിൽനിന്നും സമ്മാനിതമാവുകയുണ്ടായി.

സുകുമേനോൻ എന്ന തൂലികാനാമത്തിലും എഴുതാറുണ്ട്. തൃശൂരിൽ ദർശൻ പബ്ലിക്കേഷൻസും നന്മ മാസികയും നടത്തിയിരുന്നു.

തൃശൂർ തഹസിൽദാരായി ഔദ്യോഗിക ജീവിതത്തിൽ നിന്നും വിരമിച്ചു.

വിലാസം : ധ്യാന
ബംഗ്ലാവ് റോഡ്
പുല്ലഴി, ഒളരിക്കര, പി ഒ
തൃശൂർ – 680 012
ഫോൺ   : 0487 3296368
9447234860

ഉള്ളടക്കം

പ്രസാധകക്കുറിപ്പ്

എം ടി വാസുദേവൻ നായർ സുകുമാർ കൂർക്കഞ്ചേരി യുടെ കഥകളെ വിശേഷിപ്പിച്ചത് 'ഫ്യൂച്ചറിസ്റ്റിക്' എന്നാണ്. സമകാലത്തിന്റെ സങ്കീർണ്ണതകളിൽപ്പെട്ടുഴലുമ്പോഴും ഭാവിയിലെ ഉൽക്കണ്ഠകളിൽനിന്നും ഒഴിഞ്ഞു നിൽക്കാൻ ഈ കഥയിലെ കഥാപാത്രങ്ങൾക്ക് ആവുന്നില്ല. അനിശ്ചി തമായ ജീവിതത്തിൽ ഭയാശങ്കകൾ മനുഷ്യനെ വലയം ചെയ്യുമ്പോൾ ഒരാൾ വിളിച്ചു പറയുകയാണ്: ആപത്ത് വരു ന്നുണ്ട്. ശാസ്ത്രസാങ്കേതികവിദ്യകൾ അനന്തസാദ്ധ്യതക ളിലേക്കു കുതിക്കുമ്പോൾ അതിന്റെ ചലനവേഗത്തോ ടൊപ്പം നീങ്ങാൻ തത്രപ്പെടുന്ന മനുഷ്യന്റെ ഉൽക്കണ്ഠകൾ സുകുമാർ കൂർക്കഞ്ചേരിയുടെ കഥകളിൽ മുദ്രിതമാവുന്നു. എഴുതിത്തെളിഞ്ഞ ഒരു കഥാകൃത്തിന്റെ അനായാസത, വിഷയസ്വീകരണത്തിലെ പുതുമ, ആഖ്യാനത്തിലെ സവി ശേഷത ഇതെല്ലാം ചേർന്ന് പുതിയൊരു വായനാനുഭവത്തി ലേക്കു നമ്മെ കൂട്ടാൻ ഈ കഥാസമാഹാരത്തിലെ കഥ കൾക്കു കഴിയും.

ചിന്ത പബ്ലിഷേഴ്സ്

'ഫ്യൂച്ചറിസ്റ്റിക്' കഥകൾ

ആചാരോപചാര നിരതമായ ജീവിതത്തിന്റെ സുഖകരമായ ഭാരം പേറുന്ന മനുഷ്യർ ക്രമത്തിൽ അപ്രത്യക്ഷരാകുന്നു. താളക്കേടുകളുമായി പൊരുത്തപ്പെടുകയും പിന്നീടത് ഹൃദയത്തിന്റെ സ്പന്ദനങ്ങളായി സ്വീക രിക്കുകയും ചെയ്യേണ്ടിവരുന്ന ഭാവി അകലെയല്ല, ഇവിടെ ഇപ്പോൾ നമ്മുടെ കൂടെത്തന്നെ എന്ന് ഓർമ്മിപ്പിക്കുന്ന കഥകളാണ് സുകുമാർ കൂർക്കഞ്ചേരി എഴുതുന്നത്.

അസംബന്ധങ്ങൾ ജീവിതത്തെ ആശ്ലേഷിക്കുന്നു. മാരകായുധങ്ങൾ കുട്ടികൾക്ക് പ്രിയപ്പെട്ട കളിക്കോപ്പുകളാവുന്നു. ദേശത്തിന്റെ നെഞ്ചു പിളർന്നോടുന്ന തീവണ്ടിയെ ശപിച്ചവർ പിന്നെ അതിനെ വരവേല്ക്കുന്നു. സ്നേഹത്തിന്റെ പഴയ വ്യാഖ്യാനങ്ങൾ വെട്ടിക്കളഞ്ഞ് പുതിയവ പ്രതി ഷ്ഠിക്കുന്നു. സാങ്കേതികത്വത്തിൽ പെടുത്തണമെന്ന് നിർബ്ബന്ധമാണെ ങ്കിൽ നമുക്കവയെ 'ഫ്യൂച്ചറിസ്റ്റിക്' എന്നു വിശേഷിപ്പിക്കാം.

വേറിട്ട വഴിത്താരകൾ അന്വേഷിക്കുന്ന ഈ കഥാകാരന് ആശംസ കൾ.

കോഴിക്കോട്   എം ടി വാസുദേവൻ നായർ

വിപത് സന്ദേശങ്ങൾ

ടി ടി പ്രഭാകരൻ

വഴിയോരങ്ങളിൽ പലയിടത്തും വന്നുപോയ ദുരന്തത്തിന്റെ അട
യാളങ്ങൾപോലെ ഭൂമി പിളർന്നു കിടന്നു. വിള്ളലേറ്റ ഭിത്തികളു
മായി കെട്ടിടങ്ങൾ നെടുവീർപ്പിട്ടു. സംഭവിച്ചതിൽ കൂടുതലായി
എന്തൊക്കെയോ വരാൻപോകുന്നു എന്ന ഭീതിയിലായിരുന്നു
എല്ലാവരും

(ഹെൽമറ്റ് എന്ന സുകുമാർ കൂർക്കഞ്ചേരിയുടെ
മറ്റൊരു സമാഹാരത്തിലെ 'റിക്ടർ സ്കെയിൽ' എന്ന കഥയിൽനിന്ന്)

ആപത്തുകളെക്കുറിച്ച് ആശങ്ക പുലർത്തുന്നവരാണ് എഴുത്തുകാർ.
ഭൂമിയുടെ നിലനില്പിനെപ്പറ്റിയും മനുഷ്യജീവിതത്തെക്കുറിച്ചുമുള്ള
വലിയ ഉൽക്കണ്ഠകൾ മുതൽ ഒരു കുട്ടിക്കോ അല്ലെങ്കിൽ ഒരു പക്ഷി
ക്കോ സംഭവിച്ചേക്കാവുന്ന ചെറിയ അപകടങ്ങളെക്കുറിച്ചു പോലുമുള്ള
ഭയാശങ്കകൾ അയാളെ വേട്ടയാടിക്കൊണ്ടിരിക്കും. ഇത്തരം ഉൽക്കണ്ഠ
കളാണ് സുകുമാർ കൂർക്കഞ്ചേരിയുടെ ആപത്ത് വരുന്നുണ്ട് എന്ന സമാ
ഹാരത്തിലുള്ളത്.

കഥാസമാഹാരത്തിന്റെ ശീർഷകം തന്നെ, അപകടം വിളിച്ചറിയി
ക്കുന്നതുപോലെ ആപത്ത് വരുന്നുണ്ട് എന്ന് നല്കുമ്പോൾ, അനുവാച
കന് അത് ഒരു നടുക്കമുണ്ടാക്കാൻ പര്യാപ്തമാണ്. അനിശ്ചിതമായി
നീങ്ങിക്കൊണ്ടിരിക്കുന്ന ജീവിതത്തിൽ എന്തൊക്കെ സംഭവിക്കും എന്ന്
ആർക്കും പറയാൻ വയ്യാത്തവിധം ഭയാശങ്കകൾ മനുഷ്യനെ അലട്ടു
ന്നുണ്ട്. ഈ സന്ദർഭത്തിൽ "ആപത്ത് വരുന്നുണ്ട്" എന്നൊരാൾ ഉറക്കെ
വിളിച്ചു പറയുമ്പോൾ എല്ലാവരും ചകിതമായ മനസ്സോടെ ചെവിയോർക്കു
കതന്നെ ചെയ്യും. ആർക്കാണ് ആപത്ത് വരുന്നത്? എനിക്കാണോ, നിന
ക്കാണോ, നിങ്ങൾക്കാണോ, നമ്മൾക്കാണോ എന്നെല്ലാമുള്ള ആധി

അതോടെ മുളപൊട്ടുകയായി. കഥകൾ വായിച്ച് അതിലെ ഉൾക്കണ്ം കൾ പങ്കിടുമ്പോൾ കഥാകൃത്ത് വെറുതെയെല്ല അത്തരമൊരു മുന്നറി യിപ്പു നല്കുന്നതെന്ന് അനുവാചകന് ബോദ്ധ്യപ്പെടും. കാരണം മനു ഷ്യകുലം കടന്നുപോകുന്ന ഇന്നത്തെ സവിശേഷ സാഹചര്യങ്ങളിൽ അവർ അഭിമുഖീകരിക്കുന്ന ഒട്ടേറെ ആശങ്കകളെയും ഭയങ്ങളെയുമാണ് മൂർത്തമായ ചില സന്ദർഭങ്ങളിൽ അല്ലെങ്കിൽ ചില നിമിഷങ്ങളിൽവെച്ച് കഥയാക്കി പരിവർത്തിപ്പിക്കുന്നത്, ഈ കഥാകൃത്ത്. സുകുമാർ കൂർക്ക ഞ്ചേരിയുടെ മുൻകാല കഥകളിലും ഇത്തരത്തിലുള്ള വിപത് സന്ദേ ശങ്ങളുണ്ട് എന്നതിനു തെളിവാണ് 'റിക്ടർ സ്കെയിൽ' എന്ന കഥയിൽ നിന്നെടുത്ത ഉദ്ധരണി.

'മകൻ' എന്ന സുകുമാർ കൂർക്കഞ്ചേരിയുടെ കഥ സമകാലികമായ വലിയൊരു ഉൾക്കണ്ഠയെ, അല്ലെങ്കിൽ വരാൻ പോകുന്ന ദുരന്തത്തെ, ഓർമ്മിപ്പിക്കാൻ ശക്തമാണ്. ശാസ്ത്രത്തിന്റെ വികാസം മനുഷ്യജീവി തത്തിന് വളരെയേറെ സാദ്ധ്യതകൾ തുറന്നുതന്നു എന്നു സമ്മതിക്കു മ്പോൾതന്നെ അതുകൊണ്ടുണ്ടാവുന്ന ചില വിപത്തുകളെക്കുറിച്ചുകൂടി ആലോചിക്കാതിരിക്കാനാവില്ല. അത്തരമൊരു ആലോചനയുടെ ഫല മാണ് 'മകൻ' എന്ന കഥ എന്നു നിസ്സംശയം പറയാം. ശാസ്ത്രത്തിന്റെ വളർച്ച മനുഷ്യജീവിതത്തിലുണ്ടാക്കുന്ന മാറ്റങ്ങളെ ഇത്ര ആഴത്തിൽ സമീപിക്കുന്ന കഥകൾ മലയാളത്തിൽ അധികം ഉണ്ടായതായി തോന്നു ന്നില്ല. എന്നാൽ കഥാകൃത്തിന്റെ ആശങ്ക ഈ കഥയിലെവിടെയും പ്രത്യ ക്ഷമല്ല എന്നതാണ് അതിന്റെ സവിശേഷത.

യഥാതഥ രീതിയിലെന്നോണം രചിക്കപ്പെട്ട കഥയിലെവിടെയും അസ്വാഭാവികമായി എന്തെങ്കിലും സംഭവിക്കുന്നു എന്ന സൂചനകളില്ല. ബയോടെക് വിപ്ലവം സാദ്ധ്യമാക്കിയ ഒരു ലോകത്ത് ജീവിക്കുന്ന ചെറിയ ഒരു കുടുംബത്തിന്റെ ജീവിതത്തിൽനിന്നുള്ള ഒരു ഖണ്ഡം മാത്രമാണത്. ജനിതക വ്യതിയാനം (Genetically modified) വരുത്തിയ പച്ചക്കറികളും മീനുകളും മറ്റും സർവ്വസാധാരണമായ ഒരു ലോകമാണത്. അതു കൊണ്ടാണ് രാജുവിന്റെയും ട്രീസയുടെയും മകൻ കൃഷ്ണ, ഫുട്ബോ ളിന്റെ വലിപ്പമുള്ള അമേരിക്കൻ പേരയ്ക്കയോ, ചില്ലുകൂട്ടിൽ കൺ മുന്നിൽവെച്ച് നിമിഷങ്ങൾക്കകം വളർച്ച മുറ്റുന്ന ഒരു കരിമീനിനെയോ കാണുമ്പോൾ ഒട്ടും അത്ഭുതം കൂറാത്തത്. മീനും മാടും മരവുമൊക്കെ വളർന്നു വലുതാവാൻ മാസങ്ങളും വർഷങ്ങളും വേണമെന്നിരിക്കെ പുതിയലോകത്ത് അതിന് നിമിഷങ്ങൾ മതി എന്ന അറിവ് ഒരുപക്ഷേ വായനക്കാരനെ ആഹ്ലാദിപ്പിക്കുകയും അതേസമയം അമ്പരപ്പിക്കുകയും ചെയ്തേക്കാം. ഇത് പച്ചക്കറികൾക്കും മീനിനും മാത്രമല്ല ബാധകമാകു ന്നത്. പൂക്കൾക്കും മറ്റെല്ലാ കാഫലങ്ങൾക്കുമെന്നപോലെ മനുഷ്യ ക്കുഞ്ഞുങ്ങളിലും ഇതു പ്രാവർത്തികമാക്കാം എന്ന ഞെട്ടിപ്പിക്കുന്ന സത്യ മാണ് കഥാകൃത്ത് നമുക്കുമുന്നിൽ വയ്ക്കുന്നത്. കൃഷ്ണ കുഞ്ഞിലേ വളർച്ച മുറ്റുന്നതിന്റെ ചില സൂചനകൾ കഥാകൃത്ത് നല്കുന്നുമുണ്ട്.

പൈലറ്റായ അച്ഛനോടൊപ്പം പോകാനും അയാൾക്കൊപ്പമിരുന്ന് വിമാനം പറപ്പിക്കാനുമാണ് കൃഷ്ണ് വാശിപിടിക്കുന്നത് എന്നതിന്റെ സൂചന മറ്റൊന്നല്ല. മാത്രമല്ല കൃഷ്ണിനെപ്പോലുള്ള കുട്ടികളെ ആകർഷിക്കുന്നത് മാജിക്കുകാരൻ പ്രൊഫസറുടെ ചില വിദ്യകളാണ്: അയാൾ കല്ലെടുത്തു മുകളിലേക്കിടുമ്പോൾ അതൊരു ബോംബാകുന്നു; ഒരു പുല്ലെടുത്ത് ഒടിച്ചപ്പോൾ തോക്ക്; കാലിയായ ഇരുമ്പുപെട്ടി കമഴ്ത്തുമ്പോൾ നിറയെ കത്തി, കഠാര, ആയുധങ്ങൾ. ഇതിലെല്ലാം കൊതിയൂറിക്കൊണ്ട് നോക്കിനില്ക്കുന്ന, പുതിയകാലത്തെ കുട്ടികളെ കാണിച്ചുതരികയാണ് കഥാകൃത്ത്. കുട്ടികളുടേതായ ലോകം അവർക്കു നഷ്ടപ്പെട്ടു കഴിഞ്ഞുവെന്നും നേരിട്ടവർ എത്തിച്ചേരുന്നത് മുതിർന്നവരുടെ ലോകത്തിലാണെന്നും ഭംഗ്യന്തരേണ സൂചിപ്പിക്കുന്നു എഴുത്തുകാരൻ. പിണങ്ങിയിരിക്കുന്ന കൃഷ്ണിനെ അനുനയിപ്പിക്കാൻവേണ്ടി, ട്രീസ കൈനീട്ടുമ്പോൾ, 'ഒരു യുദ്ധമവസാനിച്ചു കാണാനുള്ള താല്പര്യത്തോടെ' അവനെ തൊട്ടു എന്നാണ് കഥാകൃത്ത് എഴുതുന്നത്. ആയുധങ്ങളുടെ സമൃദ്ധിയിൽ തഴച്ചു വളരുന്ന ഒരു ലോകത്തിന് അതിനു യോജിക്കുന്ന ഒരു പിൻതലമുറ തയ്യാറായിവരുന്നു എന്ന സൂചനയാവാമിത്. കളിപ്പാട്ടങ്ങളോട് തീർത്തും ഉദാസീനരാവുകയും ആയുധങ്ങളിലേക്ക് ആകർഷിക്കപ്പെടുകയും ചെയ്യുന്നവരാണ് പുതുതലമുറ. ട്രീസ നല്കിയ പൂവ് നിഷ്കരുണം നിരസിക്കുകയും പിന്നീട് അവളുടെ കൈയിൽനിന്ന് തോക്കു വാങ്ങി നരവേട്ടക്കിറങ്ങുകയും ചെയ്യുന്നുണ്ട് കൃഷ്ണ്.

ട്രീസ തന്റെ മകന് ഭർത്താവിനോടുപോലും ചോദിക്കാതെ, 'കൃഷ്ണ്' എന്നു പേരിടുന്നത്, ഒരു യുദ്ധം ഒഴിവാക്കാമായിരുന്നിട്ടും അതിനു തുനിയാതിരുന്ന മഹാഭാരതത്തിലെ സാക്ഷാൽ കൃഷ്ണന്റെ 'സ്മാർട്ട്നെസ്' ഏറെ മനസ്സിൽ പിടിച്ചതുകൊണ്ടാണത്രെ. അതുകൊണ്ടു തന്നെയാവാം വാശിപിടിക്കുന്ന മകനെ അനുനയിപ്പിക്കാൻ, ഒടുവിൽ നിറച്ചുവെച്ച റിവോൾവർ തന്നെ അവൾ നല്കുന്നത്. ആ റിവോൾവറുമായി ആളുകളെ കുത്തിനിറച്ച ബസിനെ ലക്ഷ്യംവെച്ച് അവൻ ഓടുകയാണ്. 'ഓടിക്കൊണ്ടിരിക്കുകയാണ് അവനിപ്പോൾ' എന്ന വർത്തമാന കാലത്തിലാണ് കഥ അവസാനിക്കുന്നത് എന്നത് ശ്രദ്ധേയമാണ്. ആസുരമായ ഒരു കാലത്തിന്റെ പ്രതിനിധികളായി കുട്ടികൾ മാറുന്നതോടെ ഏതു സമയത്തും അത്തരത്തിലൊരു ദുരന്തവാർത്ത കേൾക്കാൻ സന്നദ്ധരായിരിക്കാൻ കഥാകൃത്ത് വായനക്കാരനോട് പറയുന്നു.

മനുഷ്യൻ ഭൂമുഖത്ത് അഭിമുഖീകരിക്കാൻ പോകുന്ന മറ്റൊരു വലിയ ദുരന്തം പ്രകൃതി നശീകരണത്തിന്റേതായിരിക്കും. ഈ ദുരന്തസൂചന നല്കുന്ന, പാരിസ്ഥിതികമായ വിവേകത്തോടെ എഴുതപ്പെട്ട കഥകൾ പലതുണ്ട് ഈ സമാഹാരത്തിൽ. 'തീവണ്ടികൾ ഞങ്ങളുടെ ഭാഗ്യം', 'ഇലച്ചീന്ത്', 'ഒക്ടോബർ', 'കണ്ണുകളിനി തുറക്കില്ല', 'ഇലയുടെ കൂട്ടുകാരൻ കിളി' തുടങ്ങിയ കഥകൾ ആ ഗണത്തിൽ പെടുത്താവുന്നവയാണ്. 'തീവണ്ടികൾ ഞങ്ങളുടെ ഭാഗ്യം' എന്ന കഥയിൽ ഗ്രാമത്തെ

വിഴുങ്ങുന്ന യാന്ത്രികതയുടെയും യന്ത്രാശ്രിത ജീവിതത്തിന്റെയും പ്രതി
രൂപമായി കടന്നുവരുന്നത് 'തീവണ്ടി'കളാണ്. അതിന്റെ കടന്നുവരവോടെ
നിലങ്ങൾ കിട്ടിയ കാശിനു വില്ക്കുകയും മുറ്റത്തെ കിണറുകൾ തൂർക്കു
കയും പൈപ്പുവെള്ളം ശീലമാക്കുകയും ചെയ്യുന്നുണ്ട് ഗ്രാമീണജനത.
"ഒന്നോർത്താൽ ഈ തീവണ്ടികളാ നമ്മുടെ ഭാഗ്യം കുട്ടികളേ..... ആളെ
നെറച്ചുപോണ വേഗത്തിൽത്തന്നെ അരീം സാധനങ്ങളുംകൊണ്ട് തിരിയേ
വരേം ചെയ്യുന്നു. നമുക്കൊന്നും അറിയേണ്ടല്ലോ" 'പൂട്ടേം വെതയ്ക്കേം
കൊയ്യേം മെതിക്കേം ഒന്നും വേണ്ട' എന്നിങ്ങനെ കഥയിലൊരിടത്ത് പറ
യുന്നുണ്ട്. ഇത് ഇന്നു കേരളം പൊതുവെ പങ്കുവയ്ക്കുന്ന ഒരു മനോഭാ
വത്തിന്റെ നേർപകർപ്പാണ്. പ്രകൃതിധ്വംസനത്തെ മനസ്സിലാക്കുകയോ
അതുകൊണ്ടുള്ള വരുംവരായ്കകൾ തിരിച്ചറിയുകയോ ചെയ്തുകൊ
ണ്ടല്ല മനുഷ്യർ അത്തരം കാര്യങ്ങളോട് വിമുഖത കാണിക്കുന്നത്
എങ്കിലും അവരുടെ നിസ്സംഗത ശ്രദ്ധിക്കപ്പെടാതെ പോകരുതെന്ന് കഥാ
കൃത്തിന് നിർബ്ബന്ധമുണ്ട്. പ്രത്യക്ഷത്തിൽ പ്രകൃതിക്കുവേണ്ടി വക്കാ
ലത്തു പറയുന്നില്ല ഇവിടെയും കഥാകാരൻ. എങ്കിലും കഥയുടെ ആഖ്യാ
നംകൊണ്ട് പ്രകൃതിയെ വെട്ടിനിരത്തിയുണ്ടാക്കുന്ന വികസനത്തെ ആശ
ങ്കയോടെ സമീപിക്കാൻ വായനക്കാരനെ ജാഗ്രതയുള്ളവനാക്കാൻ അദ്ദേ
ഹത്തിനു കഴിയുന്നു.

'ഇലച്ചീന്ത്' എന്ന കഥ പ്രത്യക്ഷത്തിൽത്തന്നെ പ്രകൃതിനാശത്തെ
അടയാളപ്പെടുത്തുന്നുണ്ട്. വേനലിന്റെ കാഠിന്യവും മാറുന്ന പ്രകൃതിയും
മറ്റും നേരിൽക്കാണാവുന്നവിധം അതിൽ ചിത്രീകരിച്ചിരിക്കുന്നു. ഉണ്ണി
അച്ഛന്റെ ശ്രാദ്ധത്തിനു തയ്യാറെടുക്കുന്നത് തികച്ചും പ്രതികൂലമായ പരിത
സ്ഥിതിയിലാണ് – വെള്ളമില്ലാത്ത കുളക്കടവ്, ഉണങ്ങിയ കറുകപ്പുല്ല്,
നാക്കിലപോലുമില്ലാത്ത അവസ്ഥ. ഇലയ്ക്കു പകരം വിനോദ സഞ്ചാര
വകുപ്പിന്റെ വലിയ കലണ്ടറിൽനിന്ന് വെട്ടിയെടുത്ത പച്ചനിറമുള്ള ഒരില
ച്ചീന്തിന്റെ പടമാണ് ഉണ്ണി ഉപയോഗിക്കുന്നത്. ഒടുവിൽ, പിണ്ഡം
കൊത്താൻ കാക്ക വരാതിരുന്നപ്പോൾ കീ കൊടുത്താൽ പറന്നു നട
ക്കുന്ന കാക്കയോ കിട്ടോ എന്ന് ഒരു ഗൾഫുകാരനോട് ഉണ്ണി അന്വേഷി
ക്കുന്നുണ്ട്. കുറെയേറെ പരിഹാസവും വേദനയും ഇഴപിരിച്ചാണ് ഈ
കഥ സുകുമാർ കൂർക്കഞ്ചേരി എഴുതിയിരിക്കുന്നത്.

'കണ്ണുകളിനി തുറക്കില്ല' എന്ന കഥയിൽ ജനാലയ്ക്കൽ എന്നും
തന്നെ തേടിയെത്തുന്ന കിളിയുമായി സവിശേഷമായ ഒരു ബന്ധം
സ്ഥാപിക്കുകയാണ് നായകകഥാപാത്രം. അയാളുടെ ഭാര്യയും മകനും
ആ ആത്മബന്ധത്തെ സംശയത്തോടെ വീക്ഷിക്കുന്നു. അവർക്കു ലഭി
ക്കേണ്ട സ്നേഹം അയാൾ ആ കിളിക്കു നല്കുന്നുണ്ടോ എന്ന് അവർ
ശങ്കിച്ചിരിക്കാം. എന്തായാലും അയാളുടെ ഭാര്യ ഒരു കിളിയെ ഹിംസി
ക്കുന്നിടത്തോളം എത്തുന്നു കഥ. പ്രകൃതിയുടെ സജീവ സാന്നിദ്ധ്യങ്ങ
ളായ പക്ഷികളോടും മൂല്യങ്ങളോടുമുള്ള ക്രൂരത പ്രകൃതിധ്വംസനത്തിന്റെ
ഭാഗം തന്നെയാണ്. 'ഇലയുടെ കൂട്ടുകാരൻ കിളി' എന്ന മറ്റൊരുകഥ

യിൽ ഇലയും കിളിയുമായുള്ള സംഭാഷണമാണ് പ്രധാനം. ജീവിതത്തെ ദർശനങ്ങളുടെയും തത്ത്വശാസ്ത്രങ്ങളുടെയും കാഴ്ചപ്പാടിൽ കണ്ടുകൊ ണ്ടുള്ള ഈ സംഭാഷണങ്ങളിൽ സമകാലികമായ സാമൂഹ്യ-രാഷ് ട്രീയ-സാംസ്കാരിക സംഭവവികാസങ്ങളും ഇടംപിടിക്കുന്നു. സോളാർ വിവാദനായിക സരിതാനായരും ശാലുവുമെല്ലാം ഈ സംഭാഷണങ്ങ ളിൽ കടന്നുവരുന്നത് കഥയുടെ കെട്ടുറപ്പിനെയും തത്ത്വശാസ്ത്രത്തി ലൂന്നിക്കൊണ്ടുള്ള മറ്റു സംഭാഷണഭാഗങ്ങളുടെ ഗൗരവത്തെയും പ്രതി കൂലമായി ബാധിക്കുന്നുണ്ട്. മാധ്യമങ്ങളുടെ, ആ വിഷയത്തിലുള്ള താല് പര്യം നശിച്ചതോടെ ഈ കഥാപാത്രങ്ങൾ ഇപ്പോൾത്തന്നെ ജനങ്ങളുടെ ഓർമ്മകളിൽനിന്ന് വിസ്മൃതരായിരിക്കുന്നു. പില്ക്കാലത്ത് ഇവ വായി ക്കുമ്പോൾ ആരാണ് ആ കഥയിൽ പരാമർശിക്കപ്പെട്ടവർ എന്ന് അന്നത്തെ വായനക്കാർ അത്ഭുതപ്പെട്ടേക്കാം. അതിവിടെ നില്ക്കട്ടെ. പ്രകൃതിയോ ടുള്ള കഥാകൃത്തിന്റെ ആഭിമുഖ്യത്തെക്കുറിച്ചാണല്ലോ പറഞ്ഞുവന്നത്. ഈ കഥയിൽ, വൃക്ഷങ്ങൾക്കും ഇലകൾക്കും ഇച്ഛാശക്തി പ്രകടിപ്പിക്കാൻ അവസരം തന്നില്ലല്ലോ ദൈവം എന്ന് ഖേദം പ്രകടിപ്പിക്കുന്നുണ്ട് കഥാ കൃത്ത്. കഥാന്ത്യത്തിൽ, അതിലെ മരമുത്തശ്ശിയും വെട്ടിവീഴ്ത്തപ്പെടുന്നു. സത്യത്തിൽ നരഹത്യയും പ്രകൃതിധ്വംസനവും തമ്മിൽ ഭേദം കാണേ ണ്ടതില്ല. ഹിംസാത്മകമായ മനസ്സാണ് പ്രകൃതിചൂഷണത്തിനിറങ്ങുന്ന തെന്നു വ്യക്തം. അതിനെതിരെ നില്ക്കുന്ന ഒരു മനസ്സാണ് സുകുമാർ കൂർക്കഞ്ചേരിയുടെ ഈ കഥകളിൽ മുഴങ്ങികേൾക്കുന്നത്. ബുദ്ധധർമ്മ ങ്ങളെ ആദരിക്കുകയും പിന്തുടരാനാഗ്രഹിക്കുകയും ചെയ്യുന്ന ഒരു കഥാ കൃത്തെന്ന നിലയിൽ അതിൽ അത്ഭുതത്തിനവകാശമില്ല. അതുകൊണ്ടു തന്നെ പ്രകൃതിയെ നശിപ്പിച്ചുകൊണ്ടുള്ള വികസനത്തെ സന്ദേഹ ത്തോടും ആശങ്കയോടെയുമാണ് അദ്ദേഹം കാണുന്നത്.

'കുന്നും മാളികയും മറ്റും' എന്ന കഥയിൽ സമ്പത്തും ആയുധവും കൊണ്ട് ലോകത്തെ മുഴുവൻ കീഴടക്കാമെന്നു കരുതുന്ന ഒരു കഥാപാ ത്രത്തെ കാണുന്നു. എന്നാൽ അയാൾക്ക് ലോകത്തെ മുഴുവൻ ഭയമാണ്; സ്വന്തം മകനേയും ഭാര്യയേയും വേലക്കാരിയെപ്പോലും ഭയപ്പെടുകയും സംശയദൃഷ്ടിയോടെ കാണുകയും ചെയ്യുന്നു ആ മനുഷ്യൻ. അസാധാ രണമാംവിധം ധനവും ആയുധങ്ങളും ആർജ്ജിച്ചെങ്കിലും ഭയമാകുന്നു അയാളുടെ സ്ഥായീഭാവം. മനുഷ്യരെ വിഭജിക്കുന്ന എല്ലാതരം തന്ത്ര ങ്ങളെയും അയാൾ ന്യായീകരിക്കുകയും അതിൽ ആശ്വാസം കണ്ടെ ത്തുകയും ചെയ്യുന്നു അയാൾ. ഹിംസയെ കൊടിയടയാളമായി ഉയർത്തി പ്പിടിക്കുന്നതാണ് അയാളുടെ മനസ്സ്. 'ഒക്ടോബർ' എന്ന കഥയിൽ ധാർമ്മികത, സദാചാരം, വികസനം എന്നിവയെ മാത്രമല്ല ബുദ്ധധർമ്മ ത്തെപ്പോലും സംശയിക്കുകയും ചോദ്യം ചെയ്യുകയുമാണ്. എന്നാൽ ഈ മാനസികാവസ്ഥ സൃഷ്ടിക്കപ്പെടുന്നത് സമകാലികമായ, മൂല്യനിരാസം സംഭവിച്ച ഒരു സമൂഹത്തിൽ ജീവിക്കുമ്പോഴുള്ള നിരാശയിൽ നിന്നാവാം. ജീവിതം ധർമ്മത്തിനും തത്ത്വചിന്തയ്ക്കും മാറ്റിവെച്ചാൽ

പിന്നെ എപ്പോഴാണ് നാം ജീവിക്കുക എന്ന് ചോദിക്കുകയും "ജീവിക്കുക എന്നാൽ ധർമ്മത്തെ തൃജിക്കുക എന്നാണർത്ഥം" എന്ന് ഉത്തരം കണ്ടെ ത്തുകയും ചെയ്യുന്നുണ്ട് ഈ കഥയിൽ ('ഒക്ടോബർ'). ബുദ്ധദർശന ത്തെപ്പോലും തിരുത്തുന്ന ഒരു കണ്ടെത്തലാണത് എന്നു പറയാതെ വയ്യ. ഇതു മാത്രമല്ല ലോകത്തിലേറ്റവും സഹതാപമർഹിക്കുന്നവൻ ബുദ്ധ നാണെന്നും യഥാർത്ഥസ്നേഹം അദ്ദേഹത്തിനു കിട്ടിയില്ല എന്നുംകൂടി ഈ കഥയിലൊരിടത്ത് പറയുന്നുണ്ട്.

പ്രമേയത്തിലും കഥാശൈലിയിലും എം സുകുമാരനെ ഓർമ്മിപ്പി ക്കുന്നു 'ഇ വേലായുധൻ നായർ വക', 'ഒരു പൂനുള്ളി മാറ്റംപോലെ' എന്നീ കഥകൾ. ജാതി എങ്ങനെ ഒരു മനുഷ്യന്റെ ജീവിതത്തിൽ ഇടപെ ടുന്നു എന്നതാണ് 'ഇ വേലായുധൻ നായർ വക' എന്ന കഥ പ്രശ്ന വല്ക്കരിക്കാൻ ശ്രമിക്കുന്നത്. ഒരുവന്റെ ജാതി എവിടെ എങ്ങനെ തീരു മാനിക്കപ്പെടുന്നു, അതിന് അവന്റെ പില്ക്കാല ജീവിതത്തിലുള്ള സ്വാധീ നമെന്ത് എന്നിങ്ങനെ സങ്കീർണ്ണമായ പ്രശ്നങ്ങൾ ഈ കഥ മുന്നോട്ടു വയ്ക്കുന്നുണ്ട്. മുറിച്ചെറിയാൻ കഴിയാത്തവണ്ണം കുരുക്കുപോലെ മുറു കുന്ന ജാതി എന്ന വാൽ ഒരു മനുഷ്യനെ കൊണ്ടുചെന്നെത്തിക്കുന്ന പതനത്തിന്റെ ആഴം ഈ കഥയിൽ കാണാം. പണവും അധികാരവും എവിടെയും അഹന്തയോടെ വാഴുകയും വിജയപതാക പറപ്പിക്കുകയും ചെയ്യുന്നതാണ് ഈ കഥയിലുടനീളം കാണുക. "പണം ചെലവാക്കി പഠിപ്പിച്ചവന് അതു തിരിച്ചുകിട്ടാനുള്ള അവകാശമുണ്ട്" എന്ന ഗിവറു ഗീസ് ഡോക്ടറുടെ തത്ത്വശാസ്ത്രം ഇന്നത്തെ സമൂഹത്തെ അടക്കി വാഴുന്ന ഭരണവർഗ്ഗത്തിന്റെ പ്രത്യയശാസ്ത്രംതന്നെയാണ്. സ്നേഹം, വിധേയത്വം, സഹതാപം എന്നിവയെ തെറ്റിദ്ധരിക്കുകയും മറ്റൊരുരീതി യിൽ വ്യാഖ്യാനിക്കുകയും ചെയ്യുന്നതും ഈ കഥയിൽ കാണാനാവു ന്നുണ്ട്. അതുകൊണ്ടാണ് ഇ വേലായുധൻനായരുടെ മകനു പിറകെ ഹാജിയാരുടെ മക്കൾ കൊല്ലാനായി ഓടിയെത്തുന്നത്.

'ഒരു പൂനുള്ളിമാറ്റുപോലെ' എന്ന കഥയിലെ അഭിമന്യു ഒരുപാടു പേർക്ക് ആശ്വാസവും ധൈര്യവും പകർന്നുകൊടുക്കുന്നവനും അവരുടെ മനസ്സിലെ രോഷാഗ്നി കെടാതെ സൂക്ഷിക്കുന്നവനും ആയിരുന്നു. എന്നാൽ പട്ടണത്തിലെ സമ്പന്നന്മാരോട് ഒളിഞ്ഞും തെളിഞ്ഞും ഏറ്റു മുട്ടിയതോടെ അവന്റെ വിധിയും തീരുമാനിക്കപ്പെട്ടു. ചെറുത്തുനില്പും പോരാട്ടവുമെല്ലാം വെറുതെയാവുന്ന മനുഷ്യനെ നിസ്സഹായനാക്കുന്ന പുതു വ്യവസ്ഥിതിയുടെ ഭീകരാവസ്ഥയാണ് ഈ കഥകളിലൂടെ തുറന്നു കാണിക്കപ്പെടുന്നത്.

വിരുദ്ധോക്തിയിൽ അവതരിപ്പിക്കുന്ന കഥകളാണ് 'കുന്നും മാളി കയും മറ്റും', 'തീവണ്ടികൾ ഞങ്ങളുടെ ഭാഗ്യം' എന്നിവ. ഐറണിയുടെ ഉപയോഗം പല കഥകളിലെയും വാക്യങ്ങളിലും ഖണ്ഡികകളിലും കാണു മെങ്കിലും ഈ കഥകളിൽ അവ പ്രത്യക്ഷമാണ്. 'പകൽപ്പൂരം', 'ഇല യുടെ കൂട്ടുകാരൻ കിളി' എന്നീ കഥകളിൽ പരിഹാസത്തിന്റെ ഉപയോ ഗമാണ് ശ്രദ്ധേയം. പരിഹാസത്തോടെയുള്ള കൂട്ടിച്ചേർക്കലുകൾക്ക് ഉദാ

ഹരണമാണ് ഈ രണ്ടു കഥകളിലെയും ചില ഭാഗങ്ങൾ. ഭാർഗ്ഗവരാമ കഥ പറയുമ്പോൾ (പകൽപ്പൂരം) "വയനാട്ടിലെ കൈയേറിയ വനപ്രദേ ശങ്ങൾ എത്ര ചടുലമായും ധീരമായും ഈ ഭാർഗ്ഗവരാമന് ഒഴിപ്പിച്ചെടു ക്കാൻ കഴിഞ്ഞേനെ" എന്നു കൂട്ടിച്ചേർക്കുന്നുണ്ട്. അതേകഥയിൽ നായ ക്ഷേത്രമതിൽക്കകത്തു കയറിയാൽ പുണ്യാഹം വേണം എന്നു പറയു ന്നതിന് അനുബന്ധമായി നായയോടൊപ്പം സഞ്ചരിച്ച ഈച്ചയ്ക്ക് എവി ടെയും കടന്നുചെല്ലാം എന്ന് എഴുതുന്നുണ്ട്. സോളാർ വിവാദത്തിൽപ്പെട്ട സരിതാനായർ, ശാലു; ഗുജറാത്ത് ഏറ്റുമുട്ടൽ കേസിലെ ഇസ്രത്ത് ജഹാൻ; ഹോളിവുഡ് നടൻ ടോംക്രൂസ് എന്നിവരുമായി ബന്ധപ്പെട്ട ഉപ കഥകൾ 'ഇലയുടെ കൂട്ടുകാരൻ കിളി'യിൽ കൂട്ടിച്ചേർക്കുന്നതും പരി ഹാസ്യദ്യോതകമായിത്തന്നെയാണ്. സ്വാതന്ത്ര്യം നേടിയ ഇന്ത്യ അതിലെ പൗരന്മാരെ കള്ളനും കൊലപാതകിയുമാക്കാനാണ് നിർബ ന്ധിതരാക്കുന്നതെന്ന ആശയം 'രാമനുണ്ണിയുടെ ഇന്ത്യ' എന്ന കഥയിൽ അവതരിപ്പിക്കുമ്പോഴും ഇതേ പരിഹാസം കാണാനാവും. അതോടൊപ്പം ആഴത്തിലുള്ള നിരാശയും നിസ്സഹായതയും കൂടിയുണ്ടെന്ന് കഥാസ ന്ദർഭങ്ങൾ പരിശോധിക്കുമ്പോൾ ബോദ്ധ്യമാകും. അതുകൊണ്ടുതന്നെ സമകാലികമായ സാമൂഹ്യ-രാഷ്ട്രീയ പരിസരങ്ങളോടുള്ള ശക്തമായ പ്രതികരണമെന്ന രീതിയിൽവേണം അവ വായിക്കപ്പെടേണ്ടത്.

'ആപത്ത് വരുന്നുണ്ട്' എന്ന സമാഹാരത്തിലെ ശില്പപരമായി മികവു പുലർത്തുന്ന രണ്ടുകഥകൾ 'മകൻ', 'ആണിക്കടയിലെ കൊടു ങ്കാറ്റ്' എന്നിവയാണ്. അതായത് ഈ സമാഹാരത്തിലെ ആദ്യത്തേയും അവസാനത്തേയും കഥകൾ. ക്രാഫ്റ്റിന്റെ കാര്യത്തിൽ ഏറക്കുറെ പണി ക്കുറ തീർന്നവയാണവ രണ്ടും എന്നു പറയാം. മറ്റുള്ളവയുടെ കാര്യ ത്തിൽ അത്രത്തോളം പറയാനാവില്ലെങ്കിലും 'കണ്ണുകളിനി തുറക്കില്ല', 'ഇ വേലായുധൻനായർ വക', 'ഒരു പൂനുള്ളി മാറ്റുംപോലെ,' 'കടൽക്ക രയിൽ' 'ആകാശം തുളച്ച് ഒരുങ്ങാൽ,' 'രാമനുണ്ണിയുടെ ഇന്ത്യ' തുട ങ്ങിയ കഥകളും ശില്പപരമായി ചെയ്യപ്പെട്ടവയാണ്. ശില്പപരമായി അയഞ്ഞസ്വഭാവം പുലർത്തുന്നവയാണ് 'ഇലയുടെ കൂട്ടുകാരൻ കിളി', 'പകൽപ്പൂരം' തുടങ്ങിയ കഥകൾ. ബാഹ്യമായ ചില ഉപകഥകൾ അതിൽ ചേർക്കാൻ കഥാകൃത്ത് ഉത്സാഹിക്കുന്നതുകൊണ്ടാണ് ശില്പ പരമായ ദാർഢ്യം നഷ്ടപ്പെടുന്നത്. പറയാൻ ഉദ്ദേശിക്കുന്നതെന്തോ അതിന്റെ ആത്മാവു ചോർന്നു പോകത്തക്കവിധം ശ്രദ്ധയെ വ്യതിചലി പ്പിക്കുന്ന ബാഹ്യമായ കാര്യങ്ങൾ അവയിൽ കുത്തിച്ചെലുത്തിയിരി ക്കുന്നു. 'ആണിക്കടയിലെ കൊടുങ്കാറ്റ്' നേർരേഖയിലുള്ള ഒരു ആഖ്യാ നമാണെങ്കിലും വളരെ ശക്തമായ ഒരു കഥയായി വായനക്കാർക്ക് അനുഭ വപ്പെടുന്നത് അതിലെ സാഹചര്യവും സന്ദർഭവുമെല്ലാം സൂക്ഷ്മമായി അവതരിപ്പിച്ചിട്ടുള്ളതുകൊണ്ടാണ്. ചായക്കപ്പിലെ കൊടുങ്കാറ്റിന് സമാ നമെന്നോണം കാര്യമായ ചലനമുണ്ടാക്കാൻ പര്യാപ്തമായേക്കില്ലെങ്കിലും ജോണിയുടെ പ്രതികരണം അത്യന്തം തീക്ഷ്ണവും സ്വാഭാവികവുമാണ്.

മകൻ

മുഴുത്ത ഒരു തുമ്പിയെപ്പോലെ രാജുവിന്റെ വിമാനം റൺവേ യിൽനിന്നും പറന്നുയർന്നപ്പോൾ ട്രീസ കാറിന്റെ ഡോർ അടച്ച് ക്ലച്ച് പതുക്കെ റിലീസ് ചെയ്തു. സ്വതവേ വെളുപ്പു നിറമായ കാറിന്മേൽ തൂക്കിയിട്ട വെളുത്ത പഞ്ഞിത്തിരശ്ശീലപോലെ മൃദുവായി തെന്നിനീങ്ങി അടയുന്നതായിരുന്നു വാതിൽ.

പിറകിലെ സീറ്റിൽ മമ്മയോടു പിണങ്ങിക്കിടക്കുകയാണ് മോൻ. ഇത്ര നേരവും അവൻ രാജുവിനോട് കെഞ്ചുകയായിരുന്നു:

"പ്ലീസ് ഡാഡ് – പ്ലീസ് ടേക്ക് മീ റ്റൂ."

ഡാഡിന്റെ കൂടെ കാണാത്ത കാഴ്ചകൾ കണ്ടു നടക്കണമെന്ന മോഹംകൊണ്ടൊന്നുമല്ല. കോക്ക്പിറ്റിൽ രാജുവിന്റെ കൂടെയിരുന്ന് അവന് ഇപ്പോൾത്തന്നെ വിമാനം പറപ്പിക്കാൻ പഠിക്കണം.

ഒടുവിൽ എത്ര വാശിപിടിച്ചാലും മമ്മയുടെ 'പെർമിഷ' നില്ലാതെ ഡാഡ് തന്നെയും കൂടി ഒപ്പം കൊണ്ടുപോവില്ലെന്ന് അല്പം മുമ്പുമാത്രം ബോദ്ധ്യമായപ്പോഴാണ് അവൻ വിരക്തിയോടെ കാറിനുള്ളിലേക്ക് മട ങ്ങിയത്.

അതുവരെ അവന്റെ ഓരോ വാക്കിനും രാജു വാത്സല്യത്തോടെ അവന് ഓരോ ഉമ്മ വീതം കൊടുത്തുകൊണ്ടിരുന്നപ്പോഴൊക്കെ അവൻ വിചാരിച്ചുകാണും – എന്തായാലും ഒടുവിൽ മമ്മയുടെ പ്രതിഷേധം വക വെക്കാതെ ഡാഡ് തന്നെയും കൂടെ കൊണ്ടുപോകുമെന്ന്. അല്ലെങ്കിൽ തന്നെ അത് നടക്കാത്ത കാര്യമാണെന്ന് ആർക്കാണറിയാത്തതെന്ന് ട്രീസ ഓർത്തു. രണ്ടുമൂന്നാഴ്ചകൾ താൻ തനിച്ച് എങ്ങനെ കഴിയും? ഒരു ഗെയിമും തനിച്ചു കളിക്കാനില്ല. കണ്ടുമറന്ന വീഡിയോ ടേപ്പുകളും ഇരിപ്പില്ല. മെലിഞ്ഞ കൈവണ്ണകളിൽ രോഗകാരിയായ മുഴകൾപോലെ

മസിലുകളുള്ള ഒരു വേലക്കാരനെയും കണ്ടുകൊണ്ട് എത്രനേരം മുഷി
ഞ്ഞിരിക്കും? ആകെക്കൂടിയുള്ള ബോറടിപ്പിക്കാത്ത ഉപാധി മോന്റെ പ്രസ
രിപ്പും സാന്നിദ്ധ്യവുമാണ്. വെക്കേഷനായതുകൊണ്ട് അവന്റെ മുഴുവൻ
സമയവും തനിക്ക് പങ്കുവെക്കുകയും ആവാം.

എയർപോർട്ട് ജംഗ്ഷനിൽ നിന്നും വലത്തോട്ട് തിരിഞ്ഞാൽ
ജഡ്ജസ് ക്വാർട്ടേഴ്സും പിന്നീട് നേരെ കുറെദൂരം ചെന്നാൽ തിരക്കുള്ള
മെയിൻറോഡിന്റെ അരികുചേർന്ന് പണിതുയർത്തിയ ഹൗസിങ്
അപ്പാർട്ടുമെന്റുകളുമാണ്. ജഡ്ജസ് ക്വാർട്ടേഴ്സ് കഴിഞ്ഞപ്പോൾ ട്രീസ
ലാഘവപൂർവ്വം അടുത്തുകണ്ട ഇടവഴിയിലേക്കു കാർ തിരിച്ചു. ഫ്ളാറ്റി
ലെത്തുന്നതിനു മുമ്പ് കുറച്ചുദൂരം യൂണിവേഴ്സിറ്റിയുടെ റോസ് ഗാർഡ
നിലൂടെയാകാം യാത്രയെന്ന് അവൾ കരുതി. മോന്റെ പിണക്കവും മുഷി
ച്ചിലും ഒരുപക്ഷേ, സമൃദ്ധമായ പൂക്കളുടെ ലോകത്തുവെച്ച് മാറിയാലോ!

റോസ് ഗാർഡനിലെ ചെറിയ മണ്ഡപത്തിനരികെ അവൾ കാർ
നിർത്തി ഇറങ്ങി. "കൃഷ്ണ, ആർ. യു സ്ലീപ്പിങ്?" അവൻ മിണ്ടിയില്ല.
ആ വലിയ കണ്ണുകൾ തുറന്നുപിടിച്ച് പുറംലോകത്തേക്കു നോക്കി കിട
ന്നതേയുള്ളൂ.

ഒരു യുദ്ധമവസാനിച്ചുകാണാനുള്ള താല്പര്യത്തോടെ ട്രീസ
കൈനീട്ടി അവനെ തൊട്ടു. രാക്ഷസീയമാംവിധം വലിപ്പവും കടുത്ത
നിറവുമുള്ള പൂക്കളുടെ സാമ്രാജ്യത്തിലേക്ക് അവനെയും കൂട്ടിക്കൊണ്ടു
പോകാനായിരുന്നു അവൾ ആഗ്രഹിച്ചത്. എന്നാൽ അവൻ മുഖം കൂടു
തൽ കനപ്പിച്ച് പിണക്കം നടിച്ചപ്പോൾ മുഴുത്ത റോസാപ്പൂക്കളുടെ കടും
ചുവപ്പിലേക്ക് അവൾ തനിയെ നടന്നുചെന്നു.

തോട്ടക്കാരൻ ഏതാനും വാരകൾ മാത്രം അകലെ ഒരു കുരുന്നു
ചെടിയുടെ സമീപം കുനിഞ്ഞിരിക്കുന്നുണ്ടായിരുന്നു. അയാളുടെ ചികി
ത്സകൊണ്ട് ഒരു വേള ഒറ്റൊരു രാത്രികൊണ്ടുതന്നെ അത് ഒരാൾപ്പൊ
ക്കത്തിൽ വളരാനും രാക്ഷസീയമാംവിധം വലിപ്പമുള്ള ഒരു പൂ സമ്മാ
നിക്കാനും മതി. വളവും കീടനാശിനിയും വിത്തിനൊപ്പം നിക്ഷേപിച്ച്
വർദ്ധിച്ച വേഗത്തിൽ വിളവെടുക്കുന്ന വിദ്യ തോട്ടക്കാരൻ അയാളുടെ
ചെറുപ്പകാലത്തൊന്നും സ്വപ്നം കണ്ടിട്ടുകൂടിയുണ്ടാവില്ല.

ട്രീസ ഒരു നോട്ടെടുത്തു ചുരുട്ടി താഴെയിട്ടുകൊണ്ട് ആരോടും ചോദി
ക്കാതെ ഏറ്റവും വലിയ ഒരു പൂ പറിച്ചു. ഒരു തവണ തലയുയർത്തി
നോക്കിയ തോട്ടക്കാരൻ അതു കണ്ടെങ്കിലും കണ്ടില്ലെന്നു നടിച്ചുകൊ
ള്ളുമെന്ന് അവൾക്കറിയാമായിരുന്നു.

ട്രീസ പൂവുമായി എത്തി. "കൃഷ്ണ ഇറ്റ്സ് ഫോർ യു."

ഒരു കുടന്ന ചുടു രക്തംപോലെ പൂവ് മുഖത്തോടടുപ്പിച്ച അവളുടെ
കൈ അവൻ തട്ടിമാറ്റി.

തുടർന്ന് അവൾ സീറ്റിൽ കയറിയിരുന്ന് കാർ സ്റ്റാർട്ട് ചെയ്യാൻ ഒരു
ങ്ങുമ്പോൾ ഓർത്തു:

കൃഷ്ണയുടെ ഈ പിണക്കം തനിക്കിഷ്ടം തന്നെ. പക്ഷേ, അതി
ടയ്ക്കൊക്കെ അതിരു കടക്കുന്നുണ്ടോ എന്നാണ് സംശയം.

കാർ പതുക്കെ നീങ്ങിക്കൊണ്ടിരിക്കവേ കൈയിലിരുന്ന കടും
ചുവപ്പു റോസിൽ രാജുവിനെ ഓർത്തുകൊണ്ടവൾ അമർത്തി ചുംബിച്ചു.

ഓ... എന്റെ പൊന്നേ ഇനി എത്ര ദിവസം കഴിഞ്ഞിട്ടാണ് നീയെ
ത്തുന്നത്?

പിന്നീട് കാറിന്റെ വേഗത്തിന് ആക്കം കൂടിയതോടെ ഡാഷ്ബോഡി
ലേക്കിട്ട റോസാപ്പൂവിലേക്ക് നോക്കിയപ്പോൾ അവൾ ഞെട്ടി.

എത്ര പെട്ടെന്നാണ് ആ കടും ചുവപ്പ് നിറം താൻ ഊറ്റിക്കുടിച്ചതു
പോലെ വാർന്നുപോയത്! പൂവ്വാകെ വിളറി വെളുത്തുപോയി!

തീക്ഷ്ണമായ സ്നേഹത്തിന്റെ കടുംവർണ്ണങ്ങൾക്ക് ഹൃദയവികാ
രങ്ങളോടെന്നും പ്രതിപ്രവർത്തനമുണ്ട്. അവ സ്വച്ഛവും സമഗ്രവുമാവു
മ്പോൾ പ്രത്യേകിച്ചും.

വീതി കുറവെങ്കിലും മിനുസവും വൃത്തിയുമുള്ള റോഡിലൂടെ കാർ
ഒട്ടും അലോസരമുണ്ടാക്കാതെയാണ് നീങ്ങിയത്. അവൾ വീണ്ടും മക
നിലേക്കു തിരിച്ചുവന്നു.

രാജുവിന്റെ നിർബ്ബന്ധംകൊണ്ടായിരുന്നു അവനെ നഗരത്തിലെ ഒരു
സ്കൂളിലും പറഞ്ഞയച്ചു പഠിപ്പിക്കാതിരുന്നത്. അവനുവേണ്ടി ബിരുദാ
നന്തരബിരുദവും അദ്ധ്യാപകപരിചയ സർട്ടിഫിക്കറ്റുമുള്ള ഒരു ടീച്ചറെ
കണ്ടുപിടിച്ച് ഏർപ്പാടാക്കിയത് രാജുതന്നെയായിരുന്നു. അടുത്തടുത്ത
ഫ്ലാറ്റുകളിൽ പലയിടത്തും കൃത്യസമയത്ത് എലിവേറ്ററിൽ കയറിവന്ന്
അവർ കുട്ടികളെ പഠിപ്പിച്ചിരുന്നു. പലപ്പോഴും വൈദ്യുതിത്തകരാറെന്ന
കാരണവും പറഞ്ഞ് പതിനാറാം നിലയുടെ മുകളിലേക്കുവരാൻ മടിച്ച്
കൃഷ്ണിന്റെ ക്ലാസ് നിരന്തരം മുടക്കിയ അനുഭവവുമുണ്ട്. ഒരിക്കൽ
ട്രീസ പറഞ്ഞു:

"ഇന്നലെ ഒരു മിനിറ്റേ ക്ലാസ്സ് എടുത്തുള്ളൂ. പവർ സപ്ലേ ശരിയായ
പ്പോഴേക്കും ടീച്ചർ മടങ്ങിപ്പോയെന്ന് ഓപ്പറേറ്റർ പറഞ്ഞു:"

പല്ലും നഖവും കൂർപ്പിച്ചൊരുക്കി ഒരു നിമിഷം അവർ എന്തിനും
തയ്യാറായി തിരിഞ്ഞു നിന്നപ്പോൾ രണ്ടു കാലിൽ ഉയർന്നുനിന്ന് ആക്ര
മിക്കുന്ന ഒരു കുതിരയുടെ നീണ്ട മുഖവും തലയും ട്രീസ ഭയസംഭ്രമ
ങ്ങളോടെ ഓർത്തുപോയി.

"നമുക്ക് മോനെ ഡാൽമിയ പബ്ലിക്ക് സ്കൂളിലയച്ചു പഠിപ്പിക്കാം.
രണ്ടുനേരവും ഞാൻ തന്നെ ഒരഞ്ചു മിനിറ്റ് വീതം കാറോടിച്ചാൽ മതി
യല്ലോ."

രാജു ഒന്നും പറഞ്ഞില്ല. ഇഷ്ടമായിട്ടില്ലെന്ന് ആ മൗനം വിളിച്ചറിയി
ച്ചു. ഒരുപക്ഷേ, റോസ് ഗാർഡൻ സ്കൂളിലെ എന്നും കൃത്യസമയത്ത്
അടയുകയും തുറക്കുകയും ചെയ്യുന്ന കൂറ്റൻ കവാടങ്ങളാകാം ആ മന
സ്സിൽ ഉണ്ടായിരുന്നത്. ഒരിക്കൽ ഭീമാകാരമായ ആ കവാടങ്ങളുടെ ഇട
യിൽപ്പെട്ട് ക്രൂരമായ സമയനിഷ്ഠ പാലിക്കാനായി ഓടിയെത്തിയ ഒരു
പാവം വിദ്യാർത്ഥിനി ഞെരുങ്ങി മരിച്ചത് രാജു നേരിൽ കണ്ടതാണല്ലോ.
കൊല്ലുന്ന കൃത്യനിഷ്ഠകളെ വെറുക്കാൻ അന്നേ മനസ്സ് പാകപ്പെട്ടിരി
ക്കണം.

പിന്നെ അടുത്ത ആൾത്തിരക്കുള്ള ജനപഥത്തിൽ വെച്ച് ട്രീസ മക നോടു വിളിച്ചു ചോദിച്ചു.

"കൃഷ്ണ്, യു വാണ്ട് ഏപ്പിൾ? ഓർ സം ഫ്രഷ് അമേരിക്കൻ ഗ്വാവാ-?"

പഴക്കടകൾക്കു നടുവിലുള്ള വഴിയിലൂടെയായിരുന്നു കാർ ഓടി ക്കൊണ്ടിരുന്നത്.

കൃഷ്ണിന്റെ മറുപടിക്ക് കാത്തുനില്ക്കാതെ ട്രീസ അടുത്ത കട യുടെ മുമ്പിൽ കാർ നിർത്തി ഒരു ജോഡി അമേരിക്കൻ പേരയ്ക്ക വാങ്ങി. ഫുട്ബോളിന്റെ വലിപ്പമുള്ള അവ കടക്കാരൻ ഇത്തിരി ബുദ്ധിമുട്ടിയാണ് വിന്റ് സ്ക്രീൻ നീക്കി കാറിനുള്ളിലേക്ക് വെച്ചത്. നോക്കിയിരുന്ന മകന്റെ കണ്ണുകളിൽ തെല്ല് അത്ഭുതമെങ്കിലും പ്രതീക്ഷിച്ച ട്രീസയ്ക്ക് നിരാശ പ്പെടേണ്ടിവന്നു.

ബയോടെക് വിപ്ലവം വരുത്തിയ മാറ്റങ്ങൾ കൊച്ചുകുട്ടികളെപ്പോലും അത്ഭുതപ്പെടുത്താതായിരിക്കുന്നു. തന്റെ കുട്ടിക്കാലത്തായിരുന്നെങ്കിൽ മീനും മാടും മരവുമൊക്കെ വളർന്നു വലുതാവുന്നത് മാസങ്ങളും വർഷ ങ്ങളും കൊണ്ടായിരുന്നു. കഴിഞ്ഞമാസം രാജു ജനിതക വ്യതിയാനം വരുത്തിയ ഒരു കരിമീൻ കുഞ്ഞിനെ കൊണ്ടുവന്നു. സ്വീകരണ മുറി യിലെ ചില്ലുകൂട്ടിൽ അത് കൃഷ്ണിന്റെ കൺമുമ്പിൽ കിടന്നാണ് വളർച്ച മുറ്റിയത്. ഒടുവിൽ ചില്ലുകൂട് തകർക്കുമെന്നു തോന്നിയപ്പോൾ ഉടനെ രാജു അതിനെ പുറത്തെടുത്ത് കിച്ചനിലെ മേശപ്പുറത്തെത്തിക്കുകയാ യിരുന്നു.

പഴക്കടകൾക്കു നടുവിലൂടെയുള്ള വഴി വീണ്ടും പ്രധാന പാതയി ലേക്കു ചെന്നുചേർന്നു. വളരെ ദൂരെയല്ലാതെ ഹൗസിങ് അപ്പാർട്ടുമെന്റു കൾ ആരംഭിക്കുന്നു എന്നറിയിച്ചുകൊണ്ട് കോൺക്രീറ്റ് മിനാരങ്ങളുടെ നിബിഡ്ധത അനുഭവവേദ്യമായി. വെള്ള പൂശിയ ബഹുനില മാളികക ളുടെ മുമ്പിലൊക്കെ കാഴ്ചവസ്തുപോലെ ഓരോ പച്ചമരങ്ങൾ നട്ടുപി ടിപ്പിച്ചിരുന്നു. ഒരിടത്ത് കുറെ കോളേജ് വിദ്യാർത്ഥികൾ ഒരു മരത്തിന്റെ ചുറ്റും കൂടിനിന്ന് അപൂർവ്വമായ ആ "സ്പീഷിസിനെ" പ്പറ്റി നോട്ട്സ് കുറി ക്കുന്ന തിരക്കിലാണ്. കെട്ടിടത്തിനുള്ളിൽ നിന്നും ഇറങ്ങിവരുന്ന യൂണിഫോം ധരിച്ച ഏതെങ്കിലും കാവൽക്കാരനോ ശിപായിയോ അതൊരു പ്ലാസ്റ്റിക് മരമാണെന്ന് പറയുന്നതുവരെയും ആ കുട്ടികളുടെ വ്യർത്ഥ രചന തുടരുമായിരിക്കും.

പിറകിൽ നിന്നും ശബ്ദമൊന്നും കേൾക്കാതെ ട്രീസ വീണ്ടും വിളിച്ചു ചോദിച്ചു:

"വാട്ട് ഡു യു വാണ്ട് കൃഷ്ണ്? എന്താ വേണ്ടത് പിണക്കം മാറാൻ?"

നാലു നിലയുള്ള ബസുകളും രണ്ടു നിലയുള്ള സ്കൂട്ടറുകളും തൊട്ടരികിലൂടെ മത്സരിച്ചു പായുന്നു. കൂട്ടത്തിൽ ഒറ്റച്ചക്രമുള്ള സൈക്കി ളുമുണ്ട്. നഗരഹൃദയത്തിൽനിന്നും ദൂരെ ദൂരെയെത്തിയാലും റോഡിൽ

എപ്പോഴും തിരക്കുതന്നെയെന്ന് ട്രീസ ഓർത്തു. ആർക്കും വേണ്ടാത്ത ജനങ്ങളെക്കൊണ്ടുള്ള തിരക്ക്.

"എന്റെ മോന് സൈക്കിൾ വേണോ? യൂ വാണ്ട് ബൈസിക്കിൾ ഓർ സൂപ്പർ സൈക്കിൾ?"

ഒറ്റച്ചക്രമുള്ള ആ ചെകുത്താൻ ഏറെ അപകടകാരിയാണെന്നറി യാമെങ്കിലും നിനക്കതുതന്നെയാണ് വേണ്ടതെങ്കിൽ ഈ മമ്മ രണ്ടാമ തൊന്ന് ആലോചിക്കാൻ നില്ക്കില്ല.

അവൾ തന്നോടു തന്നെ പിറുപിറുത്തു.

"എന്നാലും ഇതു വയ്യ. ഐ വാണ്ട് യുവ്ർ കമ്പനി. ഐ റിയലി ഹേറ്റ് റ്റു ബി എലോൺ."

ഒരുപക്ഷേ, കൃഷ്ണ് ഇപ്പോൾ ആഗ്രഹിക്കുന്നത് ഇതൊന്നുമാവി ല്ലെന്നും ട്രീസയ്ക്കറിയാം. കഴിഞ്ഞ തവണ രാജു കൂട്ടിക്കൊണ്ടുവന്ന മാജിക്കുകാരൻ പ്രൊഫസർ കൺനിറയെ കാണിച്ചുകൊടുത്ത സാധന ങ്ങളാകാം ആ മനസ്സുനിറയെ. അന്നയാൾ ഫ്ളാറ്റിലുള്ള ഒരുപാടു കുട്ടി കൾക്കുവേണ്ടി കുറെ വിദ്യകൾ കാണിക്കുകയുണ്ടായി.

ഒരു കല്ലെടുത്തു മുകളിലേക്കിട്ടപ്പോൾ ബോംബ് – ഒരു പുല്ലെടുത്ത് ഒടിച്ചപ്പോൾ തോക്ക് – കാലിയായ ഒരിരുമ്പുപെട്ടി കമഴ്ത്തിയിട്ടപ്പോൾ നിറയെ കത്തികളും കഠാരികളും മൂർച്ചയുള്ള മറ്റ് ആയുധങ്ങളും കണ്ട് ഫ്ളാറ്റുകളിലെ കുട്ടികൾ കൊതിയൂറിക്കൊണ്ട് നോക്കിനിന്നു.

കൃഷ്ണ് അതിലൊന്ന് വേണമെന്ന് ആഗ്രഹം പ്രകടിപ്പിച്ചാലും അപ്പോൾ സാധിച്ചുകൊടുക്കുമായിരുന്നു.

കൃഷ്ണ് എന്ന പേരുപോലും അവന്റെ ഡാഡിന്റെകൂടി അഭിപ്രായം ചോദിക്കാതെ തിരഞ്ഞെടുത്തതാണ്. ഒരു യുദ്ധം ഒഴിവാക്കാമായിരുന്നിട്ടും അതിനു തുനിയാതിരുന്ന മഹാഭാരതത്തിലെ സാക്ഷാൽ കൃഷ്ണന്റെ 'സ്മാർട്ട്നസ്സ്' അത്രയ്ക്കു മനസ്സിൽ പിടിച്ചു. ഹീ വാസ് റിയലീ ഗ്രേറ്റ്!

തന്റെ ഡാഡ് പേരക്കുട്ടിക്കുവേണ്ടി ശുദ്ധനായ ക്രൈസ്റ്റിന്റെ പേര് നിർദ്ദേശിച്ചപ്പോഴും ഇങ്ങനെയാണ് പറയാൻ തോന്നിയത്:

'ഈവൻ ദ നേം ഓഫ് ജൂഡ് ഈസ് ബെറ്റർ ദാൻ ദാറ്റ്. പച്ചപ്പാവ ങ്ങളെ – ലൈക്ക് ജീസസ്സ് – ഭൂമിയിൽ ജീവിക്കാൻ വിടുന്നത് പാപമാണ് ഡാഡ്. ഇറ്റ്സ് ഏ സിൻ!'

കാർ കോളനിക്കു മുമ്പിലെത്തി. സിമന്റു മിനാരങ്ങളുടെ നിഴൽ പറ്റി അപ്പാർട്ടുമെന്റിലെ പാർക്കിങ് ഗ്രൗണ്ടിൽ കാർ നിർത്തി ഇറങ്ങി യിട്ട് ട്രീസ പിറകിലെ ഡോർ തുറന്നു.

"ഗെറ്റ് ഡൗൺ കൃഷ്ണ്."

അവൻ അനുസരിച്ചു

പരിഭവം മായാത്ത മുഖവുമായി വേഗം താഴെയിറങ്ങുകയും ഒരു നിമിഷം കളയാതെ തുറന്നുകിടന്ന ലിഫ്റ്റിൽ മമ്മയോടൊപ്പം കയറിപ്പ റ്റുകയും ചെയ്തു. ട്രീസയ്ക്കറിയാമായിരുന്നു മുകളിലെത്തുവോളവും അവനൊരു നല്ല കുട്ടിയെപ്പോലെ പെരുമാറുകതന്നെ ചെയ്യുമെന്ന്.

കാരണം ഈ നഗര പ്രാന്തത്തിൽ അവന് ആകെക്കൂടി പേടിയുള്ള ഒരേ യൊരു 'ഫിനോമിനൻ' വൈദ്യുതിയുടെ അപ്രതീക്ഷിതമായ തിരോധാനം മാത്രമാണ്. ഇടയ്ക്കിടെ ഭൂമിക്കുമേൽ പതിക്കുന്ന നിയോഗം പോലെ കറന്റുപോയി നഗരം മുഴുവൻ ഇരുളിൽ ആഴുമ്പോൾ വർദ്ധിച്ച ഹൃദയ മിടിപ്പോടെയാണ് പലപ്പോഴും ഭൂമിയിലും ആകാശത്തുമല്ലാതെ കഴിച്ചു കൂട്ടിയിട്ടുള്ളത്. നീണ്ട പതിനാറു നിലകൾക്കിടയിൽ എവിടെയെങ്കിലും വെച്ച് നിർജ്ജീവമായിപ്പോകുന്ന എലിവേറ്റർ അവന്റെ പേടി സ്വപ്നമാ യതും അങ്ങനെയാണ്.

മുകളിലെത്തുന്നതുവരെ മകന്റെ വേപഥുപൂണ്ട മുഖത്തേക്ക് ഒളി കണ്ണിട്ടുനോക്കി ട്രീസ ചിരിയമർത്തി.

ടെറസിൽ ഉണങ്ങാനിട്ട വസ്ത്രങ്ങൾ കടുത്ത വെയിലത്തും കാറ്റിലും ബന്ധനസ്ഥരായിക്കിടന്ന് ജീവൻ പോകുന്നതുപോലെ പിട ഞ്ഞുകൊണ്ടിരുന്നു.

ട്രീസ കാറിന്റെ താക്കോലും രണ്ടു കൈയിലും താങ്ങിപ്പിടിച്ചിരുന്ന പേരയ്ക്കയും മറ്റും മുറിയിൽ കൊണ്ടുവെച്ച് ബന്ധനസ്ഥരായ വസ്ത്ര ങ്ങളെ തേടി പുറത്തേക്കു വന്നു.

കൃഷ്ണ് മമ്മയോടൊപ്പം അകത്തേക്കു ചെന്നില്ല. പരിഹരിക്കപ്പെ ടാത്ത ഏതോ ആവശ്യവുമായി കണ്ണു തിരുമ്മിയും ചെറുതായി സങ്കടം പറഞ്ഞുകൊണ്ടും പുറത്തുതന്നെ നിന്നു.

കൃഷ്ണ് ഇനിയും രമ്യതയിലായിട്ടില്ല. അവൻ മറ്റു ഫ്ളാറ്റുകളിലു ള്ളവർകൂടി കേൾക്കേ കാര്യമായി ബഹളം വെക്കാനുള്ള പുറപ്പാടാ ണെന്ന് ട്രീസയ്ക്കുതോന്നി.

താഴെ കോർപ്പറേഷൻ റോഡിലൂടെ അടുക്കിക്കെട്ടിയ തീപ്പെട്ടിക്കൂ ടുകൾ പോലെ ഒരു നാലുനില ബസ് യാത്രക്കാരെയുംകൊണ്ട് വളവു തിരിഞ്ഞ് വരുന്നുണ്ടായിരുന്നു.

"എന്താ മോനെ – വാട്ട്സ് യുവർ പ്രോബ്ലം?"

ഒരു നിമിഷം അവൻ മമ്മയുടെ കണ്ണുകളിലേക്ക്തന്നെ നോക്കിനി ന്നു. പിന്നെ പൊടുന്നനെ താഴെ റോഡിലേക്ക് ചൂണ്ടിക്കാട്ടി.

"ഐ വാണ്ട് ദ ബസ് മമ്മാ – അതെനിക്കുവേണം, കളിക്കാൻ."

"ഓ – സില്ലീ–"

ട്രീസ കൈത്തണ്ട നിറയെ ഉണങ്ങിയ വസ്ത്രങ്ങളുമായി മുറിയി ലേക്കു പോയി.

"ഞാനിതൊക്കെ ഒന്നെടുത്തുവെക്കട്ടെ."

കൃഷ്ണ് സമ്മതിച്ചില്ല. അവൻ മമ്മയുടെ സാരിയിൽ പിടിച്ചു തൂങ്ങി ഒപ്പം ചെന്നു.

മുറിയിലെത്തി ട്രീസ രാജുവിന്റെ മേശവലിപ്പു തുറന്ന് നിറച്ചുവെച്ച റിവോൾവർ എടുത്തുകൊടുത്തു.

"ക്യാച്ചിറ്റ് സൂൺ. ബസ്സിപ്പോ കോർപ്പറേഷൻ ടെർമിനസ്സിൽ ആളെ കയറ്റാനും ഇറക്കാനും നിർത്തീട്ടുണ്ടാവും."

താഴെയെവിടെയോ നിന്ന് എത്തിക്കൊണ്ടിരുന്ന എലിവേറ്ററിന്റെ ചുവന്ന സിഗ്നൽ ശ്രദ്ധിക്കാൻപോലും നിൽക്കാതെ കൃഷ്ണ് കുതിച്ചോടി. അവന്റെ മമ്മ പിറകിൽ നിന്നും വിളിച്ചുപറഞ്ഞു:

"സൺ, ബീ കേർഫുൾ. മൂന്നാലു തിരയേ അതിൽ കാണുള്ളൂന്ന് തോന്നുന്നൂട്ടോ–"

നിരപരാധികളായ ഏതാനും പേരെ കുത്തിനിറച്ച ബസിനെ ലക്ഷ്യം വെച്ച് അതിവേഗത്തിൽ കോണിപ്പടികൾ ചാടിയിറങ്ങി ഓടുകയാണ് – ഓടിക്കൊണ്ടിരിക്കുകയാണ് അവനിപ്പോൾ.

കുന്നും മാളികയും മറ്റും

കുന്നിനു മുകളിൽ ഞാൻ നില്ക്കുന്നു. കുന്നിനു മുകളിലാണ് എന്റെ മാളിക. മാളികയുടെ മട്ടുപ്പാവിൽ ഞാൻ. എനിയ്ക്കു മുകളിൽ എല്ലാ സത്യങ്ങളും വെളിവാക്കിക്കൊണ്ട് തെളിഞ്ഞ ആകാശം. ഒളിപ്പിക്കേണ്ടത് ഒളിപ്പിക്കാനുള്ള ഔചിത്യംപോലും തീരെയില്ല.

താഴെ കാടും നാടും വേർതിരിയുന്ന അതിർത്തിരേഖയിലൂടെ വെള്ളിപ്പാമ്പുപോലെ ഒരു നദിയൊഴുകുന്നു. കളങ്കമറിയാതിരുന്ന എന്റെ കുട്ടിക്കാലത്ത് ഞാൻ ആ നദിയിലാണ് പതിവായി കുളിച്ചിരുന്നത്. അന്നൊക്കെ എന്നോടൊപ്പം വേറെയും കുറേപ്പേർ കൂടി ഉണ്ടാകുമായിരുന്നു. പിന്നീട് ആ നദീതീരത്തു തന്നെ വേരുകളാഴ്ത്തി നിൽക്കാനുള്ള കരുത്താർജ്ജിച്ചപ്പോൾ ബോധപൂർവ്വം ഞാനവരെയൊക്കെ ഉപേക്ഷിച്ച് ഈ മാളികയിലേക്ക് പോന്നു. എന്നും എല്ലാവരും ഒരേമാതിരിയൊക്കെത്തന്നെയാവണം എന്നാണെങ്കിൽ, പിന്നെന്താണ് പുരോഗമനം?

ഇവിടെ ഈ കുന്നിൻമുകളിൽ നിന്നാൽ വെള്ളിപ്പാമ്പുപോലെ ഒഴുകുന്ന നദിയുടെ അപ്പുറവും ഇപ്പുറവുമായി എനിക്ക് കാടും നാടും ഒരുമിച്ച് കാണാം. കാട്ടിൽ, മൃഗങ്ങൾ പരസ്പരം ആക്രമിച്ചു കൊല്ലുകയും ഇരയെ ഓടിച്ചു തളർത്തുകയും ചെയ്യുന്ന രീതിയൊക്കെ ഇപ്പോഴും എന്റെ കുട്ടിക്കാലത്തേതു പോലെത്തന്നെ. ഇനിയും ഈ കാട്ടുമൃഗങ്ങൾ ഒട്ടും പുരോഗമിച്ചില്ലെന്ന് ഇതു കാണുമ്പോഴൊക്കെ ഞാനോർക്കുന്നു. എന്നാൽ എനിക്കു ചുറ്റുമുള്ള മനുഷ്യരുടെ സ്ഥിതി അങ്ങനെയല്ല. അറിവും വിദ്യാഭ്യാസവും ഉണ്ടായതോടൊപ്പം അവരുടെ മനസ്സും മാറി എന്ന് കാണുന്നത് എത്രയോ ആശ്വാസപ്രദമാണ്. വിശപ്പ്, വസ്ത്രം, പാർപ്പിടം തുടങ്ങിയ നിസ്സാരങ്ങളായ പ്രശ്നങ്ങളൊക്കെ ഉപേക്ഷിച്ച് അവർ ദേവാലയങ്ങളെപ്പറ്റി ചിന്തിച്ചു തുടങ്ങിയിരിക്കുന്നു. അമ്പലങ്ങളുടെയും പള്ളികളുടെയും എണ്ണം കൂടാത്തതിലുള്ള ഉൽക്കണ്ഠയും അന്യന്റേതായാലും

ഒത്തുകിട്ടിയാൽ ഒരു ദേവാലയം വെട്ടിപ്പിടിച്ച് സ്വന്തം വിജയപതാക പാറി
ക്കുന്നതിലുള്ള അവരുടെ ശ്രദ്ധയും സാമർത്ഥ്യവും സംസ്കാരമുള്ള ഒരു
ജനതിയായി അവർ വളർന്നുകഴിഞ്ഞുവെന്നതിന്റെ തെളിവുകളാണ്.
ചിലപ്പോൾ ഞങ്ങളുടെ പൂർവ്വികരേക്കാൾ മിടുക്കമൊരാണ് അവരെന്നും
എനിക്ക് തോന്നിയിട്ടുണ്ട്, ആ വീറും ഉത്സാഹവും കാണുമ്പോൾ.
കൂട്ടത്തിൽപ്പെട്ടവരെ വൈരാഗ്യത്തോടെ വെട്ടി വീഴ്ത്തുമ്പോഴും എല്ലാ
സിരകളിലുള്ളതും ഒരേപോലെ ചുവന്ന ചോരയാണെന്നും എല്ലാ ഹൃദ
യങ്ങളും സ്പന്ദിക്കുന്നത് സ്നേഹം കൊടുക്കാനും വാങ്ങാനുമാണെന്നും
ഉള്ള അബദ്ധധാരണകളും ഇക്കൂട്ടർ വച്ചുപുലർത്തുന്നില്ല. അവരെപ്പറ്റി
ഇങ്ങനെയെത്രയോ പറയാനുണ്ട് എന്നോർക്കുമ്പോൾ സത്യത്തിൽ
എനിക്ക് കുളിരുപൊട്ടുന്നുണ്ട്.

പക്ഷേ ഒന്നെനിക്കറിയാം. അപകടകാരികൾ തീർച്ചയായും ആ
കൊച്ചുപിള്ളേരാണ്. ഒന്നിലും ശ്രദ്ധിക്കുന്നില്ലെന്ന നാട്യത്തോടെ ഉയര
ത്തിൽ പട്ടം പറപ്പിച്ചുകൊണ്ടിരിക്കുന്നവർ. നീണ്ടുവലിഞ്ഞ ഒരു നൂലേ
ണിയിൽ ആകാശവാതിലോളം ചെന്നു പൊങ്ങിപ്പറക്കുന്ന ഒരു പട്ടവും
തലയ്ക്കുമുകളിലെ മേഘച്ചാർത്തുകൾക്കിടയിൽ ഞാൻ കാണുന്നുണ്ട്.
അമ്പലങ്ങളുടെയും പള്ളികളുടെയും ഗോപുരങ്ങളും മിനാരങ്ങളും
പോലും ഈ ഉയർച്ചക്കുതാഴെ എത്രയോ നിസ്സാരം എന്നാവാം ഒരു വേള
ആ ചെറുപ്പക്കാരുടെ തോന്നൽ. ഒരുപക്ഷേ അവരുടെ ലക്ഷ്യം സൂര്യനും
ചന്ദ്രനുമാകാം. ആകാശത്തിനും മീതെയുള്ള ആകാശങ്ങളാകാം. ഇങ്ങ
നെപോയാൽ ഈ വിഡ്ഢിത്തങ്ങളിലൊക്കെ വല്ല ശരിയും തോന്നി ഒരു
ദിവസം എല്ലാവരുംകൂടി ഇവരുടെ പിന്നാലെ പുറപ്പെട്ടാൽ എന്തുചെയ്യും?
മനുഷ്യരെ ജാതി തിരിച്ചറിയുവാനും മനസ്സിൽ ദൈവങ്ങളെച്ചൊല്ലി വേർതി
രിവും വൈരാഗ്യവും കൊണ്ടുനടക്കുവാനും പിന്നെ ആരുണ്ടാവും?

ഇല്ല അങ്ങനെയൊന്നും സംഭവിക്കില്ലെന്ന് ഇപ്പോൾ ഒരു ധൈര്യം
തോന്നുന്നു. പട്ടം പറപ്പിക്കുന്നവരിൽ ഒരാൾ പൊടുന്നനെ കൈകൾ
കീഴ്പ്പോട്ടെറിഞ്ഞ് ഹതാശനാകുന്നതും പിന്തിരിയുന്നതും കാണുന്നു
ണ്ടല്ലോ. ഉയരങ്ങളിലെവിടെയോ വെച്ച് പട്ടംപൊട്ടി നൂൽചുറ്റിന്റെ ബലം
അയഞ്ഞതാവാം കാരണം. ചിരിയ്ക്കാതെ എന്തുചെയ്യും? 'വിഡ്ഢികൾ'
എന്നുറക്കെയുറക്കെ ഈ കുന്നിൻ മുകളിൽനിന്നും വിളിച്ചുപറയാനാണ്
തോന്നുന്നത്. ആകാശങ്ങളെ ബന്ധിച്ചുനിർത്താൻ പുറപ്പെടുന്നതിനുമുമ്പ്
ബലമുള്ള ഒരു നൂലെങ്കിലും ആദ്യം സംഭരിക്കാൻ അവർക്ക് കഴിഞ്ഞി
ല്ലല്ലോ.

ഇത്രയുമായപ്പോൾ ഞാൻ അകത്തേക്കുപോന്നു. ശ്രീപാർവ്വതി വന്നു
വിളിച്ചിട്ട് നേരം കുറെയായി. എനിയ്ക്കുള്ള ബ്രേക്ക്ഫാസ്റ്റ് ഇതിനകം
തണുത്തുപോയിട്ടുണ്ടാവും. ഒരു തവണയേ എന്റെ ശ്രീമതി വന്നു വിളി
ക്കൂ. പിന്നെ ജോലിക്കാരിയുടെ ഊഴമാണ്. നടന്നുചെല്ലുമ്പോൾ ഊണു
മുറിയിലെ മേശപ്പുറത്ത് പ്ലേറ്റുകൾമാത്രം നിരത്തിയിട്ടേയുള്ളൂ. ഭക്ഷണ
മൊന്നും എടുത്തുവെച്ചിട്ടില്ല. ആരെയും കാണുന്നില്ലല്ലോ എന്ന് വിചാരി

ക്കുമ്പോൾ പെട്ടെന്ന് ആകാശത്തു പാറുന്ന ഒരു പട്ടം കൺമുമ്പിലേക്ക് നീങ്ങിവന്നു. ഒരു ഭീഷണിപോലെ എന്റെ മാളികയ്ക്കു മുകളിലായിരുന്നു അതെപ്പോഴും!

ഊണുമുറിയിലും അടുക്കളയിലും ശ്രീപാർവ്വതിയെ കണ്ടില്ല. അല്ലെ ങ്കിൽത്തന്നെ ഇത്രയധികം വേവലാതിപ്പെട്ട് അവളെ അന്വേഷിക്കുന്നതെ ന്തിന്? ഒരവകാശംപോലെ ഒരു തവണമാത്രം അവൾ വന്നു വിളിക്കുമെ ങ്കിലും ഭക്ഷണം വിളമ്പിത്തരുന്നതും കഴിയുന്നതുവരെ അരികത്ത് കാത്തുനിൽക്കുന്നതും സുഭദ്രയാണല്ലോ. ഒരുപക്ഷേ എപ്പോഴും കാണാ റുള്ളതുപോലെ ശ്രീപാർവ്വതി വിശ്രമിക്കുകയാവും. ഊണുമുറിയോട് തൊട്ടുള്ള കിടക്കമുറിയുടെ വാതിൽ തുറന്നുകിടപ്പുണ്ട്. അവിടെയും ആരെയും കാണാനില്ല. കിടക്കമുറിയിൽനിന്നും പുറത്തെ തുറസായ ടെറ സിലേക്ക് പ്രവേശിക്കുന്നിടത്തെ സിറ്റൗട്ടിൽ ചുറ്റിനുമുള്ള ചങ്ങലവേലി യിൽ ചാരി താഴോട്ടു തന്നെ ശ്രദ്ധിച്ചു നിൽപാണ് എല്ലാവരും. ശ്രീപാർ വ്വതി മകനോട് പറയുന്നു;

"കഷ്ടായീലോ ഹരീ. നല്ല ഉയരത്തിൽ അങ്ങട് പാറിവന്നതായിരു ന്നു. അപ്പോഴേക്കും ആരാ ആ നൂല് പൊട്ടിച്ചത്? ഏതെങ്കിലും കുബുദ്ധി കളാവോ?"

മകന്റെ മറുപടി കേൾക്കണമെന്ന് ഒരു കുസൃതി തോന്നിയതിനാൽ കിടക്കമുറിയുടെ ചുമരിനോട് ചേർന്ന് ഞാൻ പതുങ്ങിനിന്നു.

മകൻ പറയുന്നു;

"അതിന് ഡാഡി താഴോട്ടൊന്നും പോയിട്ടില്ല്യാലോ മമ്മീ. കൊറച്ചു മുമ്പുംകൂടി ഞാൻ കണ്ടതാ..."

"ശരിയാ കൊച്ചമ്മേ – എനിയ്ക്കും അതാ സംശയം. സാറ് ഇത്ര നേരായിട്ടും ബ്രേക്ക്ഫാസ്റ്റ് കഴിക്കാൻപോലും വരാതെ ഇതെന്തെടുക്കു വാരുന്നു?"

ആ പറഞ്ഞത് എന്റെ ജോലിക്കാരി സുഭദ്രയാണ്. അതുകൂടി കേട്ട പ്പോൾ ക്ഷമയുടെ അവസാനത്തെ കണ്ണിയും പൊട്ടിയതുകൊണ്ടാണ് ഞാൻ ഉറക്കെ ശബ്ദമുണ്ടാക്കിയത്. എന്നെക്കണ്ട് പൊടുന്നനെ മൂവ്വരും മൂന്നുവഴിക്ക് പിരിഞ്ഞുപോയി. കരുതിക്കൂട്ടി ഒരു നൂൽക്കണ്ണിയെങ്കിലും ഒന്നു പൊട്ടിക്കാൻ എനിക്ക് കഴിയില്ലെന്നല്ല – ഇത്ര നിസ്സാരമായിട്ടാണല്ലോ ഇവരെന്നെ കുറ്റപ്പെടുത്തിക്കളഞ്ഞത് എന്നോർത്തപ്പോൾ ഞാനറിയാതെ ത്തന്നെ എന്റെ നോട്ടം രൂക്ഷമായിട്ടുണ്ടാവാം.

പിന്നീട് മാളികയുടെ മുൻവശത്തെ വരാന്തയിൽ ചുറ്റിനും സ്വർണ്ണ അലുക്കുകൾ പിടിപ്പിച്ച സെറ്റിയിൽ ഞാനിരിക്കുകയായിരുന്നു. നേരെ മുമ്പിൽ കുറച്ച് ദൂരത്തായി കുന്നിന്റെ തിരുമുടിപോലെ നരച്ച പാറക്കൂട്ട ങ്ങളും നടുവിലൂടെ താഴേയ്ക്ക് ചെരിഞ്ഞിറങ്ങുന്ന നടപ്പാതയും. പെട്ടെന്ന് പാറക്കൂട്ടങ്ങൾക്കിടയിൽ ഒരുത്തൻ തല കാണിച്ചപ്പോൾ ശരിക്കും ഞാൻ ഞെട്ടിപ്പോയി. കുറച്ചുമുമ്പ് താഴ്വരയിൽ പട്ടം പറപ്പിച്ചുകൊണ്ടിരുന്നവ രിൽ ഒരാളാണ് അതെന്ന് എനിക്ക് ഊഹിക്കാൻ കഴിഞ്ഞു.

"എന്തുവേണം?" ഞാൻ ഉറക്കെ വിളിച്ചുചോദിച്ചു.

അവൻ കണ്ണുകളിൽ കുറ്റബോധത്തിന്റെ ഉറവ ഒട്ടുമില്ലാതെ പറഞ്ഞു:

"ഞങ്ങളുടെ പട്ടം പൊട്ടിപ്പോയി. ഏറ്റവുമവസാനം അതീ കുന്നിനു നേരെ മുകളിലായിരുന്നു. ദയവായി പറയാമോ അതെങ്ങാനും കണ്ടോന്ന്."

"ഞാനൊരു പട്ടവും കുന്തവും കണ്ടില്ല. വേഗം ഇറങ്ങിപ്പോയ്ക്കൊ."

മുഖത്തടിച്ചതുപോലെ അങ്ങനെ പറഞ്ഞപ്പോൾ അവനുടനെ മട ങ്ങിപ്പോകുമെന്നാണ് കരുതിയത്. പക്ഷേ അവൻ കുന്നു മുഴുവനും നഷ്ട പ്പെട്ടതെന്തോ തേടി നടക്കാൻ തുടങ്ങിയപ്പോൾ ഞാൻ മറ്റു വഴികൾക്കായി ആലോചിച്ചു. ഒടുവിൽ ഞാനവനെ സ്വകാര്യമായി അടുത്തേക്ക് വിളിച്ചു:

"അതാ... നൂലുപൊട്ടിയ ഒരു പട്ടം മേലെ പറന്നിഴയുന്നത് ഇപ്പോൾ ഞാൻ കാണുന്നുണ്ട്."

"ഉവ്വോ...?" അവൻ ഉത്സാഹത്തോടെ ഓടിവന്നു. "എങ്കിൽ എത്രയുംവേഗം അതൊന്നെനിക്ക് പിടിച്ചെടുത്തു തരാമോ?"

ഞാൻ സമ്മതിച്ചു: "പക്ഷേ അതെനിക്ക് കയ്യെത്താത്ത അകലത്തി ലാണ്."

എന്തായാലും അവൻ അടുത്തുവന്നപ്പോൾ കുനിച്ചു നിർത്തി അവന്റെ ഇളം മുതുകിൽ കയറി ഞാൻ പട്ടത്തിനുവേണ്ടി ആകാശത്തി ലേക്ക് കയ്യെത്തിച്ചു. തല ചെരിച്ചുനോക്കി "താൻ മുകളിലെങ്ങും യാതൊന്നും കാണുന്നില്ലല്ലോ–" എന്നവൻ പരാതിപ്പെട്ടപ്പോൾ ഞാൻ നുണ പറഞ്ഞു:

"ഉവ്വ്, എനിയ്ക്കത് കാണാം. എനിക്കത് നന്നായി കാണാം."

"ഒന്ന് വേഗമാവട്ടെ." അവൻ തിരക്കുകൂട്ടി.

"എന്റെ മുതുകൊടിയുന്നതുകൊണ്ടല്ല – താഴെ ഒരുപാട് നേരമായി ചങ്ങാതി കാത്തുനിൽക്കുന്നു!"

ഞാൻ പിന്നീടൊന്നും പറയാതെ വീണ്ടും വീണ്ടും ആകാശത്തി ലേക്ക് കയ്യെത്തിക്കുകയും എന്റെ മുഴുവൻ ഭാരവും കൊണ്ട് അവനെ ഞെരുക്കുകയും ചെയ്തു. അവന്റെ കാലുകൾ തളർന്നിരിക്കണം. കുറച്ച് കഴിഞ്ഞപ്പോൾ അവൻ തറയിൽ മുട്ടുകുത്തിയിരുന്നു. പിന്നെ കിടന്നു. എന്റെ കനത്ത പാദങ്ങൾ അപ്പോഴും അവന്റെ മുതുകിലായിരുന്നു. എന്റെ ചവിട്ടടികൾക്ക് കീഴെ അമരുമ്പോഴും മനസ്സിൽ പ്രത്യാശയുള്ളതുകൊ ണ്ടാവാം ഒരിക്കൽപ്പോലും അവൻ എന്തെങ്കിലും പിറുപിറുക്കുകയോ അസഹിഷ്ണുത പ്രകടിപ്പിക്കുകയോ ചെയ്തില്ല. ഒടുവിൽ ജീവന്റെ അവ സാന ശ്വാസവും അവനിൽ നിന്നും പറിഞ്ഞുപോന്നപ്പോൾ ഞാനവനെ സ്വതന്ത്രനാക്കി മാറിനിന്നു. ഇനിയൊരിക്കലും അവൻ എഴുന്നേൽക്കി ല്ലെന്ന് എനിക്കുറപ്പായിരുന്നു. ഞാൻ അവന്റെ തറയോടമർന്ന് കമിഴ്ന്നു കിടന്ന് ശരീരം കാലുകൊണ്ട് തോണ്ടി മറിച്ചിട്ടു. ശ്വാസംമുട്ടി നീലച്ചു പോയ ആ കുരുന്ന് മുഖത്ത് ഞാനെന്റെ സാമ്രാജ്യത്തിന്റെ വിളനില ങ്ങൾ കണ്ടു.

പിന്നീട് ഞാനെന്റെ മാളികയിലേക്ക് ഓടുകയായിരുന്നു. ചവിട്ടുപടി കൾ കയറുമ്പോൾ ശ്രീപാർവ്വതി പുറത്തെങ്ങും നില്ക്കുന്നില്ലല്ലോ എന്നു റപ്പുവരുത്തി. എന്നാൽ ചവിട്ടുപടികൾ കയറി മുകളിലെ മുറിയിലേക്ക് നടക്കവെ ഞാൻ ഞെട്ടിപ്പോയി. മകന്റെ മുറിയുടെ ജാലകപ്പഴുതിൽ തൂക്കിയ രാമച്ചവിരിയുടെ മദ്ധ്യത്തിൽനിന്നും രണ്ട് കണ്ണുകളുടെ അക ലത്തിൽ രണ്ടിഴ എടുത്ത് മാറ്റിയിരിക്കുന്നു!

പേടിപ്പെടുത്തുന്ന കാലൊച്ചയുമായാണ് ഞാനെന്റെ മുറിയിൽ പ്രവേ ശിച്ചത്. ഉച്ചയൂണിനുമുമ്പ് ശ്രീപാർവ്വതി ഒരു തവണ വന്നു വിളിച്ചപ്പോഴും പിന്നീട് രണ്ടോ മൂന്നോ തവണ സുഭദ്ര വന്ന് മുഖം കാണിച്ചപ്പോഴും ഞാൻ ഞെട്ടുകയുണ്ടായി. എന്റെ ഭാര്യ ശ്രീപാർവ്വതിക്ക് കാര്യങ്ങൾ ഇഴ പിരിച്ച് കാണാനുള്ള ബുദ്ധികൂർമ്മതയൊന്നുമില്ലാത്തതിനാൽ എനിക്ക് സമാധാനിക്കാം. എന്നാൽ ജോലിക്കാരി സുഭദ്ര സൂത്രക്കാരിയാണ്. അതി സമർത്ഥയായ ഒരു നിരീക്ഷകയുടെ ഭാവമാണ് അവൾക്കെല്ലായ്പ്പോഴും. എന്റെ മകന് അരുതാത്ത താല്പര്യങ്ങളും തന്റേടവും കൈവന്ന തിൽപ്പോലും ഒരുപക്ഷേ അവൾക്കും പങ്കില്ലാതായിക്കൂടായ്കയില്ല.

ഊണ് കഴിക്കുമ്പോൾ എന്റെ മുഴുവൻ ശ്രദ്ധയും മകനിലായിരു ന്നു. എന്റെ നിഗമനങ്ങളെ സാധൂകരിക്കുന്ന മട്ടിൽ അവന്റെ ശ്രദ്ധ എന്നിൽത്തന്നെയും. ഒടുവിൽ പൊരിച്ച കോഴിയുടെ ഒരു തുട കത്തി കൊണ്ട് വേർപെടുത്തിയെടുക്കുന്നതിനിടെ ശ്രീപാർവ്വതിയുടെ മുന്നിൽവെച്ച് ഞാൻ അവനോട് സംസാരിക്കാൻ ധൈര്യപ്പെട്ടു.

'നോക്ക് ശ്രീഹരീ... ഓരോ കാഴ്ചയ്ക്കും ഓരോ അർത്ഥവും ഉദ്ദേ ശ്യവുമുണ്ട്. നിനക്കറിയാമോ നാം ഇന്ത്യക്കാർ എത്ര വലിയ ആപത്തിന്റെ നടുക്കാണെന്ന്! ഈ അവസരത്തിലെങ്കിലും നാമോരോന്നും വേർതിരി ച്ചറിയുകയും നമ്മുടേതെല്ലാം കണ്ടെത്തുകയും ചെയ്യണം. നിനക്കറി യാമോ വെയിലും വെളിച്ചവും മഴയും കാറ്റുംപോലെ എല്ലാം എല്ലാവർക്കു മുള്ളതല്ല. തീർച്ചയായിട്ടും അല്ല.”

മനസ്സിലാവാഞ്ഞിട്ടോ അതോ എന്നോട് എതിർപ്പുള്ളതുകൊണ്ടോ ശ്രീഹരി ഒന്നും പറഞ്ഞില്ല. അവൻ മുന്നിൽ നിരത്തിയ വിഭവങ്ങ ളിൽനിന്നും ഒരു ഓറഞ്ചു മാത്രമേ എടുത്തുള്ളൂ എന്നത് ഞാൻ പ്രത്യേകം ശ്രദ്ധിച്ചു. മുഴുത്ത ആ ഓറഞ്ചിന്റെ തോട് മുഴുവൻ സാവധാനം പൊളി ച്ചുകളയുകയും അല്ലികളെ വേദനിപ്പിക്കാതെ കുരു ഓരോന്നായി തുറു പ്പിച്ചു കളയുകയുമായിരുന്നു അവൻ.

ഉച്ചയൂണ് കഴിഞ്ഞ് പതിവായി കുറച്ചുനേരം ഉറങ്ങുന്നത് എന്റെ ഒരു ശീലമാണ്. അന്ന് ഉറങ്ങാൻ കിടന്നപ്പോൾ എന്റെ മകനെ വീണ്ടും ഞാൻ കണ്ടു – സ്വപ്നത്തിൽ.

കുന്നിന് മുകളിലേക്ക് ഏറെ പണിപ്പെട്ട് അവൻ കയറിവരികയായി രുന്നു; മാളികയ്ക്ക് മുമ്പിൽ, നരച്ച പാറക്കൂട്ടങ്ങൾക്കിടയിൽ അവന്റെ മുഖം പ്രത്യക്ഷപ്പെട്ടപ്പോൾ ഞാനോടിച്ചെന്നു.

“ഡാഡീ— നുലുപൊട്ടി എന്റെ പട്ടം പറന്നുപോയി.”

അവൻ കിതപ്പോടെ പറഞ്ഞു.

ഏതുപട്ടം ? നീയെപ്പോഴാണ് പട്ടം പറപ്പിക്കാൻ തുടങ്ങിയത്?

"സ്റ്റുപ്പിഡ്!" ഞാൻ ദേഷ്യപ്പെട്ടു. അവൻ മറുപടിയൊന്നും പറഞ്ഞി ല്ല. അവന്റെ നോട്ടം രൂക്ഷമാവുന്നത് അടുത്ത നിമിഷം ഞാൻ കണ്ടു. പൊടുന്നനെ ഇടുപ്പിൽ നിന്നും തിളങ്ങുന്ന കത്തി വലിച്ചൂരി അവൻ എന്റെ അടുത്തുവന്നു. എന്നെ കുന്നിൻചെരുവിലെ പാറക്കൂട്ടത്തോട് ചാരി നിർത്തിയിട്ട് കത്തി എന്റെ കഴുത്തിൽ ചേർത്തുവെച്ചു.

"എനിയ്ക്കറിയാം. എനിയ്ക്ക് എല്ലാമറിയാം. നിങ്ങളെ ഞാനെന്നേ തിരിച്ചറിഞ്ഞതാണ്."

അവൻ ആവേശംകൊണ്ട് ഒരു കടൽപോലെ ഇരമ്പി. അവന്റെ കയ്യി ലിരുന്ന കത്തി ഒരല്പംകൂടി അമരുകയേ വേണ്ടൂ. സുതാര്യമായ ഒരു മേഖലയ്ക്കപ്പുറം ജീവന്റെ ചെമ്മലരികൾ മുഴുക്കെ എന്നിൽനിന്നും ഇറു ത്തുപോവും.

അതിനുമുമ്പ് 'അയ്യോ' എന്നൊരലർച്ചയോടെ കണ്ണുതുറന്നപ്പോൾ സുഭദ്രയുണ്ട് വാതിൽക്കൽ:

"സാറു വിളിച്ചോ—?"

പിടഞ്ഞെഴുന്നേറ്റുകൊണ്ട് ഞാനന്വേഷിച്ചു:

"എവിടെപ്പോയി അവൻ, ശ്രീഹരി?"

"കൊച്ചമ്മയും മോനുംകൂടി കുന്നിറങ്ങുന്നതു കണ്ടു."

സുഭദ്ര കാപ്പിയെടുക്കാൻ പോയപ്പോൾ ഞാൻ ഉമ്മറത്തേക്കു പോന്നു.

പതിവുകാഴ്ചകൾക്ക് നേരെ സെറ്റി നീക്കിയിട്ട് ഇരിക്കുമ്പോൾ അകലെ ആകാശച്ചെരുവിൽ പറന്നുയരുന്ന ഒരു പട്ടം. ഒന്നുകൂടി നോക്കി യപ്പോൾ ഒന്നല്ല വീണ്ടും ഒന്നുകൂടിയുണ്ട്. ഞാനിറങ്ങിയോടിച്ചെന്നു. കുന്നിൻചെരുവിലെ പാറക്കൂട്ടത്തിൽ കയറിനിന്ന് താഴേയ്ക്കുനോക്കി. അവർ രണ്ടുപേരുണ്ടായിരുന്നു. ദൂരക്കാഴ്ചയിൽ ഒരു പൊട്ടുപോലെയാ ണെങ്കിലും എനിക്കവരെ നന്നായി തിരിച്ചറിയാം. ആദ്യത്തെ കൗതുകം മതിയാവുമ്പോൾ അവരുടനെ കയറിപ്പോരുമെന്നുതന്നെ ഞാൻ കരുതി.

എന്നാൽ അവർ മടങ്ങിവന്നതേയില്ല. ആകാശത്ത് പട്ടങ്ങൾ കൂടിവ ന്നതും താഴ്വരയിൽ അവരുടെ ഒപ്പം ആളുകൾ കൂടിയതും ഞാൻ കണ്ടു. എല്ലാ പട്ടങ്ങളും ഒന്നിച്ച് ഒരാക്രമണത്തിനെന്നപോലെ എനിക്കും എന്റെ മാളികയ്ക്കും കുന്നിനും മുകളിലായിരുന്നു

എന്നെ തോല്പിക്കാൻവേണ്ടി മുഖാമുഖം നില്ക്കുന്ന ജനതയെ ഓർത്തപ്പോൾ ശരിക്കും എനിക്ക് ചിരിവന്നു. 'വിഡ്ഢികൾ' എന്ന് ഞാന വരെപ്പറ്റി പേർത്തും പേർത്തും മനസ്സിൽ സഹതപിച്ചു.

ഞാൻ കുന്നുകൂട്ടിയ ധനത്തെപ്പറ്റിയുണ്ടോ ഇവരറിഞ്ഞു! ഞാൻ കരുതിവെച്ച ആയുധങ്ങളെപ്പറ്റിയുമുണ്ടോ ഇവർക്കറിവൂ!

കണ്ണുകളിനി തുറക്കില്ല

എന്റെ മുറിയിൽ ജാലകപ്പുറത്ത് പതിവായി ഒരു കിളി പറന്നുവ ന്നിരിക്കുന്നു. പല നാളത്തെ നിരീക്ഷണത്തിനുശേഷം അതൊരു പെൺകിളിയാണെന്നു ഞാൻ തിരിച്ചറിഞ്ഞു. കൂടെക്കൂടെ ചിറകുകളു യർത്തിവീശിയും ചെറിയ ഒച്ചയുണ്ടാക്കിയും അതെന്റെ കണ്ണും കാതും പിടിച്ചെടുത്തു. ഞാൻ കാണുമ്പോഴെല്ലാം എന്നോടെന്തൊക്കെയോ പറ യാനുള്ള തിടുക്കത്തിലായിരുന്നു അത്. കേൾക്കണമെന്ന ആഗ്രഹം എനി ക്കുമുണ്ടാവും.

എന്റെ മുറിയുടെ പരിസരത്തൊന്നും അവൾക്കിരിക്കാൻ ഒരു ചെടി ത്തലപ്പില്ല. കൂടുവെയ്ക്കാൻ ഒരു മരമോ ഇലച്ചാർത്തുകളോ ഇല്ല. എന്നിട്ടും പതിവായി അതെന്റെ ജാലകപ്പുറത്ത് വരുന്നതെന്തിനാണാവോ? കുറെനേരം എന്നോടെന്തൊക്കെയോ ചിലച്ചും എന്റെ മുറിയിലേക്കു കണ്ണുപായിച്ചും കഴിഞ്ഞ് വീണ്ടും പിറ്റേന്നു കാണാനായിമാത്രം അപ്ര ത്യക്ഷമാവുന്നത് എവിടേക്കാണാവോ?

ആദ്യമൊക്കെ ഞാനിങ്ങനെ കരുതി:

ഒരുപക്ഷെ അവൾ സ്വന്തം ഇണയെ തിരയുകയാവാം.

ജനലോരത്തിട്ട ചാരുകസേരയിലിരുന്നു പത്രം വായിക്കുന്നതിനിടെ കണ്ണും മനസ്സും കുറച്ചുനേരത്തേക്കു പിൻവലിച്ച് ഞാനിങ്ങനെയും ആലോചിച്ചു.

ഒരുപക്ഷെ, അവളുടെ കാമുകൻ അവളിൽനിന്നും ഒളിച്ചോടിപ്പോ യിരിക്കാം. അല്ലെങ്കിൽ ഇനിയും കണ്ടുകിട്ടിയിട്ടില്ലാത്ത ഏതോ ഒരുവ നുവേണ്ടിയാകാം ഈ അന്വേഷണം.

എന്തായാലും ഈയിടെയായി ഈ കിളി എന്റെ ശ്രദ്ധയും സമ യവും കാര്യമായി അപഹരിക്കുന്നു എന്നത് സത്യംതന്നെ.

രാവിലെ കൃത്യമായി കയ്യിൽകിട്ടുന്ന വർത്തമാനപത്രവുമായിട്ടാണ് ജനലരികത്തെ ചാരുകസേരയിൽ ഞാൻ ഇരിപ്പുതുടങ്ങുന്നത്. ഇടയ്ക്കെ പ്പോഴോ എന്റെ ഭാര്യ ഭാനുമതി കയ്യിൽ തിരുകിവെച്ചുപോകുന്ന ചായ ക്കപ്പ് തിരിച്ചേല്പിക്കുന്നതോടൊപ്പം വായനകഴിഞ്ഞ പത്രവും ഞാനു പേക്ഷിക്കുകയാണ് പതിവ്. എന്നാൽ ഈയിടെ വൈകിയിട്ട് ആപ്പീ സിൽനിന്നു വന്നാലും എനിക്ക് അന്നത്തെ പത്രം ഒന്നുകൂടി കിട്ടണം. പത്രം അതിനിടെ അയൽപക്കത്തെ വീടുകളിലോ അനുജൻമാരുടെ മുറി കളിലോ എത്തിയിട്ടുണ്ടാവും.മകനെയും ഭാര്യയെയും മാറി മാറിവിളിച്ച് ഞാൻ അന്നത്തെ വർത്തമാനപത്രത്തിനുവേണ്ടി ആവശ്യപ്പെടും. കുറെ നേരം കാത്തിരുന്നിട്ടും പത്രത്തിന്റെ മുഴുവൻ പേജുകളും ഒരുമിച്ച് ആരും കൊണ്ടുതരാതെയാവുമ്പോൾ അക്ഷമയോടെ ഞാൻ എന്റെ വീട്ടുകാരെ ശകാരിക്കും.

എന്റെ ഭാര്യ ഞാനറിയാതെത്തന്നെ എന്നെ ശ്രദ്ധിക്കാൻ തുടങ്ങി യിട്ടുണ്ടാവണം. അപ്പോഴെക്കെ ഈയിടെയായി ഈ മനുഷ്യനെന്തുപറ്റി എന്നവൾ തന്നോടുതന്നെ ചോദിക്കുകയും ചെയ്തിരിക്കണം. രാവിലെ ജനാലക്കൽ വന്നിരുന്ന് പതിവായി മാനം കാണാൻ തുടങ്ങിയത് ഇന്നോ ഇന്നലെയോ അല്ല. എന്നാൽ ആ സമയംകൊണ്ട് പത്രവായനയെന്ന പ്രധാനപ്പെട്ട ജോലിയെങ്കിലും ഏതാണ്ട് തീരാറുള്ളതാണ്.

അന്വേഷണം നീണ്ടുനീണ്ടു ചെന്നപ്പോഴാവാം നിത്യസന്ദർശകയായ പെൺകിളിയെ അവൾ കണ്ടെത്തുന്നത്. ജനലഴികളിൽ മുട്ടിയുരുമ്മിയും ചിലച്ചും അവിടത്തന്നെ ചുറ്റിപ്പറന്നുനിൽക്കുന്ന കിളിയെ തീർച്ചയായും കുറെനേരമെങ്കിലും അവൾ കണ്ണെടുക്കാതെ നോക്കിനില്ക്കുകയും ചെയ്തിരിക്കണം. പിന്നീട് എന്തായാലും അവളുടെ ആദ്യത്തെ പ്രതിക രണം ഇങ്ങനെയായിരുന്നു:

"പാവം! അതിന് നല്ലവിശപ്പുണ്ടെന്നു തോന്നുന്നു."

അവളുടനെ അകത്തേക്കുചെന്ന് കുറെ പൊടിയരിയുമായിവന്ന് ജനൽപ്പുറത്തേക്ക് എറിഞ്ഞുകൊടുത്തു. കിളിയാവട്ടെ അതൊന്നും ശ്രദ്ധി ച്ചതേയില്ല.

കുറച്ചുനേരംകൂടി അവിടെത്തന്നെ ചുറ്റിക്കറങ്ങുകയും പുച്ഛത്തോടെ എന്റെ ഭാര്യയെ നോക്കുകയും ചെയ്തിട്ട് അത് പറന്നുപോയപ്പോൾ ഭാര്യ എന്നോടുപറഞ്ഞു:

"എണീറ്റുചെന്ന് കുളിക്കാൻ നോക്കൂ മനുഷ്യാ. ഇന്ന് മോന്റെ സ്കൂൾബസ് വരില്ലെന്ന് അറിഞ്ഞുടെ?"

പിറ്റേന്നും കൃത്യസമയത്തുതന്നെ കിളി വീണ്ടും എന്റെ ജാലകപ്പ ഴുതിൽ പ്രത്യക്ഷപ്പെട്ടു. കാത്തിരുന്നവണ്ണം വളരെ കൃത്യമായിത്തന്നെ എന്റെ മകനും മുറിയിലേക്കുവന്നു. തീർച്ചയായും നിത്യസന്ദർശകയായ പെൺകിളിയെപ്പറ്റി അവന്റെ അമ്മ അവന് മുന്നറിയിപ്പുകൊടുത്തിരിക്ക ണം. കിളിയെത്തന്നെ നോക്കിനിന്നിട്ട് മകൻ പറഞ്ഞു:

"നല്ല ഭംഗീള്ള കിളി അല്ലേ അച്ഛാ. നമുക്കതിനെപിടിച്ച് കൂട്ടിലാക്കാം."

അവൻ കയ്യുയർത്തി അതിനെ പിടിക്കാൻ വൃഥാ ശ്രമം നടത്തി നോക്കി. കിളിയാവട്ടെ അവന് പിടികൊടുക്കാതെ കുറെനേരം അവിടെ യൊക്കെ പറന്നുനടന്നു. പിന്നീട് അതെന്റെനേർക്കുവന്ന് തലയ്ക്കുതൊട്ടു മുകളിലൂടെ ഒറ്റപ്പോക്ക്.

ഭാര്യവന്നു. അവൾ മകനെ ശാസിച്ചു.

"എടാ. നീയും അച്ചനെപ്പോലെ തൊടങ്ങീക്കോ. ആ മനുഷ്യനിപ്പോ പ്രായംകുറഞ്ഞ് ഒരു കുട്ട്യായാൽ കൊള്ളാമെന്നാവും."

എന്റെ മകൻ നിരാശയോടെ പറഞ്ഞു: "അല്ലമ്മേ. ആ കിളിക്ക് അച്ഛ നെമാത്രമേ ഇഷ്ടള്ളൂ. അച്ഛന്റെ തൊട്ടടുത്തുവന്നിരിക്കാനും അതിന് ഒരു പേടീംല്ല്യാ. ഞാനൊന്നടുത്തുചെന്നപ്പോഴേക്കും അത് പറന്നുപോയി."

പെട്ടെന്ന് അവൾ തിരിഞ്ഞുനിന്നു. ആദ്യമായിട്ടാണ് ഭാനുമതി എന്നെ ഇങ്ങനെ സംശയത്തോടെ നോക്കുന്നത്. 'ഒരു വെറും കിളിയെച്ചൊല്ലി നീയെന്നെ സംശയിക്കുന്നോ ഭാനുമതീ' എന്ന് എനിക്ക് ചോദിക്കണമെ ന്നുതോന്നി. പക്ഷേ, അപ്പോഴേക്കും നീരസത്തോടെ തലവെട്ടിച്ച് അവൾ നടന്നുപോയിരുന്നു. ഇനിയൊരുപക്ഷേ രാത്രി ഉറക്കറയിൽ തനിച്ചാവു മ്പോൾ അവൾ ചോദിക്കുമായിരിക്കും.

'ഈ കിളിയെയല്ലാതെ ഞാൻ വേറെയാരെ സംശയിക്കാൻ? നിങ്ങൾ ഒരു പെൺകുട്ടിയുടെ മുഖത്തുപോലും നോക്കുന്നകൂട്ടത്തിലല്ലെന്ന് എനി ക്കറിഞ്ഞുകൂടെ?'

പിറ്റേന്നും ഞാൻ എന്റെ സന്ദർശകയ്ക്കുവേണ്ടി കാത്തിരുന്നു. ഈയിടെയായി എനിക്കവളെ കാണാതിരിക്കാൻ വയ്യ എന്നായിട്ടുണ്ട്. ആ തൂവലുകളുടെ മിനുപ്പും നിറവും നനവൂറുന്ന നോട്ടവും ശബ്ദവും എന്റെ മനസ്സിന്റെ ചെപ്പിൽ നിത്യനിക്ഷേപങ്ങളായിപ്പോയി. ജനൽപ്പഴു തിൽ എനിക്കുനേരെ പൊങ്ങിപ്പറക്കുമ്പോൾ അവളുടെ അടിവയറ്റിലെ മൃദുലമായ സ്വർണ്ണത്തൂവലുകൾ എന്നെ മോഹിപ്പിച്ചുകൊണ്ട് അനാവൃ തമാവുന്നു. എനിക്കതൊക്കെ വീണ്ടും കാണണം എന്നു തോന്നും. അതി മൃദുവായ ആ സ്വർണ്ണത്തൂവലുകളിൽ തൊട്ടുതഴുകണമെന്നുതോന്നും. അപ്പോഴൊക്കെ കൈനീട്ടി ഞാൻ ജനൽപ്പഴുതിലെ കമ്പിയഴികളിൽവെ യ്ക്കും. അവൾ കൂർത്തുമിനുത്ത കൊക്കുകൊണ്ട് എന്നെ വേദനിപ്പി ക്കാതെ എന്റെ വിരൽനഖങ്ങളിൽ സ്നേഹത്തോടെ കൊത്തിക്കൊണ്ടി രിക്കും. കയ്യൊന്നു മലർത്തിപ്പിടിച്ചാൽ എന്റെ പിടിയിൽ ഒതുങ്ങാവുന്ന തേയുള്ളുവെങ്കിലും അവൾക്ക് വേദനിച്ചെങ്കിലോ എന്ന് ഭയന്ന് ഞാൻ മനസ്സില്ലാ മനസ്സോടെ കൈ പിൻവലിക്കും.

അങ്ങനെ ഏതാനും ദിവസങ്ങൾ! പിന്നെ പെട്ടെന്നൊരു ദിവസം ഈ നല്ല അനുഭവങ്ങൾ നിന്നു പോയാലോ? അതാണെന്നെ ഏറെ ദുഃഖി പ്പിച്ചത്. പതിവുപോലെ ജനലോരത്ത് കാത്തിരിപ്പു തുടങ്ങിയിട്ട് സമയം ഏറെയായിട്ടും ഒരു ദിവസം അവൾ വന്നതേയില്ല. കിളിർത്തുവന്ന വെയിൽനാളങ്ങൾ ഞാൻ നോക്കിനില്ക്കേ വളർന്നുപന്തലിക്കുകയും തളിർക്കുകയും പൂക്കുകയും ചെയ്തു. എനിക്കുമുമ്പിലെ ജനൽക്കമ്പി

കൾ ചൂടാവാൻ തുടങ്ങിയതോടെ ഭാര്യയും മകനും പൊതിച്ചോറുമായി ഒരുങ്ങുന്നതുകണ്ടു. ഇത്തിരി കഴിഞ്ഞപ്പോൾ അവർ യഥാക്രമം ആപ്പീ സിലേക്കും സ്കൂളിലേക്കുംപോയി. എന്റെ ജോലിസ്ഥലം അടുത്താക യാൽ, നേരമാവുമ്പോൾ ഭക്ഷണം കഴിച്ച് വാതിൽപൂട്ടി ഞാനിറങ്ങിക്കൊ ള്ളുമെന്ന് അവർക്കറിയാം.

ഞാനാവട്ടെ സ്ഥലകാലങ്ങളെ വിസ്മരിച്ചുകൊണ്ടുള്ള ഇരിപ്പായി രുന്നു. ഒരാൾക്ക് എത്രനേരം വേണമെങ്കിലും ഒരു ബിന്ദുവിലേക്കുതന്നെ നോക്കിയിരിക്കാനും എത്രനേരം വേണമെങ്കിലും ഒരാളത്തന്നെ നിന ച്ചിരിക്കാനും കഴിയുമെന്ന് അനുഭവത്തിൽ നിന്നറിഞ്ഞതും അന്നായിരു ന്നു. അന്നുമുഴുവനും ഞാൻ എന്റെ കാണാത്ത കിളിയെമാത്രം ഓർത്തു കൊണ്ടിരുന്നു. ഉച്ചയായതും ഉച്ചപോയി സന്ധ്യവന്നതും അറിഞ്ഞില്ല. ഇടയ്ക്കെപ്പോഴോ എന്റെ മകൻ സ്കൂളിൽനിന്നെത്തി. കുറച്ചുകഴിഞ്ഞ് ഭാര്യയും. കാപ്പികുടികഴിഞ്ഞ് മകൻ ക്ലാസിൽ അവന്റെ ടീച്ചർ പഠിപ്പിച്ച പാഠങ്ങൾ അമ്മയോടാവർത്തിക്കുന്നതും അമ്മ അവരുടെ ഒപ്പം ജോലി ചെയ്യുന്ന സുഭാഷിണിയുടെ മകൻ സ്കോളർഷിപ്പു പരീക്ഷ പാസ്സായ കാര്യം പറയുന്നതും കേട്ടു. പിന്നീട് ഏതോ നേരത്ത് പതിവുപോലെ എന്റെ മുമ്പിൽ എനിക്കുള്ള ചായവന്നു. ഒരുപക്ഷെ ഞാൻ ആപ്പീ സ്സിൽപോയി ഇത്തിരിനേരത്തെ എത്തിയതാവണം എന്നവൾ കരുതി യിരിക്കും. ഏതോ പഴയ ദേഷ്യം ഉള്ളിൽ കൊണ്ടുനടക്കുന്നതുകൊണ്ടാ വണം എന്നോടെന്തെങ്കിലും സംസാരിക്കാൻ അവൾ മിനക്കെട്ടതുമില്ല.

മുറ്റവും മുറിക്കകവും നേർത്തതോതിൽ ഇരുണ്ടു. ഏതോ പക്ഷി ക്കൂട്ടം ചിറകടിച്ചും ചിലച്ചും വീടിനുമേലെക്കൂടി കൂടുകളിലേക്ക് മടങ്ങു ന്നു. ഞാനെഴുന്നേറ്റു പുറത്തേക്കുവന്നു. എന്റെ വീടിനു മുന്നിലെ പാത പാടത്തിനരികിലൂടെ അമ്പലപ്പറമ്പിലേക്ക് നീളുന്നു. വഴിയുടെ ഇരുവ ശങ്ങളിലും മഴക്കാലമായതിനാലാവാം ഇരുട്ടിനു ചേക്കേറാൻ പാകത്തിൽ പച്ചിലപ്പൊന്തകൾ വളർന്നു തൂങ്ങിക്കിടന്നു. വഴിക്കുവെച്ച് ഒരുകൂട്ടം കുട്ടി കൾ ചിരിച്ചാർത്തുകൊണ്ട് ഓടിപ്പോകുന്നതുകണ്ടു. ഒരുപക്ഷേ എന്റെ മകനും അക്കൂട്ടത്തിലുണ്ടാവാം. പിറകിൽ ഏതാനും സ്ത്രീകൾ അമ്പ ലത്തിൽനിന്നും ദീപാരാധന കഴിഞ്ഞുമടങ്ങുന്നു. ഒരുപക്ഷേ എന്റെ ഭാര്യ ഭാനുമതിയും കൂട്ടത്തിൽ ഉണ്ടാവാം. പെട്ടെന്ന് ഒരു കിളിക്കൂട്ടം തലയ്ക്കു മുകളിലൂടെ ചിലച്ചാർത്തുകൊണ്ട് വന്നു. ഞാൻ നിന്നു... നോക്കി... എന്റെ കിളിമാത്രം അക്കൂട്ടത്തിൽ ഇല്ലെന്ന് എനിക്കുറപ്പായിരുന്നു.

തിരിച്ച് വീട്ടിലെത്തിയപ്പോൾ മകൻ ചോദിച്ചു:

"അച്ഛനിതെവിട്ട്യായിരുന്നു ഇത്രനേരം? അമ്പലപ്പറമ്പുവരെ ഞാനിപ്പോ വരാൻ നിന്നതാ. അച്ഛൻ വല്ല കാക്കേം കിള്ളേം നോക്കി നില്ക്കണുണ്ടാവുന്ന് അമ്മ പറഞ്ഞു."

ഞാനവനെ ഒന്നു തറപ്പിച്ചുനോക്കിക്കൊണ്ട് അകത്തേക്കു ചെന്നു. ഊണുകഴിഞ്ഞ് വേഗം കിടക്കുകയും പെട്ടെന്നുറങ്ങിപ്പോവുകയും ചെയ്തു.

കുറച്ചുകഴിഞ്ഞപ്പോൾ കാത്തിരുന്ന ആ ശബ്ദം ഞാൻ കേട്ടു. എന്റെ തൊട്ടരികത്തായിരുന്നു അത്. അത്ഭുതവും പരിഭവവും കലർന്ന സ്വര ത്തിൽ ഞാനന്വേഷിച്ചു. "ഓ... നീ വന്നോ!"

എന്റെ പരിഭവം അവളെ വേദനിപ്പിച്ചോ എന്നറിയില്ല. കുഞ്ഞിച്ചിറ കുകൾകൊണ്ട് എന്നെ തൊട്ടുതൊട്ടില്ലെന്ന മട്ടിൽ അവളെന്റെ മുഖത്തി നുമുന്നിൽ വട്ടമിട്ടു പറന്നു.

"കണ്ടോ... ഇത് കണ്ടോ...?"

അവളെന്റെനേരെ ചിറകുകൾ വിടർത്തിക്കാണിച്ചു.

"എനിക്ക് വിചാരമില്ലാഞ്ഞിട്ടാണെന്നു കരുത്യോ വരാഞ്ഞത്?"

എനിക്കു വല്ലാത്ത ദുഃഖം തോന്നി. അവളുടെ മിനുമിനുത്ത ചിറകു കൾ എന്തുമാതിരിയാണ് നിറംകെട്ടുപോയത്! കഴുത്തിലും തലയിലും നിന്ന് തൂവലുകൾ കൊഴിഞ്ഞ് എന്തുമാത്രം വിരൂപമായിപ്പോയി!

"എന്തുപറ്റീ പൊന്നേ" എന്ന് ആകാംക്ഷയോടെ ഞാൻ തിരക്കിയ പ്പോൾ അവൾ പറഞ്ഞു.

"എന്തുപറ്റാനാ? പറഞ്ഞാൽ ഇഷ്ടമാവില്ലെന്ന് എനിക്കറിയാം."

"ഇഷ്ടമാവില്ലെന്നോ...? എനിക്കോ?"

എന്റെ മുഖം പെട്ടെന്ന് ഇരുണ്ടുപോയതും എനിക്ക് ചെറുതായി ദേഷ്യംവന്നു തുടങ്ങിയതുംകണ്ട് സ്നേഹംകൊണ്ടുള്ള ഒരുതരം വീർപ്പു മുട്ടലോടെ അവൾ പറയാൻ തുടങ്ങി.

"എന്നത്തേയുംപോലെ ഇന്നും അതിരാവിലെ ഞാൻ വന്നതാണ്. ജനലഴികൾക്കുപുറത്ത് എത്രനേരം കാത്തുനിന്നെന്നോ! കാണാതെയാ യപ്പോൾ പതുക്കെ മുറിക്കത്തേക്കു കടന്നതും ഓടിയെത്തിയ ശ്രീമോൻ ഷട്ടിൽബാറ്റുകൊണ്ട് എന്നെ അടിച്ചു. പറന്നുമാറാൻ ശ്രമിച്ചെങ്കിലും അടു ക്കളവരാന്തയുടെ ഒരറ്റത്ത് ഞാൻ കുഴഞ്ഞുവീഴുകയായിരുന്നു. പെട്ടെന്ന് ശ്രീമോന്റെ അമ്മ തിളച്ചവെള്ളമെടുത്ത് എന്റെ നേരെ ഒഴിച്ചു. ഒടുവിൽ ജീവനുംകൊണ്ട് എങ്ങനെയോ രക്ഷപ്പെട്ടുവെന്നുമാത്രം. നോക്കൂ എന്റെ ശരീരം എത്രയേറെ മാറിപ്പോയെന്ന്!"

കുറച്ചുനേരത്തേക്ക് കണ്ണും കാതും നഷ്ടപ്പെട്ടതുപോലെയായി എനിക്ക്. എന്തൊക്കെയാണ് ഞാൻ കേട്ടത്! എല്ലാം എനിക്ക് നടുക്കമു ണ്ടാക്കുന്ന അറിവുകൾ.

മൂകനായിരിക്കേ കിളി കുറെക്കൂടി എന്റെ അരികിൽവന്നു. അതെന്റെ ചെവിയിൽ എനിക്കു നല്ലതുപോലെ വ്യക്തമാകുംവണ്ണം പറഞ്ഞു:

"ഞാനവരോട് പകരം വീട്ടാനാണ് വന്നത് – എന്നെ ദ്രോഹിച്ചവ രോട്. നിങ്ങളുടെ മകൻ ശ്രീമോനല്ലേ അപ്പുറത്ത് ഉറങ്ങിക്കിടക്കുന്നത്. അവന്റെ ഒരു കണ്ണെങ്കിലും ഞാനിന്നു കൊത്തിപ്പൊട്ടിക്കും. പിന്നെ അവന്റെ അമ്മ. അവളുടെ മനോഹരമായ മൂക്ക് കൊത്തിപ്പൊളിച്ച് ഞാന വളെ വിരൂപയാക്കും."

എനിക്ക് ഭയം തോന്നി. ഒരു കിളിക്ക് ഇങ്ങനെയൊക്കെ ചെയ്യാൻ

പറ്റുമെന്നോ? എത്രയായാലും അതെന്റെ ഭാര്യയും മകനുമല്ലെ! പിന്നെ അനുനയത്തിൽ ഞാനതിനോട് യാചിച്ചു:

"അരുതേ, ദയവായി അങ്ങനെയൊന്നും ചെയ്യരുതേ."

കിളിയാവട്ടെ പിന്നീട് എന്നെ ശ്രദ്ധിക്കുകപോലുമുണ്ടായില്ല. ഞാൻ നോക്കുമ്പോൾ ഒന്നുമറിയാതെ ഉറങ്ങിക്കിടക്കുന്ന എന്റെ ഭാര്യയുടെ മുഖത്തിനുന്നേരെ മുകളിലായിരുന്നു അത്. അല്പംകൂടി താഴ്ന്നുവന്ന് മുന യുള്ള ആ കൊക്ക് ശരവേഗത്തിൽ ഒന്നാഴ്ത്തുകയേ വേണ്ടൂ. നീണ്ടു യർന്നുനിന്ന എന്റെ ഭാര്യയുടെ നാസിക (അവൾക്കതൊരഴകാണെന്ന് ഉള്ളിൽ ഞാനെന്നും അഹങ്കരിച്ചിരുന്നു) പിന്നെ അതേരൂപഭംഗിയോടെ ആ മുഖത്തുണ്ടാവില്ല.

ഉറക്കെ ശബ്ദമുണ്ടാക്കി ഞാനതിന്റെ ശ്രദ്ധയാകർഷിക്കാൻ ശ്രമി ച്ചു. കിളി യാതൊന്നും കേട്ടഭാവമില്ല. ഇപ്പോഴതിന്റെ കൊക്കുകൾ എന്റെ പ്രിയതമയുടെ മുഖത്തുതന്നെയാണ്.

ഒറ്റക്കുതിപ്പിന് കൈനീട്ടി ഞാനതിനെ എന്റെ കൈക്കുടന്നയിലാക്കി. ദേഷ്യംകൊണ്ട് ഞാനതിനെ ഉറക്കെയമർത്തി. ശ്വാസംമുട്ടി അത് പിടഞ്ഞു ചത്താലും വേണ്ടില്ല എന്നെനിക്ക് തോന്നി.

പൊടുന്നനെ ഭാനുമതിയുണർന്നു. അവളുടനെ നിലവിളിക്കാനും തുടങ്ങി.

തൊട്ടപ്പുറത്ത് ഉറങ്ങിയിരുന്ന മകൻ ഉണർന്നു. ഞങ്ങളുടെ മുറിയിൽ ആരോ ലൈറ്റുതെളിയിക്കുകയും ചെയ്തു.

ഭാനുമതി എഴുന്നേറ്റിരുന്ന് ശത്രുവിനെപ്പോലെ എന്നെ നോക്കി.

"നിങ്ങളെന്റെ മൂക്കുംവായും പൊത്തിപ്പിടിച്ച് കൊല്ലാൻ നോക്കി. എന്നാലും നിങ്ങൾക്കിതു തോന്നിയല്ലോ."

ഞാൻ അവളെ പകച്ചുനോക്കി.

"അപ്പോൾ കിളിയോ? അതിനെ ഞാൻ പിടിച്ചതായിരുന്നുലോ?"

ഇപ്പോഴവൾ തീർത്തും ക്രുദ്ധയായി മാറിയിരുന്നു.

"ഉറക്കത്തിലും നിങ്ങൾക്കതിനെ കാണണമെന്നുണ്ടെങ്കിൽ, രാവിലെ ശ്രീമോന്റെ ബാറ്റു തട്ടി അത് പിടഞ്ഞു ചത്തപ്പോൾ ഞാനെടുത്ത് കമ്പോസ്റ്റുകുഴിയിൽ ഇടില്ലായിരുന്നു. നിങ്ങൾക്കെപ്പോഴും കാണാൻ വേണ്ടി സൂക്ഷിച്ചുവെച്ചേനെ."

വേണ്ട. ഇനിയൊന്നും എനിക്ക് കേൾക്കേണ്ട. തുറന്ന കണ്ണുകൾ അതിവേഗം ഇറുക്കിയടച്ചുകൊണ്ട് ഞാൻ കിടന്നു.

തീവണ്ടികൾ ഞങ്ങളുടെ ഭാഗ്യം

ഞങ്ങളുടെ ഗ്രാമത്തെ രണ്ടായി പകുത്തുകൊണ്ട് നെടുനീളത്തിൽ റെയിൽപ്പാത വന്നു. ഞങ്ങൾക്കിരിക്കാൻ തണൽ തരാതെ വൃക്ഷങ്ങൾ കടപുഴകി വീഴുകയും വീടിനുചുറ്റുമുള്ള വയലേലകൾ സമയമാവുന്ന തിനുമുമ്പ് കൊയ്തുപോവുകയും ചെയ്തു.

ഞങ്ങളുടെ പ്രദേശം എത്ര ശപിക്കപ്പെട്ടതാണ്! ഞങ്ങൾക്കും മറ്റു ള്ളവരെപ്പോലെയൊക്കെ നന്നായി ജീവിക്കണമെന്ന് ആഗ്രഹമുണ്ടാ വില്ലേ? ഞങ്ങളുടെ പെണ്ണുങ്ങൾക്കു പ്രസവിക്കാൻ ഒരാശുപത്രിയോ അവിടെ ഇംഗ്ലീഷ് മാത്രം സംസാരിക്കുന്ന ഡോക്ടർമാരോ ഇല്ലെന്നുവ ന്നാലോ? ഒഴിവു സമയങ്ങൾ ഉപയോഗപ്പെടുത്തി നാഴികകൾ നടന്നു ചെന്നാലും ഞങ്ങൾക്കൊരു സിനിമാകൊട്ടക കാണാനാവില്ല. ഞങ്ങളുടെ നിരത്തുകൾ കരിങ്കല്ലു വിരിച്ച് മീതെ ടാറിട്ടു മിനുസമാക്കിയിരുന്നില്ല. ഞങ്ങൾക്കു കാത്തുനിൽക്കാൻ ആ വഴി കടന്നുപോകുന്ന ഒരു യാത്രാ ബസുപോലുമില്ല. ഞങ്ങളുടെ കുട്ടികളെ പഠിപ്പിക്കുവാൻ ഇംഗ്ലീഷ് മീഡിയം സ്കൂൾ ഉണ്ടായിരുന്നില്ല. പിന്നെങ്ങനെയാണ് ഞങ്ങളും മറ്റു ള്ളവരുടെയൊക്കെ ഒപ്പമെത്തുന്നത്? അഥവാ അങ്ങനെയുള്ള ഒരു ദേശീയ സമന്വയത്തിന്റെ ആവശ്യമൊന്നും ഇനി വരുന്ന കാലത്തേക്കു വേണ്ടി കരുതി വെക്കേണ്ടതില്ലെന്നാവുമോ?

"ആവോ–എനിക്കൊന്നുമറിഞ്ഞുകൂടാ. ഞാനാകപ്പാടെ നിരാശ നാണ്." –നാരായണൻകുട്ടി പറഞ്ഞു.

"ഈ നിലയ്ക്ക് പോയാൽ ഞാനെന്റെ നിലങ്ങൾ കിട്ടിയ കാശിനു വില്ക്കും. എന്നിട്ട് മറ്റെവിടെയെങ്കിലും പോകും."

അതു പറയുമ്പോൾ സമീപത്തുകൂടെ ഒരു തീവണ്ടി നാരായണൻകു ട്ടിയുടെ മനസ്സിനെ മുറിവേല്പിക്കുന്ന ശബ്ദകോലാഹലത്തോടെ കട ന്നുപോയി.

നാരായണൻകുട്ടി തീവണ്ടിയെ ശപിച്ചു. ഭൂതത്താന്റെ നടവഴിപോലെ നീണ്ടുപോകുന്ന റെയിൽപ്പാതയെ ശപിച്ചു.

'എന്റെ കുട്ടികൾ ഈയിടെയായി എന്തുമാത്രം മെലിഞ്ഞുപോയി.' അയാൾ തനിയെ ഇരുന്ന് ഓർത്തു.

വീടിനു ചുറ്റുമുള്ള നിലങ്ങൾ മരിച്ചുപോയ ശങ്കുവമ്മാവൻ ഇഷ്ട ദാനം തന്നപ്പോൾ എല്ലാ ദുഃഖങ്ങളും തീർന്നുവെന്നു കരുതിയ ആളാണ് നാരായണൻകുട്ടി. കന്നുപൂട്ടിയും കളപറിച്ചും സമാധാനമായി ജീവിച്ചു വരുമ്പോൾ, എത്ര പെട്ടെന്നാണ് എല്ലാം തകിടംമറിഞ്ഞത്!

ഉറക്കത്തിന്റെ ഏതോ വിശ്രമദ്വീപിൽ വെച്ച് ഭീകരനായ തീവണ്ടി യുടെ അലർച്ച നാരായണൻകുട്ടിയെ പതിവായി ഞെട്ടിയുണർത്തുന്നു. ഒന്നും രണ്ടും പ്രാവശ്യമല്ല. ദിവസത്തിൽ പലപ്പോഴും. പോകെപ്പോകെ രാത്രികൾ നിദ്രാവിഹീനങ്ങളാവുകയും നാരായണൻകുട്ടി വരാനിരി ക്കുന്ന തീവണ്ടികൾക്കായി ഏതോ നിയോഗംപോലെ കാത്തിരിക്കുകയും ചെയ്യുന്നു.

അക്കൊല്ലം നന്നായി മഴ പെയ്തു. ആകാശത്ത് ഇഴഞ്ഞ കറുത്തി രുണ്ട മേഘക്കൂട്ടങ്ങൾക്കൊപ്പം അതുപോലെ നിറവും രൂപവുമുള്ള ഒരാൾ പടി കടന്നുവന്നു. കുട്ടിശ്ശങ്കരൻ നായർ. നെറ്റിയിൽ വാരിത്തേച്ച ഭസ്മ ക്കുറിയും ചക്കക്കുരുപോലുള്ള പല്ലുകളും മാത്രം സദാ ആ ഇരുട്ടിൽ നിന്നു വേറിട്ടുനിന്നു.

വന്നപാടെ അയാൾ നാരായണൻകുട്ടിയോടു പറഞ്ഞു:

"ഒന്നും പേടിക്കണ്ട. ഒരു മഴയ്ക്ക് ഒരു വെയിലുണ്ട്. ഒരു കയറ്റ ത്തിന് ഒരിറക്കം. ഒരിലയ്ക്ക് രണ്ടുപുറം. നിങ്ങളുടെ ഇപ്പോഴത്തെ മൗഢ്യം ഞാൻ മാറ്റിത്തരുന്നുണ്ട്."

ഇയാൾക്ക് കർണ്ണസേവയുണ്ടെന്നോ മറ്റോ നാരായണൻകുട്ടി മുമ്പേ കേട്ടിരുന്നു. ത്രിപുരസുന്ദരിയാണത്രെ ഇഷ്ടദേവത. വിളിച്ചാൽ വിളിപ്പു റത്തുവരും. മറ്റാർക്കും കാണാനും പറ്റില്ല. കുട്ടിശ്ശങ്കരൻ നായർ ഒരാജ്ഞ കൊടുത്താൽ ഏതു ദിക്കിലും പോയി ഞൊടിയിടകൊണ്ട് രഹസ്യം അറി ഞ്ഞുവന്ന് കാതിൽ പറയും.

ഒരിക്കൽ ഒരു വീട്ടിൽ ചെന്ന് ചില നിമിത്തങ്ങൾ പറഞ്ഞു. ഒടു വിൽ ദക്ഷിണ കൊടുക്കാൻനേരത്ത് 'പണമൊന്നും ഇരിപ്പില്ലല്ലോ' എന്ന് വീട്ടമ്മ ഒരു നുണ പറഞ്ഞുനോക്കി. 'ഞാനൊന്നു നോക്കി വരട്ടെ' എന്നായി കാതിൽ ത്രിപുരസുന്ദരി. 'ആവാം' എന്ന് കുട്ടിശ്ശങ്കരൻ നായർ സമ്മതവും മൂളി. രണ്ടേ രണ്ടു നിമിഷം കഴിഞ്ഞില്ല. ത്രിപുരസുന്ദരി തിരി ച്ചെത്തി ചെവിയിൽ കാര്യം ധരിപ്പിച്ചു. കുട്ടിശ്ശങ്കരൻ നായരുടെ മുഖത്ത് പുഞ്ചിരി.

"പെട്ടീടെ അടീല് ഒരു പത്തുറുപ്യാ നോട്ട് നാലായി മടക്കിവെച്ചി ട്ടില്ല്യേ – അതിങ്ങെടുത്തോളൂ" – എന്നായി അയാൾ.

"തെറ്റും പിഴയും ഏറ്റുപറഞ്ഞുകൊണ്ട് വീട്ടമ്മ ഉടനെ കാല്ക്കൽ വീഴുകയായിരുന്നു.

നാരായണൻകുട്ടി അയാൾക്കിരിക്കാൻ പുൽപ്പായ നിവർത്തിക്കൊ ടുത്തു. കുട്ടിശ്ശങ്കരൻ നായർ ഇരുന്നു. "എന്നെ വിശ്വാസണ്ടോ? ഉവ്വ്. ഞാൻ പറയുമ്പോലെ ചെയ്യ്യോ?"

"ഉവ്വ്".

കുട്ടിശ്ശങ്കരൻ നായർ പറഞ്ഞുതുടങ്ങി: "നന്നേ വെളുപ്പിന് ഉണര ണം, കാക്ക നെലത്തിറങ്ങും മുമ്പുള്ള വെള്ളത്തിന് ഒരിളം ചൂടാ. എണീ റ്റുകഴിഞ്ഞാൽ ആദ്യം ഒരു പാള വെള്ളം കോരി എന്റെ പേര്– (എന്നു പറഞ്ഞാൽ, ഇതൊക്കെ പറയുമ്പോഴെങ്കിലും എന്നെ ഒരു വെറും മനു ഷ്യനായിട്ടു കാണണ്ട എന്നർത്ഥം)– പത്തുതവണ ചൊല്ലിയൂതി ആ വെള്ളം കുറച്ചു കുടിക്കണം. അതു കഴിഞ്ഞാൽ അഞ്ഞൂറ്റൊന്നു പ്രാവശ്യം എന്നെയങ്ങു ധ്യാനിച്ച് എന്റെ പേരു ജപിക്ക്യാ – ഇടയ്ക്കെ ങ്ങാനും എണ്ണം തെറ്റിപ്പോയാൽ ഒന്നു മുതല് വീണ്ടും തൊടങ്ങാ– ദിവ സമ്പ്രതി ഓരോന്ന് കൂട്ടിക്കൊണ്ടു വരികേം ചെയ്യാ – ഏറ്റോ?"

"ഏറ്റു" പിറ്റേന്നു മുതല് നാരായണൻകുട്ടി കുട്ടിശ്ശങ്കരൻ നായരെ അനുസരിച്ചു ജീവിക്കാൻ തുടങ്ങി. അത്ഭുതം സംഭവിക്കുകയും ചെയ്തു.

ഗൾഫിൽനിന്നും മടങ്ങിവന്ന ഏതോ ആളുകൾ നാരായണൻകുട്ടി യുടെ നിലങ്ങൾ അപ്പാടെ തീറുവാങ്ങി. ഇരിക്കുന്ന പുരയും അഞ്ചു സെന്റ് സ്ഥലവും ഒഴികെയുള്ളതെല്ലാം ചോദിച്ചവില കിട്ടിയപ്പോൾ അയാൾ വിറ്റു. ഒന്നാമത് നാരായണൻകുട്ടിക്കിപ്പോൾ പണ്ടത്തെപ്പോലെ ഒന്നിനും സമയമില്ല. നിത്യേനയുള്ള ജപം തുടങ്ങിയപ്പോൾ, ദിവസ ത്തിന്റെ നീളം പൊടുന്നനെ കുറഞ്ഞുപോയി. പാടത്തു പോകാൻ തുട ങ്ങുമ്പോഴേക്കും വെയില് നല്ലവണ്ണം മൂത്തുകഴിഞ്ഞിരിക്കും. പിന്നെ അന്ന് ഒരു പണിയും നടക്കില്ല. പോരാത്തതിന് ഇക്കാണുന്ന നിലങ്ങളിലൊക്കെ വലിയ ചെലവുചെയ്ത് കൃഷിയിറക്കിയിട്ടും മിച്ചമൊന്നും കിട്ടാറുമില്ല.

അങ്ങനെ നാരായണൻകുട്ടിക്കും വന്നു ഒരു നല്ലദിവസം. മുമ്പൊരി ക്കൽ, കിട്ടിയ കാശിനു നിലങ്ങൾ വിൽക്കുകയാണെന്നു പറഞ്ഞപ്പോൾ മൊയ്തുക്ക പറയുകയുണ്ടായി.

"വിഡ്ഢിത്തം പറയാതെ നാരായണൻകുട്ടി. പട്ടണത്തിലുള്ളോ രെല്ലാം ഇപ്പോ നാട്ടിൻപുറത്തേക്കു ചേക്കേറ്വാ – പാടായ പാടമൊക്കെ നെകത്തി വീടുവെക്കുന്നു. ചോദിച്ച വെലകിട്ടും."

കുട്ടിശ്ശങ്കരൻ നായരെ കണ്ടുമുട്ടുന്നതുവരെയും അങ്ങനെയൊരു ഭാഗ്യം പൊട്ടിവീഴുമെന്ന പ്രതീക്ഷയൊന്നും ഇല്ലായിരുന്നു. പട്ടണത്തി ലുള്ളവരുടെ വിശേഷങ്ങൾ മുമ്പും മൊയ്തുക്ക പറയാറുള്ളതാണ്. പട്ട ണത്തിൽ ഏതോ മുതലാളിയുടെ പുകയിലപ്പീടികയിലായിരുന്നുവല്ലോ അയാൾക്കു ജോലി. അതുകൊണ്ട് അവിടങ്ങളിലുള്ളവരുടെ മനസ്സിലി രുപ്പ് വേഗം മനസ്സിലാവും.

ആയിടയ്ക്കാണ് പാതവക്കിലുള്ള മൊയ്തുക്കയുടെ വീടിനു മുന്നിൽവെച്ച് അയാളുടെ മകൻ ഖാദർ തീവണ്ടിയിടിച്ച് കൊല്ലപ്പെട്ടത്. റെയിൽപ്പാളങ്ങളെ പൊതിഞ്ഞ കരിങ്കല്ലട്ടിമേൽ പടർന്ന കറുകനാമ്പു

കൾ തിന്നാൻ ആടിനെ കൊണ്ടുചെല്ലവേ പാഞ്ഞെത്തിയ വണ്ടി അവനെ ഇടിച്ചുവീഴ്ത്തുകയായിരുന്നുവത്രെ. മൊയ്തുക്കയുടെ ഒരേയൊരു മക നായിരുന്നു ഖാദർ. വാപ്പയോടൊപ്പം പട്ടണത്തിലെ പുകയിലപ്പീടികയിൽ ജോലിക്കു ചേരണമെന്നു വിചാരിച്ചിരിക്കവേയാണ് ആരുമറിയാതെ മരണം തീവണ്ടിയിൽ വന്നത്. മൊയ്തുക്കയുടെ ഭാര്യ ഐശുമ്മ റെയിൽപ്പാളത്തിന്റെ നടുക്കുനിന്ന് ദുഃഖം സഹിക്കവയ്യാതെ അലമുറ യിട്ടു.

"ഒടുക്കത്തെ കാലമാടാ – ഞമ്മടെ പൊന്നുമോനെ നീയിടിച്ചുകൊ ന്നുലോ – പടച്ചോനെ – ഈ ഹലാക്കിന്റെ വണ്ടിങ്ങട് കെട്ടീട്ത്ത ഹിമാ റിന്റെ കരള് ഞമ്മക്ക് സൂപ്പാക്കിത്തരീ–"

മരണവാർത്തയറിഞ്ഞ് പുകയിലപ്പീടികയിലെ മുതലാളി കാറിൽ വന്നു. ഐശുമ്മ കൂടി കാൺകെ മൊയ്തുക്കയുടെ പക്കൽ ചുരുട്ടിയ ഒരു നോട്ടുവെച്ചു കൊടുത്തിട്ട് തിരിച്ചുപോയി.

അർധരാത്രി തീവണ്ടിയുടെ ചൂളംവിളി കേട്ട് നാരായണൻകുട്ടി ഞെട്ടിയുണർന്നു. വളവുതിരിഞ്ഞ് സമതലമെത്തുന്നതുവരെ ഏതു നടു പ്പാതിരയ്ക്കും തീവണ്ടി ചുറ്റുപാടുള്ളവരെ ഞെട്ടിപ്പിച്ചുകൊണ്ട് നിർത്താതെ ചൂളമടിക്കും. വളവിൽ ആരെങ്കിലുമൊക്കെ മരണത്തിനു ശീട്ടുംവാങ്ങി പാളത്തിൽ തലവെച്ചു കിടപ്പുണ്ടാവുമെന്ന ഭയംകൊണ്ടാ വും.

ഒറ്റ മകൻ നഷ്ടപ്പെട്ട ഐശുമ്മയുടെ ദുഃഖം ഞങ്ങളുടെയൊക്കെ ദുഃഖമായിരുന്നു. ഗ്രാമത്തെ രണ്ടായി പകുത്തുകിടന്ന റെയിൽപ്പാത യഥാർത്ഥത്തിൽ ഞങ്ങളെയെല്ലാം ഭയപ്പെടുത്തുകയും ഉൽക്കണ്ഠയു ള്ളവരാക്കുകയും ചെയ്തു. ഞങ്ങളെയൊന്നാകെ എക്കാലത്തേക്കും ഭിന്നിപ്പിച്ചുകൊണ്ട് അത് നെടുനീളത്തിൽ കൈകാലുകൾ നീട്ടിക്കിടന്നു.

പിറ്റേന്നാണ്, കുട്ടിശ്ശങ്കരൻനായർ അവിടെയും ചെന്നത്. മൊയ്തുക്ക വീട്ടിലില്ലായിരുന്നു. ഐശുമ്മയെ വിളിച്ച് കുട്ടിശ്ശങ്കരൻ നായർ ഒരു വെളി പാടുപോലെ ഉണർത്തിച്ചു.

"അകത്ത് അരിപ്പെട്ടിയ്ക്കടീലെ മരപ്പെട്ടില് ഒരു തടിച്ച പുസ്തക ണ്ട്. അതിന്റെ ഏഴ് ഏട് മറിച്ചുനോക്ക്യാല് നാലായി മടക്കിയ ഒരെഴു ത്തുണ്ടാവും. അത് ഖാദറിന്റേതാണ്."

ഐശുമ്മ സംശയിച്ചുനിന്നപ്പോൾ ഖാദറിന്റെ കുഞ്ഞുപെങ്ങൾ നബീസു എഴുന്നേറ്റുപോയി മരപ്പെട്ടിക്കുള്ളിലെ പുസ്തകം മറിച്ചുനോ ക്കുകയും എഴുത്തു കണ്ടെടുക്കുകയും ചെയ്തു.

ഖാദർ എഴുതിയിരുന്നു:

"വാപ്പ പറയുംപോലെ പൊകലപ്പീടികേല് ജോലിക്കു നിക്കാൻ എനിക്ക് പറ്റൂല. എനിക്ക് കുട്ടാടൻ മലേന്റെ മോളില് കേറണം. പിന്നേം പറ്റുങ്കി പിന്നേം പോണംന്നാ പുതി. എന്നിട്ട് മനിസൻ മയ്യത്താവാണ്ടിരി ക്കാനുള്ള മരുന്നു വല്ലോം കണ്ടുപുടിക്കണം."

കുട്ടാടൻ മലയെപ്പറ്റി ഞങ്ങൾക്കെല്ലാം നന്നായറിയാം. അവിടുന്ന

ങ്ങോട്ട് കൊടുംകാട് ആരംഭിക്കുകയാണ്. മലയടിവാരത്തുനിന്നും കാട്ടിൽപോയി കാട്ടുമരുന്നുകൾ ശേഖരിച്ചു നാട്ടിൽ കൊണ്ടുവന്നു വിറ്റു ജീവിക്കുന്ന മലമ്പണ്ടാരങ്ങൾ ഞങ്ങളുടെ ഗ്രാമത്തിലെ നിത്യസന്ദർശ കരായിരുന്നു.

നബിസുവിന്റെ കയ്യിൽ നിന്നും കത്തുവാങ്ങി നോക്കിയിട്ട് കുട്ടിശ്ശ ങ്കരൻ നായർ നെറ്റി ചുളിച്ചു:

"കണ്ടില്ലേ – ഐശുമ്മാന്റെ മോന്റെ പൂതി കണ്ടില്ലേ –? ഒരു കണ ക്കിന് തീവണ്ടി നിങ്ങക്ക് നല്ലതാ ചെയ്തേ."

ഓർത്തുനോക്കിയപ്പോൾ ഐശുമ്മയ്ക്കും അതു ശരിയാണെന്നു തോന്നി.

"ഒരു കണക്കിന് ഓൻ പോയതു നന്നായി."

അവർ പിറുപിറുത്തു:

"ഓനിപ്പോ കാടമ്മാരുടെ കൂട്ടത്തീക്കൂടി മരുന്നു പറിക്കാൻ നടക്ക ണത് കാണണ്ടാലോ."

വരുന്നവഴിക്ക് കുട്ടിശ്ശങ്കരൻനായർ നാരായണൻകുട്ടിയുടെ വീട്ടിലും കയറി. നാരായണൻകുട്ടി ആകെ മാറിപ്പോയിരുന്നു. പഴയവീട് മോടിപി ടിപ്പിച്ചു. തൊട്ടടുത്ത നിലങ്ങൾ വാങ്ങി വീടുവെച്ചവർ ഉത്സാഹിച്ച് പൈപ്പു വെള്ളവും വൈദ്യുതിയുമൊക്കെ വരുത്തിയിരുന്നു. വീടു മുഴുക്കെയുള്ള പുതുവെളിച്ചത്തിൽ നാരായണൻകുട്ടിയുടെ മക്കൾ ഓടിക്കളിക്കുന്നു. വയസ്സുചെന്ന അമ്മയാവട്ടെ എവിടെയോ വിരുന്നുപോയി വന്ന വിശേ ഷങ്ങൾ അകത്ത് മരുമകളോട് വിസ്തരിക്കുന്നു:

"ആ ചോന്ന കല്ലുവെച്ച പതക്കം ഞാൻ അമ്മാളൂന് കൊടുത്തു മാലത്യേ. സരസൂന്റെ മോള് ശ്രീക്കുട്ടീടെ മാല കണ്ടോ നീയ്യ്? പൊക്കി ളുവര്യാ നീട്ടം. ഇപ്പോ അതാത്രെ നടപ്പ്."

നാരായണൻകുട്ടി കുട്ടിശ്ശങ്കരൻനായർക്ക് കാപ്പിയും ദക്ഷിണയും കൊടുത്തു. അയാൾ നാരായണൻകുട്ടിയോടു ചോദിച്ചു:

"ജപം പ്പഴും ല്യേ?" "ഉവ്വ്".

ഇറങ്ങാൻ നേരത്ത് നാരായണൻകുട്ടി ഭവ്യതയോടെ അടുത്തുചെ ന്നു.

"ഒന്നു ചോയ്ച്ചോട്ടെ?

"ചോദിക്ക്യാ."

"പ്പോ–വടെ പൈപ്പുവെള്ളത്തിനും എപ്പഴും ഒരിളം ചൂടന്ന്യാ. ജപി ച്ചൂതി കുടിക്കാൻ അതു മത്യോ?"

കുട്ടിശ്ശങ്കരൻനായർ ഒരു നിമിഷം ആലോചിച്ചുനിന്നു. പിന്നെ ധൈര്യ മായി പറഞ്ഞു:

"മതീലോ?"

"അല്ലാ കുട്ട്യോൾക്കു കളിക്കാൻ മുറ്റല്യാണ്ടായപ്പോ കിണറു തൂർത്തുകളയാന്നു കരുതി. കൊഴപ്പണ്ടോ?"

"ഒന്നുല്യ്"

"പിന്നെ എന്നും രാവിലേള്ള ജപം ഇപ്പോത്തന്നെ ആയിരത്തിനു മീത്യായി. ഇനീം കൂട്ടണാവോ?"

"ഞാ, അതു ലക്ഷം കവിഞ്ഞാലും നിർത്തണ്ടാ. വേറെ പണ്യൊന്നുല്യാലോ."

"അല്ലാ, അതു ശെര്യാ"

നാരായണൻകുട്ടി സമ്മതിച്ചു തലയാട്ടി. അയാൾ പിന്നീടൊന്നും ചോദിക്കാതായപ്പോൾ കുട്ടിശ്ശങ്കരൻ നായർ ഇറങ്ങി.

ഗ്രാമത്തെ പകുത്തുംകൊണ്ട് അതിന്റെ നെഞ്ചിലൂടെ നീളുന്ന റെയിൽപ്പാതയ്ക്കു സമാന്തരമായി അയാൾ നടന്നു.

ഞങ്ങളൊക്കെ ഇതിനകം കിട്ടിയ കാശിനു വീടിനുചുറ്റുമുള്ള നിലങ്ങൾ വിറ്റു കഴിഞ്ഞിരുന്നു. മുറ്റത്തെ കിണറുകൾ തൂർത്തുകളയുകയും പൈപ്പുവെള്ളം ശീലമാക്കുകയും ചെയ്തു. പണ്ടു പച്ചപിടിച്ചുകിടന്ന പാടങ്ങളിൽ നെല്ലൊക്കെ അന്യംവന്നു. വരമ്പുകളെ പൊതിഞ്ഞിരുന്ന കറുകനാമ്പുകൾ തൊട്ടടുത്ത റെയിൽപ്പാളങ്ങളിലേക്കു ചേക്കേറി. പാതവക്കുകളിൽ ഇടതിങ്ങി സിമന്റുകൊട്ടാരങ്ങൾ നിരന്നു. പാടങ്ങളിൽ സിമന്റും കമ്പിയും ഇഷ്ടികയും കുന്നുകൂട്ടിയിരിക്കുകയാണ്. അവിടെയൊക്കെ ഒരു നിമിഷംപോലും കളയാതെ പണി നടക്കുന്നു. പലതരം വീടുകളുടെ പണി. ഞങ്ങൾക്കൊരു ഇംഗ്ലീഷ് മീഡിയം സ്കൂൾ അനുവദിച്ചുകിട്ടി. ഞങ്ങളുടെ കുട്ടികൾ പതിവായി അവിടെ പഠിക്കാൻ പോകുന്നുണ്ട്. അവരുടെ അച്ഛനമ്മമാർ ആശ്വാസത്തോടെയാണ് പൈങ്കിളി നോവലുകളിലേക്കു മനസ്സാഴ്ത്തുന്നത്.

നാരായണൻകുട്ടിക്ക് ഈയിടെയായി ഇടയ്ക്കിടെ തീവണ്ടി കാണണം. ഉറങ്ങാൻ കിടക്കുന്നതും ഇടയ്ക്കു മൂത്രമൊഴിക്കാൻ ഉണരുന്നതും വീണ്ടും വെളുപ്പിന് എഴുന്നേല്ക്കുന്നതും അയാൾ സമയം നോക്കിവെച്ച തീവണ്ടികളുടെ ഒച്ച കേട്ടുകൊണ്ടാണ്. നാരായണൻകുട്ടിയുടെ മക്കൾക്കും ഇപ്പോൾ തീവണ്ടികൾ ഹരമായിരിക്കുന്നു.

നാരായണൻകുട്ടി കുട്ടികളെ ഉറക്കാൻ കിടത്തി അടുക്കളയിൽ നിന്നും ഭാര്യ എത്തുന്നതുവരെ അവർക്കു നിത്യവും പറഞ്ഞുകൊടുക്കുന്നു.

"ഒന്നോർത്താൽ ഈ തീവണ്ടികളാ നമ്മുടെ ഭാഗ്യം കുട്ടികളേ... അവ നമുക്കു പതിവായി ഭക്ഷണം തരുന്നു. ആളെ നെറച്ചുപോണ വേഗത്തിൽത്തന്നെ അരീം ധാന്യങ്ങളുംകൊണ്ട് തിരിയെ വരേം ചെയ്യുന്നു. നമുക്കൊന്നും അറിയേണ്ടല്ലോ. പൂട്ടേം വെതയ്ക്കേം കൊയ്യേം മെതിയ്ക്കേം ഒന്നും വേണ്ട. അങ്ങ് വടക്കോട്ട് ഇന്ത്യ വര്യല്ലേ ഈ വണ്ടികള് ഓടണെ. ഇനി ഇന്ത്യവിട്ടും പോയി വരണ്ടേ, ആവോ!"

അടുക്കളയുടെ വാതിലടച്ച് ഭാര്യയും എത്തുന്നതോടെ നാരായണൻകുട്ടിയും അയാളുടെ മക്കളും ഉറങ്ങുന്നു.

ഒക്ടോബർ

ഒക്ടോബർ പണ്ടേ അയാളെ വിരക്തനാക്കിയിരുന്നു. സ്നേഹ ത്തിന്റെ സായൂജ്യം മനസ്സിലെന്നും കുളിർമഴ ചൊരിയുമ്പോൾ ഒരാൾക്കെ ങ്ങനെ പെട്ടെന്ന് വിരക്തനാവാൻ കഴിയും? എന്നാൽ ഒക്ടോബർ അയാ ളിൽ നിന്ന് എല്ലാം തട്ടിയെടുത്തു. ആദ്യം രേണു പോയി. എന്നു പറ ഞ്ഞാൽ ഒരു ദിവസം അവൾ ആരുടെയെങ്കിലും കൂടെ ഇറങ്ങിപ്പോയത ല്ല. ചില കാര്യങ്ങൾ നമ്മളൊന്നും അറിയാതെ എവിടെയോ വെച്ച് തീരു മാനിക്കപ്പെടാറില്ലേ? അതുപോലെ തീർച്ചപ്പെടുത്തിയതായിരുന്നു രേണുവും അയാളും തമ്മിലുള്ള ബന്ധം. എന്നാൽ ബാഹ്യമായ ഒരു പാട് സമ്മർദ്ദങ്ങൾ നമ്മളെ എവിടെയൊക്കെയോ വെച്ച് വഴി തെറ്റിക്കാ റില്ലേ? അതുപോലെ വഴിതെറ്റിയാണ് ഒരാക്ടോബറിൽ രേണുവിനു പകരം മറ്റൊരുവളെ അയാൾ ജീവിതസഖിയാക്കിയത്.

നഷ്ടങ്ങളുടെ ഒക്ടോബർ അങ്ങനെ ആരംഭിക്കുന്നു. ഏകദേശം ആ കാലത്തുതന്നെയാണ് അയാളുടെ നാട്ടിൽ നക്ഷത്ര ഹോട്ടലിന്റെ പണി തീർന്നത്. കാത്തിരുന്നതുപോലെ വിദേശികളുടെ വരവായി. മത്സ്യം പിടിച്ചും മണൽവാരിയും കഴിഞ്ഞിരുന്ന നാട്ടുകാർ നക്ഷത്രങ്ങൾ ആകാ ശത്തുനിന്നും താഴെവന്നതുകണ്ട് മിഴിച്ചുനിന്നു.

"ഇനി നുമ്മക്ക് കടലീപോാണ്ടെ ഇളയച്ഛാ?"

അനീഷ് അയാളോടു ചോദിച്ചു.

ഒരു ദിവസം കടലിൽ പോയിട്ട് ഒരിക്കലും തിരിച്ചുവരാത്ത അച്ഛ നേയും നോക്കി ദിവസങ്ങളോളം അമ്മ കടപ്പുറത്ത് കാത്തിരുന്നത് അവ നിപ്പോഴും ഓർക്കുന്നുണ്ടാവണം.

അയാൾ അവന്റെ മുഖം ഹൃദയത്തോട് ചേർത്തുപിടിച്ചു.

"നക്ഷത്രങ്ങൾ എല്ലാവർക്കുമുള്ളതല്ല കുട്ടീ, അത് ദൈവത്തിന്റെ കല്പനയാണ്. ദൈവവും എല്ലാവർക്കുമുള്ളതല്ലല്ലോ."അനീഷ് ചെറിയ കുട്ടിയാണ്. അവന് ഒന്നും മനസ്സിലായിക്കാണില്ല.

നക്ഷത്ര ഹോട്ടലിൽ വിദേശികൾ കൂട്ടത്തോടെ വന്നു തമ്പടിച്ചു കൊണ്ടിരുന്നു. ചെലവു കുറഞ്ഞ വീടുണ്ടാക്കുന്നത് ഗ്രാമീണരെ പഠിപ്പി ക്കാനായി ഒരു സംഘം വന്നു. ഉരുണ്ട കല്ലുകൾ ആൾപ്പൊക്കത്തിൽ അടു ക്കിവെച്ചുണ്ടാക്കിയ മതിലുകളും നനച്ച മണ്ണുരുട്ടിയുണ്ടാക്കിയ വീടുകളും കണ്ട് അവർ അന്തംവിട്ടുപോയി. പിന്നെ അതിന്റെയൊക്കെ പടങ്ങളുമെ ടുത്തിട്ടാണ് അവർ തിരിച്ചുപോയത്.

കൂത്തും കൂടിയാട്ടവും പഠിക്കാൻ വേറൊരു കൂട്ടരെത്തി. ആവശ്യ പ്പെടാതെതന്നെ നാലുകെട്ടുണ്ടാക്കിയും ഉത്സവങ്ങൾ നടത്തിയും അവരെ കാണിച്ച് ഭിക്ഷവാങ്ങാൻ എത്രപേരാണ് ക്യൂ നിന്നത്!

കടലിൽ നഗ്നരായി കുളിക്കുന്ന മദാമ്മമാരും ലഹരി തിന്ന് മയങ്ങുന്ന സായിപ്പുമാരും നാട്ടിലെ പിള്ളേരുടെ ഉറക്കം കെടുത്തി.

തിരുമുടിക്കുന്നിന്റെ നെറുകയിൽ മണ്ണു നനച്ചുരുട്ടി അയാൾ രേണു വിന്റെ ഒരു പ്രതിമയുണ്ടാക്കിയിരുന്നു. ബുദ്ധനെപ്പോലെ സദാ പ്രസാദാ ത്മകമായ മുഖം. സർവ്വംസഹയായ ഭൂമീദേവിയുടെ ശാന്തത – വരദാ യിനിയായ ഇഷ്ടദേവതയുടെ സൗമ്യാർദ്രഭാവം.

തിരുമുടിക്കുന്നിന്റെ താഴ്‌വരയിൽ രേണുവിനെ ജീവനോടെ ഉന്തിമ റിച്ചിട്ട് അവളിൽ ഒരു തേനിച്ചയെപ്പോലെ മദിച്ചു പുളയ്ക്കുന്നത് അയാ ളുടെ വിനോദമായിരുന്നു. ഒടുവിൽ ഒരു ദിവസം ഹോട്ടലിലെ വിദേശി കൾ അവിടേക്കും എത്തുന്നുണ്ടെന്ന് അറിഞ്ഞപ്പോഴാണ് അയാൾ ആ പ്രതിമ ഉടച്ചുകളഞ്ഞത്.

മനസ്സും വാക്കും പ്രവൃത്തിയും ഒരേപോലെ കൊണ്ടുനടക്കുന്നവർ മഹാത്മാക്കളെന്നും മനസ്സും വാക്കും പ്രവൃത്തിയും പല വഴിക്കുമായ വർ ദുരാത്മാക്കളെന്നും അർത്ഥം വരുന്ന ഒരു ശ്ലോകം ചെറുപ്പത്തിൽ അയാൾ പഠിച്ചിരുന്നു. ആ അർത്ഥത്തിൽ താനൊരു ദുരാത്മാവാണെന്ന് അയാൾ വിചാരിച്ചു. അങ്ങനെയല്ലായിരുന്നെങ്കിൽ രേണു എന്നും അയാ ളോടൊപ്പം ഉണ്ടായിരിക്കേണ്ടതാണല്ലോ.

മുതിർന്നപ്പോൾ രക്ഷിതാക്കൾ അയാളോട് ചോദിച്ചു:

"ഏതോ രേണുവിനെപ്പറ്റി പറയുന്നല്ലോ? എന്താണ് അവളുടെ പ്രത്യേകത?"

മറ്റാർക്കെങ്കിലും അവളേക്കാൾ കൂടുതൽ ഉണ്ടെന്നു കരുതുന്നതും എന്താണെന്ന മറുചോദ്യം അവർ സ്വീകരിച്ചില്ല.

സസ്യശാസ്ത്രം പഠിച്ച, വകയിലെ ഒരു ബന്ധു പറഞ്ഞു:

"ചേറിൽ താമര വിരിയുന്നെന്നൊക്കെ പറയാൻ കൊള്ളാം. ചേറിൽ കുളവാഴയും ഉണ്ടാകും. മാരകമായ വിഷം വലിച്ചെടുത്തു കരുതിവെ ക്കുകയാണ് അതിന്റെ സ്വഭാവം."

അല്പംകൂടി ക്ഷമിച്ചിരുന്നുവെങ്കിൽ കുളവാഴ സൂക്ഷിച്ചുവെക്കുന്ന വിഷത്തിന്റെ രാസനാമവും അയാൾ പറഞ്ഞുതുടങ്ങിയേനെ. അതിനു മുമ്പ് രാമേട്ടൻ പറഞ്ഞു:

"നാമെല്ലാം പഠിച്ചവർ. നമുക്കൊത്ത ബന്ധങ്ങളും കണ്ടെത്തണം."

എല്ലാ ഇഷ്ടങ്ങളും സ്വീകാര്യതകളും വ്യക്തിനിഷ്ഠമാണ് എന്ന സത്യം മറച്ചുവെച്ചുകൊണ്ടാണ് രാമേട്ടൻ സംസാരിച്ചത്.

"നിന്റെ ഒരാളുടെ വ്യക്തിനിഷ്ഠമായ താല്പര്യത്തിനുവേണ്ടി ഒരു പാടുപേർക്ക് മനോദുഃഖത്തിന് ഇട വരുത്തണോ?"

അയാൾ ഒന്നും പറയാതെ നിന്നപ്പോൾ എല്ലാവരുംകൂടി അയാളെ പൊതിഞ്ഞു.

"എങ്കിൽ പറയുന്നതനുസരിക്ക്. നിനക്കീ നാട്ടുമ്പുറത്തുനിന്നും പെണ്ണുവേണ്ട." അങ്ങനെയാണ് പേരുകേട്ട ടൂറിസ്റ്റുകേന്ദ്ര നഗരിയിൽ നിന്നും വിവാഹം.

രേണു കൂടെയില്ലാത്ത ജീവിതം എത്ര വിരസം എന്നയാളറിഞ്ഞു. ശരീരത്തിന്റെ മാംസഭിത്തികളിൽ ലഹരി കുത്തിവെച്ചും പൊള്ളുന്ന തീത്തുള്ളികൾ വായിലേക്കിറ്റിച്ചും അയാൾ രേണുവിനെ മറക്കാൻ ശ്രമി ച്ചു. എല്ലാം അറിവില്ലായ്മകൾ. അല്ലെങ്കിൽത്തന്നെ അറിവുള്ളവർക്കു ള്ളതല്ലല്ലോ ലോകം. അറിവുണ്ടെന്നു നടിക്കുന്നവർക്കുള്ളതാണ്.

ഇവിടെവെച്ച് ബുദ്ധനുമായി അയാൾ ശരിക്കും വഴി പിരിയുന്നു. മാനസികമായ അനന്യത ആശ്വാസം തരുമെങ്കിൽ എന്തിനു വെറുതെ ഭൗതിക പീഡനത്തിന്റെ പാത തെരഞ്ഞെടുക്കണം? തുല്യ മനസ്കരുടെ സ്നേഹനദിയിൽ നിന്നും രാഹുലന്റെ അമ്മയെ തനിച്ചാക്കി ഒരാൾക്കു മാത്രം എങ്ങനെ ഒറ്റയ്ക്ക് കയറിപ്പോരാൻ പറ്റും? സത്യത്തിൽ ലോക ത്തിലേറ്റവും സഹതാപമർഹിക്കുന്നവൻ ബുദ്ധൻ. യഥാർത്ഥ സ്നേഹം അദ്ദേഹത്തിനു കിട്ടിയില്ല.

ഉറക്കത്തിൽ ബുദ്ധൻ അടുത്തുവന്നു.

"എന്റെ ജീവിതത്തിൽ നിറയ്ക്കപ്പെടാത്ത ശൂന്യത നീ കണ്ടുപി ടിച്ചു. നാം തുല്യ ദുഃഖിതർ. നമുക്കൊരേ വഴിയും പോരേ?

"ഇല്ല ഗുരോ ഇല്ല."

അയാൾ ഞെട്ടി പിറകോട്ടു മാറി.

"സ്നേഹത്തെ വർഗ്ഗീകരിക്കുമ്പോൾ ഏറ്റവും ഉന്നതമായത് നിരു പാധിക സ്നേഹം. കുടുംബംപോലും ചൂഷണത്തിന്റെ തുരുത്തായിരി ക്കുമ്പോൾ ഈ നിരുപാധികസ്നേഹം സാദ്ധ്യമാവുന്നത് തുല്യശീലം തമ്മിലുള്ള സൗഹൃദത്തിലും. ഞാനതറിഞ്ഞു പ്രഭോ എനിക്കതു ലഭി ക്കുകയും ചെയ്തു. എന്നാൽ അനുഭവിക്കാൻ മറ്റുള്ളവർ സമ്മതിച്ചില്ല."

"ആ നിലയിൽ നീയും എന്നെപ്പോലെ സഹതാപാർഹൻ, അല്ലേ?"

ബുദ്ധൻ മറഞ്ഞു. ആ ചുണ്ടുകൾക്കിടയിലെ പുഞ്ചിരിയുടെ വെളിച്ചം മാത്രം ബാക്കിയായി.

വിവാഹം കഴിഞ്ഞ് പിറ്റേന്നുതന്നെ അനീഷ് കരഞ്ഞുകൊണ്ട് അയാ ളുടെ അടുത്തുവന്നു.

"ഇളയമ്മ എന്നെ വഴക്കു പറഞ്ഞു."

"ഞാനാരുടേം ഇളയമ്മയൊന്നുമല്ല." അയാളുടെ ഭാര്യ തൊട്ടുപിറ കിൽത്തന്നെയുണ്ടായിരുന്നു.

"ഒരിക്കലും നിനക്കതിനു കഴിയുമെന്നും തോന്നുന്നില്ല." അയാൾ പറഞ്ഞു. വിരൽനഖങ്ങളിൽ അഴുക്കു കേറിയ സുന്ദരിയോടുള്ള വെറുപ്പുപോലെയുണ്ടായിരുന്നു അയാളുടെ നോട്ടം.

ഒരു ദിവസം രാവിലെയുള്ള അയാളുടെ നടത്തം അവസാനിച്ചത് രേണുവിന്റെ വീട്ടുപടിക്കലാണ്. രേണു അതിനകം മറ്റൊരാളുടെ ഭാര്യയായിക്കഴിഞ്ഞിരുന്നു. അയാളെ കണ്ടതും ആണത്തമില്ലാത്ത ഒരാളെയെന്നവണ്ണം അവൾ നോക്കി.

"ഞാൻ അമ്മയാവാൻ പോകുന്നവളാണ്, ഭാര്യയാണ് –" എന്നൊക്കെ ആ കണ്ണുകൾ സംസാരിച്ചു.

"അന്യന്റെ ഭാര്യയെ സ്നേഹിച്ചുകൂടെ" – എന്നയാളും ചോദിച്ചു.

"അത് എന്തെങ്കിലും നേടാനല്ലെങ്കിൽ എപ്പോഴും വിശുദ്ധം. കൂട്ടിവെക്കുന്ന സ്നേഹം കരുതിവെക്കുന്ന ധനംപോലെയാണ്. എപ്പോഴെങ്കിലും തക്കസമയത്ത് ഉപയോഗപ്പെടും."

"ആയിരിക്കാം. പക്ഷേ, എന്റെ ആവശ്യങ്ങൾ നിങ്ങളുടേതല്ലല്ലോ – സഹായിക്കാനാണെങ്കിലും ഞാൻ നിങ്ങളുടെ ആരാണ്?"

സസ്യശാസ്ത്രം പഠിച്ച ബന്ധുവിന്റെ വാക്കുകൾ അയാളോർത്തു.

ചെമ്പരത്തിയിലെ പരാഗം സ്ത്രീബീജവുമായി സങ്കലനം നടക്കുന്നില്ല. അതുകാരണം പൊതുവെ വിത്തുല്പാദനശേഷി കൈവെടിഞ്ഞ മട്ടാണതിന്. എന്നിട്ടും അലൈംഗിക പ്രജനനം വഴി അതു വംശവർധന സാധിക്കുന്നുണ്ട്.

അന്നയാൾ മടങ്ങി. പിന്നീട് വീണ്ടും ചെല്ലുമ്പോൾ ദുരന്തം കഴിഞ്ഞിട്ടു ദിവസങ്ങളായിരുന്നു. വരയ്ക്കാനറിയാത്ത കുട്ടി ചായത്തിൽ ബ്രഷു മുക്കി വരച്ചതുപോലെ രേണുവിന്റെ കുടിൽ മലയിടിഞ്ഞു തകർന്നു കിടക്കുന്നുണ്ട്.

അയാൾ വാങ്ങിച്ചുകൊടുത്ത സാരി ഒരിക്കലും അവൾ ഉടുത്തില്ല. നിലം തുടച്ചുകേടുവരുത്തി. അയാൾ അയച്ച കത്തുകളെല്ലാം വിലാസം പോരാഞ്ഞ് മടങ്ങി.

അനീഷ് അല്പംകൂടി വലിയ കുട്ടിയായിരുന്നു. മടങ്ങിവന്ന അയാളുടെ ഒരു കത്ത് അവൻ തുറന്നു വായിച്ചു;

"ഓരോ ഒക്ടോബറിലും കുറ്റബോധത്തോടെ ഞാൻ നിനക്കു സാരി വാങ്ങി. ഇപ്പോൾ പെട്ടി നിറച്ചും സാരികൾ."

പാതി കേട്ടതും അയാളുടെ ഭാര്യ ഓടിയെത്തി. "ഈസിറ്റ് ട്രൂ? അത്ഭുതമായിരിക്കുന്നല്ലോ. ഞാനെന്റെ ഡാർലിങ്ങിനെ ഇത്രനാളും മനസ്സിലാക്കിയതേയില്ലല്ലോ–"

അനീഷ് പറഞ്ഞു: "ഇത് ഇളയമ്മയ്ക്കുള്ള കത്തല്ല." പെട്ടെന്ന് അവൾ പൊട്ടിത്തെറിച്ചു.

"ഈ ചെറുക്കനിപ്പഴും എത്ര പ്രെജുഡിസ്ഡാണ്!"

അയാൾ ഇടപെട്ടുകൊണ്ട് പറഞ്ഞു.

"കാര്യവും കണ്ടെത്തലുകളും ഏറെ സ്വാഭാവികം തന്നെ. അല്ലെ

ങ്കിൽ എന്തേ നിന്റെ മുലകൾ നെഞ്ചിൽത്തന്നെ ആയത്? ഉടുക്കുന്ന മുണ്ട് വെളുത്തതും മേൽക്കുപ്പായം നിറമുള്ളതുമായി നിശ്ചയിച്ചതാർ? എന്തേ നമ്മുടെ വായ് മൂക്കിനു കീഴെയായി? സമയബന്ധിതമായ പ്രവർത്തന ത്തിനും അവസ്ഥയ്ക്കും അടിസ്ഥാനമായ ഒരു ഘടികാരം തന്നെ ജീവന്റെ ഒപ്പം കിട്ടിയിട്ടുണ്ട്. ഒരുതരം ബയോളജിക്കൽ ക്ലോക്ക്. ഒരു കോഴി പ്രഭാതത്തിൽ പതിവായി കൂവുന്നതിന്റെ സമയകൃത്യതയ്ക്കു പോലും കാരണമതാണ്."

അവൾ പൊട്ടിച്ചിരിച്ചു.

"ആർ യൂ മാഡ്?"

"നോട്ട് മീ എലോൺ. വീയാർ ഓൾ മാഡ് ആൻഡ് പാർട്ടോഫ് കള ക്ടീവ് ഇൻസാനിറ്റി."

"ജീവിതം ധർമ്മത്തിനും തത്ത്വചിന്തയ്ക്കും മാറ്റിവെച്ചാൽ പിന്നെ നാം എപ്പോഴാണ് ജീവിക്കുക? ശരിക്കും – ശരിക്കും എന്റെ എക്കാല ത്തേയും സംശയം അതാണ്. ജീവിക്കുക എന്നാൽ ധർമ്മത്തെ ത്യജി ക്കുക എന്നാണർത്ഥം."

"അതുകൊണ്ട് ഇഷ്ടംപോലെ ജീവിക്കാമെന്നാണോ?"

"ഒഫ്കോഴ്സ്. ഇഷ്ടംതന്നെയാണ് പ്രധാനം. ഓരോരുത്തരുടെയും ഇഷ്ടം. വിട്ടുവീഴ്ച ചെയ്യുന്നതും ഒരിഷ്ടം നടക്കാൻവേണ്ടി..."

"നിന്റെ നാട്ടിൽ വികസനം നേരത്തെ വന്നു. അതാണ് കുഴപ്പമായ ത്."

"ഉവ്വ്. അവിടെ സ്വീഡൻകാരന്റെ കുട്ടിയേയും ചുമന്ന് അവന്റെ ഭാര്യ അടിമയെപ്പോലെ പിറകെ നടക്കുന്നതു കാണില്ല. വിയാർ ഓൾ ഈക്വലി ഫ്രീ. എന്തിനാണ് പുരുഷന്റെ ആധിപത്യം അംഗീകരിച്ചുകൊടുക്കുന്നത്! അവന് ബലാത്സംഗം ചെയ്യാൻ അറിയാമെന്നതുകൊണ്ടോ?"

"നോർവെയിൽ രാത്രി ഒറ്റയ്ക്ക് ഒരു പെണ്ണിന് നടക്കാൻ പറ്റുന്നതാ ണത്രെ സംസ്കാരം. രാത്രി സഞ്ചാരം അപഥസഞ്ചാരമായാൽക്കൂടി ആ സ്വാതന്ത്ര്യമാണത്രെ വലുത്. നമുക്കൊരു സംസ്കാരം തന്നെയില്ലെന്നു സ്ഥാപിക്കാനുള്ള വ്യഗ്രത."

"ഇളയച്ഛാ"

അനീഷ് പ്രതീക്ഷയോടെ പറഞ്ഞു തുടങ്ങുമ്പോഴേ അയാൾ തള രുന്നു.

"അമ്മയ്ക്ക് പുതിയ ഹോട്ടലിൽ ജോലി കിട്ടുമെന്ന് തോന്നുന്നു."

"എന്തു ജോലി–?"

"അതറിയില്ല. എന്തെങ്കിലും കിട്ടും. ഇപ്പഴും അത്രയൊന്നും പ്രായം തോന്നില്ലല്ലോ എന്ന് രാമേട്ടൻ പറഞ്ഞു."

"പറഞ്ഞയയ്ക്കരുതേ" – എന്നു പറയാനുള്ള ധൈര്യം അയാൾക്കു ണ്ടായില്ല. ഒരു വികസ്വരരാഷ്ട്രത്തിൽ ടൂറിസത്തിനും നക്ഷത്ര ഹോട്ടലു കൾക്കുമുള്ള പ്രാധാന്യം കുറച്ചുകാണാൻ അയാളാരാണ്?

ഇലച്ചീന്ത്

ഉണ്ണിക്ക് ഒരിലച്ചീന്തു വേണം. നാളെ അവന്റെ അച്ഛന്റെ ശ്രാദ്ധ മാണ്. ഉച്ചയോടെ ഉണ്ണി ഗ്രാമം മുഴുവനും നടന്നുതീർത്തു. വേനലിന്റെ ഉണക്കം ബാധിച്ച മണ്ണും മനുഷ്യരും തികഞ്ഞ നിസ്സഹായതയോടെ അവനെ എതിരേറ്റു.

വാര്യത്തെ പറമ്പും മേലേത്തൊടിയും നേരത്തേ കേറിയിറങ്ങിയി രിക്കുന്നു. പിന്നീട് നടന്നെത്തിയത് പാടവരമ്പത്താണ്. വിശാലമായ പാട ശേഖരം മുഴുവനും കട്ടവിണ്ടുകിടന്നു. നോക്കെത്തുന്ന ദൂരത്തെങ്ങും ഒരു പച്ചത്തലപ്പുപോലും കാഴ്ചയെ ആശ്വസിപ്പിക്കാനില്ല.

പാടം കഴിഞ്ഞപ്പോൾ പുഴയായി. ഒരിക്കലെന്നോ യുവതിയായിരുന്ന പുഴ ചൊറിപിടിച്ച് മെലിഞ്ഞ കുട്ടിയായിരിക്കുന്നു. അവിടവിടെ ചെളി കെട്ടിയ ഇത്തിരി പോന്ന ജലവൃത്തങ്ങൾ. പുഴയോരത്തെ സ്വതവേ മെല്ലിച്ച കറുകത്തലപ്പുകൾ കൂടുതൽ കറുത്തുണങ്ങിയിരുന്നു. ഒരു തീപ്പൊരിയെങ്ങാനും അടുത്തുകൂടിപോയാൽ കത്തുമെന്ന അവസ്ഥ.

പേരിനുവേണ്ടി കുറെ കറുകനാമ്പുകൾ ഉണ്ണി പറിച്ചെടുത്തു. തിരിയെ പാടം കയറി മടങ്ങുമ്പോൾ വാര്യത്തെ കുളക്കടവോളം ചെന്നെ ത്തിനോക്കി. തുള്ളി വെള്ളംപോലുമില്ലാതെ വറ്റിവരണ്ടുകിടക്കുന്നു. കഴി ഞ്ഞയാണ്ടിൽപ്പോലും ഇതേകാലത്ത് കൂട്ടുകാരുമൊത്ത് മദിച്ചു ചാടിക്കു ളിച്ചത് ഇവിടെയാണെന്നേ തോന്നില്ല.

എല്ലാ കാര്യങ്ങളും ഇങ്ങനെയൊക്കെത്തന്നെയേ ആയിരിയ്ക്കൂ എന്ന് ഉണ്ണി പൊതുവായി ചിന്തിച്ചു. അതുവരെ അറിയാത്ത ദിശകളി ലേയ്ക്ക് ഒഴുകി നീങ്ങാനാണ് ജീവിതം എല്ലായ്പ്പോഴും വാശി കാണി ക്കുക.

അച്ഛനുണ്ടായിരുന്നപ്പോൾ ഉണ്ണിക്ക് ഈവക ഭാരിച്ച കാര്യങ്ങ

ളൊന്നും അന്വേഷിക്കേണ്ടതില്ലായിരുന്നു. തലേദിവസം തന്നെ അച്ഛൻ ഓർമ്മിപ്പിക്കും.

"ഉണ്ണ്യേ–നാളെയാട്ടോ ശ്രാദ്ധം–ഇന്ന് തിരുവോണം–നാളെ അവിട്ടം–മറക്കണ്ടാ–നേർത്തെ എണീക്കണം. വെളുപ്പിന് പൊഴേല് പോയില്ലെ ങ്കിലും വാര്യത്തെകൊളത്തിലെങ്കിലും ചെന്ന് മുങ്ങീട്ടുവേണം വെലീടാൻ. കൊറച്ച് തൊളസിപ്പൂവും കറുകേം കൂടി കൊണ്ടുവെച്ചോളൂ."

നേരത്തേതന്നെ അച്ഛൻ എല്ലാം ഉണ്ണിയെ വിളിച്ച് ഏല്പിക്കുമെ ങ്കിലും സന്ധ്യയാവും മുമ്പേ അതൊക്കെ അച്ഛൻതന്നെ ഒരുക്കിയിട്ടു ണ്ടാവും.

"അയ്യയ്യേ–എന്താ ഉണ്ണീ ഈ കാട്ടണെ? നല്ലൊരു തൂശനില എടു ക്കാൻ ഇവ്ടില്ലേ? ഉണ്ണിക്കറിയാലോ അമ്മേടെ സ്വഭാവം. മൂപ്പത്ത്യാർക്ക് ഇതൊന്നും ഇഷ്ടാവില്ല്യ. അല്ലെങ്കിൽത്തന്നെ ജീവിച്ചിരിക്കുമ്പോ എന്നും എല്ലാത്തിനും വല്യേ ആർത്ത്യാരുന്നു. എന്തും എപ്പോഴും അധികം തന്നെ കിട്ടണം."

കശുമാവിൻ പറമ്പിന്റെ അറ്റത്ത് പുല്ലുമൂടിക്കിടന്ന മൺകൂനയോളം അച്ഛന്റെ നോട്ടം അപ്പോഴേയ്ക്കും നീണ്ടുചെന്നിരിക്കും. പിന്നീട് ഒരക്ഷ രംപോലും കണ്ണീരിന്റെ അകമ്പടിയോടൊപ്പമേ അച്ഛനിൽനിന്നും പുറത്തു വരു എന്നും ഉണ്ണിക്കറിയാം. വല്യമ്മാമ പറഞ്ഞു കേൾക്കാറുള്ളതുപോലെ അച്ഛന് ഇപ്പോഴും എന്തൊരു സ്നേഹമാണ് അമ്മയോട്'–എന്നും ഉണ്ണി വികാരവായ്പോടെ ഓർക്കും.

പാടവരമ്പത്തെ കരിഞ്ഞ പുൽത്തലപ്പുകൾ ഉണ്ണിയുടെ ചവിട്ടേറ്റ് തുരുതുരെ നടുവൊടിഞ്ഞ് വീണുകൊണ്ടിരുന്നു. ഉണ്ണിക്ക് ആരോടെന്നി ല്ലാതെ ദേഷ്യവും സങ്കടവും തോന്നി. അല്ലെങ്കിൽ ഇത്രവേഗം തന്റെ അച്ഛനും...

മേലേത്തൊടിയും കുട്ടികൾ കാലിമേയ്ക്കാറുള്ള തേമാലിയും പച്ച യുണങ്ങി നിൽക്കുന്നു. പണ്ടൊക്കെ വാഴക്കുടപ്പന്റെ തേനടർത്തി കുടി ക്കാൻ എത്ര തവണ ഓടി നടന്നിട്ടുള്ള തൊടിയാണ്! ഒറ്റ വാഴക്കന്നു പോലും അവശേഷിച്ചിട്ടില്ല. പച്ചപ്പുവറ്റി എല്ലാം നശിച്ചുപോയിരിക്കുന്നു. ആലോചിച്ചപ്പോൾ ഉണ്ണിയിൽനിന്നും അറിയാതെ ഒരു നെടുവീർപ്പുയർന്നു:

'എന്റെ അച്ഛാ–അച്ഛനുവേണ്ടി ഇനിയും എവിടെയാണ് ഞാൻ ഒരി ലച്ചീന്തു തേടേണ്ടത്?'

'എന്തൊക്കെയായാലും ഉണ്ണി ശ്രാദ്ധം മുടക്കരുത്!' –ചേച്ചിയുടെ വാക്കുകൾ ഓർമ്മയിലെത്തി.

അങ്ങു ദൂരത്തുനിന്നും ചേച്ചി എഴുതിയിരിക്കയാണ്.

–അച്ഛന്റെ ശ്രാദ്ധത്തിന് വരുന്നില്ലെന്ന്! ചേട്ടന് അവധി കിട്ടാത്തതാ ണത്രെ കാരണം. അമ്മയുടെ ശ്രാദ്ധത്തിന് മുടങ്ങാതെ വന്നു കൊണ്ടി രുന്നതാണല്ലാ. എത്രകാലം ഇതൊക്കെ കൃത്യമായികൊണ്ടു നടക്കാൻ പറ്റുമെന്ന് ചേട്ടൻ ചോദിക്കുന്നു. തന്നെയുമല്ല കുട്ടികൾക്കൊക്കെ അസു

ഖം-അവിടെയാണെങ്കിൽ പുറത്തിറങ്ങാൻ പറ്റാത്ത വിധത്തിൽ മഴയും-
എന്തായാലും ഉണ്ണി ശ്രാദ്ധം മുടക്കരുതേ-എന്ന് അഭ്യർത്ഥന.

വീട്ടിൽ വന്നുകേറി ഉണ്ണി ഒരേ ഇരുപ്പിരുന്നു. സന്ധ്യയായതും
നേരത്തെ ഉറങ്ങാൻ കിടന്നു. ഒരുപക്ഷേ സഹായത്തിനു വന്നു നില്ക്കുന്ന
വൃദ്ധയായ വലിയമ്മ രാവിലെ ഉണർത്താൻ വൈകിയാലോ-?

പിറ്റേന്ന് ആരും ഉണർത്താതെ തന്നെ ഉണ്ണി വെളുപ്പിന് ഉണർന്നു.
ഉണക്കലെരിയും വിളക്കും കിണ്ടിയുമൊക്കെയായി വാര്യത്തെ വറ്റിയ കുള
ക്കടവിലേക്കു ചെന്നു. കട്ടവിണ്ടുകിടന്ന കുളത്തിൽ ഒരു കാട്ടുകമ്പെടുത്തു
കുത്തി ഒരു ചെറിയ കുഴിയുണ്ടാക്കി-ഒരു ചിരട്ടയോളം വലിപ്പത്തിൽ.
കിണ്ടിയിൽ കരുതിക്കൊണ്ടുവന്ന വെള്ളം കുഴിയിലേക്ക് ഒഴിച്ചു. കുള
ത്തിലെ ജലസമൃദ്ധി മനസ്സിൽ കണ്ട് ആ വെള്ളം തൊട്ട് നനച്ച് കുള
ത്തിൽ മുങ്ങിക്കുളിച്ചതായി സങ്കല്പിച്ചു. കുറച്ചു മാറി ഉണങ്ങിയ ചുള്ളി
ക്കമ്പുകൾ ഒടിച്ചു കത്തിച്ച് ചെറിയ ഓട്ടുരുളിയിൽ കവ്യം വേവിച്ചു.
പിന്നെ മരിച്ചു പോയ അച്ഛനെ ധ്യാനിച്ചു കുളക്കടവിൽ ഒരു കരിങ്കല്ലുരു
ട്ടിവെച്ച് മീതെ ഉണങ്ങിയ കറുക വിരിച്ചു. വിനോദ സഞ്ചാര വകുപ്പിന്റെ
വക വലിയ കലണ്ടറിൽ നിന്നും വെട്ടിയെടുത്ത പച്ച നിറമുള്ള ഒരിലച്ചീ
ന്തിന്റെ പടം ഉണ്ണി കയ്യിൽ കരുതിയിരുന്നു. ഇലയ്ക്കുപകരം ആ പടം
നിലത്തു നിവർത്തി അതിൽ എള്ളും പൂവ്വും ചന്ദനവും നിരത്തി കുഴി
യിലെ വെള്ളം തൊട്ടു നനച്ച് അവ കല്ലിൽ തൂവി. ഓട്ടുരുളിയിൽ നിന്നും
കവ്യം വലിയ ഉരുളയാക്കിയെടുത്ത് പിണ്ഡംവെച്ചു. പിന്നെ നമസ്കരി
ച്ചശേഷം എണീറ്റ് നിന്ന് മാനത്തേക്കു നോക്കി കൈ കൊട്ടി. ഒട്ടുനേരം
കാത്തുനിന്നിട്ടും ഒറ്റ കാക്ക പോലും പിണ്ഡം കൊത്താൻ എത്തിയില്ല.
ഉണ്ണി നിരാശയോടെ മടങ്ങി.

വഴിയ്ക്കുവെച്ച് ഗൾഫിൽ ജോലിയുള്ള അബ്ദുള്ളയെ കണ്ടു. കീ
കൊടുത്താൽ ഓടുന്ന കാറും വിമാനവും പറക്കുന്നകിളിയും ഒക്കെ ഓരോ
തവണ ലീവിനു വരുമ്പോഴും അദ്ദേഹം മകൻ റഹീമിനു വേണ്ടി കൊണ്ടു
വരുന്നതു കാണാറുണ്ട്. ഉണ്ണി അടുത്തുചെന്ന് ഭവ്യതയോടെ അബ്ദു
ള്ളയോടു ചോദിച്ചു: "ഇക്കാ-ഗൾഫിലൊക്കെ കാക്കയും ഉണ്ടാവില്ലേ?
കീ കൊടുത്തുവിട്ടാൽ പറന്നു നടക്കുന്ന ഒരു കാക്കയെ എനിക്കുകൊ
ണ്ടുതരുമോ? അടുത്ത കൊല്ലത്തെ ശ്രാദ്ധത്തിനാ-"

ഇ വേലായുധൻനായർ വക

"**അ**യ്യോ എന്റെ മോൻ ചോരതുപ്പുന്നൂ...." പട്ടിണിക്കാരനായ എന്റെ അച്ഛൻ വിലപിച്ചത് കേട്ട് കേട്ടുനില്ക്കുന്നവരിൽ എന്തെങ്കിലും ചലനമുണ്ടാകുമെന്നൊന്നും ഞാൻ വ്യാമോഹിച്ചില്ല. എന്റെ അച്ഛനാരാണ്? ഗുണശേഖരൻ മുതലാളിയോ, ഗീവറുഗീസ് ഡോക്ടറോ, എന്തിനേറെ കുഞ്ഞഹമ്മദ് ഹാജിയോ അദ്ദേഹത്തിന്റെ ആറുമക്കളിൽ ഒരാൾ പോലുമോ അല്ല. എന്റെ അച്ഛൻ വെറുമൊരു വേലായുധൻനായരാണ്. പരമാവധി അന്തസ്സോടെ പറഞ്ഞാൽ, എരച്ചംപുറത്ത് കുഞ്ഞുകുട്ടിയമ്മ വേലായുധൻനായർ എന്ന ഇ.വേലായുധൻനായർ.

അദ്ദേഹത്തിന് ഒമ്പതുമക്കളായിരുന്നു. എന്നുവെച്ചാൽ എരച്ചംപുറത്ത് വേലായുധൻനായർ വക. വീട്ടിൽ എനിക്കോർമ്മ വയ്ക്കുമ്പോൾ കണ്ടിട്ടുള്ള പഴയ ഒരോട്ടുമുരടയുടെ പള്ളയിൽ ക്ലാവുപിടിച്ച അക്ഷര ങ്ങളിൽ എഴുതിവെച്ചിട്ടുള്ളതും അങ്ങനെയായിരുന്നു. അതുവായിച്ച് ഒരി ക്കൽ ഞാൻ ചോദിക്കുക കൂടി ചെയ്തു:

"എന്തിനാണച്ഛാ, ഇത്രയധികം അക്ഷരങ്ങൾ? വെറും ഇ വേലായു ധൻ നായർവക എന്നു പോരെ?"

അച്ഛൻ പറഞ്ഞു:

"അതെങ്ങനാ-ഒരോട്ടുമുരട പോയിട്ട് ഓലക്കുടപോലും സ്വന്തമാ യുണ്ടാക്കാൻ കഴിഞ്ഞിട്ടില്ലെനിക്ക്."

"അപ്പോൾപ്പിന്നെ ഈ ഓട്ടുമുരടയോ?"

"അത് എന്റെ അച്ഛന്റെ ഏതോ കാരണവരായിട്ട് സമ്പാദിച്ചതാണ്."

അച്ഛൻ പറഞ്ഞു:

"അന്ന് ഇന്നത്തെപ്പോലെ വീട്ടുപേരിന്റെ ആദ്യക്ഷരം അടർത്തിയെ ടുത്തു ചേർക്കുന്ന പതിവൊന്നുമില്ല. അച്ഛന്റെ കാരണവരുടെ പേർ വേലാ

യുധൻ നായരെന്നായിരുന്നു. അച്ഛന്റെ പേരും അതായിരുന്നു. അങ്ങനെ യാണ് എനിക്കും ആ പേരു തന്നെ കിട്ടിയത്'

പിന്നീട് ഞാൻ അക്കാര്യത്തിൽ തർക്കിച്ചില്ല. എന്റെ അച്ഛൻ എരച്ചം പുറത്ത് വേലായുധൻനായരാണെന്നു പറഞ്ഞല്ലോ. അമ്മ, വകയിൽ അദ്ദേ ഹത്തിന്റെ ഒരമ്മാവനായ കുഞ്ഞിരാമക്കുറുപ്പിന്റെ മകളായിരുന്നു. പേര് നാനിക്കുട്ടിയമ്മ. അച്ഛനുമമ്മയും നായന്മാരായതുകൊണ്ട് ജാതിയിൽ ഞാനും നായരാണെന്ന് എന്റെ സ്കൂൾ റെക്കാർഡുകളിൽ രേഖപ്പെടു ത്തപ്പെട്ടിരുന്നു. സത്യം പറഞ്ഞാൽ, എനിക്കെന്താണു അക്കാര്യത്തിൽ ഉത്തരവാദിത്വമുള്ളത്! അച്ഛനുമമ്മയും ജാതിയിൽ നായന്മാരായിപ്പോയത് ഞാൻ പിറക്കുന്നതിന് മുമ്പായിരുന്നു. ഞാൻ ഏതു ജാതിയാണെന്ന് എന്റെ സ്കൂൾ രേഖകളിൽ എഴുതിവെച്ചതും എന്നോട് ചോദിച്ചിട്ടല്ലായി രുന്നു. ഞാനാവശ്യപ്പെടാതെതന്നെ ആകാശത്തിനുകീഴിൽ ഓടിട്ട ഒരു മേൽക്കൂരക്കുള്ളിൽ ജനിക്കാനുണ്ടായ തികച്ചും നിഗൂഢമായ അതേ സാഹചര്യത്തിൽത്തന്നെയായിരുന്നു എന്റെ ജാതി തിരുമാനിക്കപ്പെട്ടതും.

പറഞ്ഞുവരുന്നത് എന്റെ സ്കൂൾ ജീവിതത്തെപ്പറ്റിയാണ്. അച്ഛന മ്മമാരുടെ ഒമ്പതുമക്കളിൽ ഒരാളായിരിക്കെ, ഞാൻ കൂടാതെ മറ്റ് എട്ടു പേരുടെ ഭാവികൂടി അവർക്ക് കാത്തുസൂക്ഷിക്കേണ്ടതുണ്ടായിരുന്നു. അതുകൊണ്ട് പഠിക്കാൻ ആഗ്രഹമുണ്ടായിട്ടും എന്റെ മാത്രം ആഗ്രഹ ങ്ങളെ വളമിട്ടു പുഷ്പിക്കാൻ നിർത്തുക സാദ്ധ്യമായിരുന്നില്ല. ചില സിനി മകളിൽ കാണാറുള്ളതുപോലെ, ഞാൻ നിന്നെ പഠിപ്പിക്കാം, നിന്റെ ബിരു ദവും ശേഷിച്ച ജീവിതംപോലും എന്നും എനിക്ക് പണയമായിരിക്കും എന്ന് സമ്മതിച്ച് ഒപ്പിട്ടു കൊടുത്താൽപ്പോലും സഹായത്തിന് ആരെയും കണ്ടുകിട്ടാനുണ്ടായിരുന്നില്ല. എന്റെ വിവാഹപ്രായമെത്തിയ അനുജത്തി മാർ വെട്ടുതുണ്ടുകൾ കൂട്ടിത്തയ്ച്ച് ഇരിപ്പുമെത്തകളുണ്ടാക്കി അവിവാ ഹിതരായ ഉദ്യോഗസ്ഥന്മാർ ജോലിചെയ്യുന്ന ആപ്പീസുവരാന്തകളിൽ 'കുഷ്യൻ വേണോ, കുഷ്യൻ വേണോ,'എന്ന് സങ്കോചത്തോടെ ചോദി ച്ചുനടക്കുമ്പോഴും അനുജന്മാർ പട്ടണത്തിലെ നിരത്തുവക്കുകളിൽനിന്ന് വേയ്സ്റ്റ് കടലാസുകളും പ്ലാസ്റ്റിക് ചെപ്പുകളും പെറുക്കിനടന്നു വില്ക്കു മ്പോഴും സഹായിക്കാൻ ആളുണ്ടായാൽത്തന്നെ എങ്ങനെ ഞാൻ മന സ്സിരുത്തി പഠിച്ചു ജയിക്കാനാണ്.!

അങ്ങനെ നീണ്ട ഒരന്വേഷണത്തിന്റെ അവസാനത്തിൽ ഞാൻ ഗുണശേഖരൻ മുതലാളിയെ കണ്ടെത്തി. എന്നും രാവിലെ അദ്ദേഹ ത്തിന്റെ കാറ് കഴുകിമിനുക്കുന്ന പണിയാണ് എനിക്കുകിട്ടിയത്. ഒരുദി വസം രാവിലെ ഞാനെന്റെ ജോലി ചെയ്തുകൊണ്ടിരിക്കുമ്പോഴാണ് ഗുണശേഖരൻ മുതലാളി കടന്നുവന്നത്. നെയിംപ്ലേറ്റിലെ അക്ഷരങ്ങളിൽ നോക്കി ചുണ്ടനക്കിക്കൊണ്ടിരുന്ന എന്നോട് അദ്ദേഹം ചോദിച്ചു:

"നിനക്കു പഠിക്കണോ?"

അടുത്തക്ഷണം, വേണം എന്നവാക്കാണ് എന്റെ നാവിൽ നിന്നും പുറത്ത് വന്നത്. പറഞ്ഞു കഴിഞ്ഞപ്പോൾ തോന്നി:

പാടില്ലായിരുന്നു! അങ്ങനെയാണ് അച്ഛനുമമ്മയും ഉപദേശിച്ചുവിട്ടി
ട്ടുള്ളത്. മറുപടി പറഞ്ഞുകൂടാ. മുതലാളിമാർ എന്തു പറഞ്ഞാലും
ഒന്നിനും മോൻ മറുതല പറയരുത്!'

ഗുണശേഖരൻ മുതലാളി കുറെനേരംകൂടി എന്നെത്തന്നെ ശ്രദ്ധി
ച്ചുപോയിരുന്നു. അതുകൊണ്ട് കൂടുതൽ ശുഷ്കാന്തിയോടും വെടുപ്പോ
ടുംകൂടി ജോലിചെയ്യാൻ ശ്രമിച്ചു.

പിറ്റേന്നു മുതൽ ഗുണശേഖരൻ മുതലാളിയുടെ കുട്ടികളുടെ കൂടെ
കാറിൽ ഞാനും സ്കൂളിൽ പോയി. സ്കൂളിൽ ചെന്നപ്പോഴാണ് വലിയ
തമാശ. മുതലാളിയുടെ കുട്ടികൾ പഠിപ്പിൽ മിടുക്കന്മാരായിരുന്നു. അവ
രെല്ലാംതന്നെ ക്ലാസ്സിൽ ഒന്നാമത്തെ ബഞ്ചിലാണ് ഇരുന്നത്. ഏറ്റവും
ഒടുവിലായി ചെന്നുചേർന്ന എന്നെയാകട്ടെ പിറകിലാണ് ഇരുത്തിയത്.
അദ്ധ്യാപകൻ ഇടയ്ക്കെന്തോ ഒരു ചോദ്യം എന്നോടു ചോദിച്ചപ്പോൾ
മുതലാളിയുടെ കുട്ടി പറഞ്ഞു:

"അവനറീല്യാ സാർ. അവന് ഞങ്ങടെ കാറു കഴുകലാ പണി."

കുട്ടികളെ പറഞ്ഞിട്ടെന്താണ് എന്ന് വളരെ കഴിഞ്ഞിട്ടാണ് ഞാൻ
മനസ്സിലാക്കിയത്. അന്ന് എനിക്കും അവരുടെ പ്രായംതന്നെയായിരുന്നു
വല്ലോ. ശിശുസഹജമായ നിർവ്യാജത പുലർത്തിപ്പോരുന്ന പ്രായം.
എന്നിട്ടും ഞാനാ കുട്ടികളോട് ശണ്ഠകൂടിയില്ല എന്നോർക്കുന്നതാണ്
അത്ഭുതം. ഞാനോ, കുരുന്നിലെ ദു:ഖിക്കാൻ പഠിച്ചവൻ. എന്നെപ്പോ
ലെയല്ലല്ലോ മുതലാളിയുടെ കുട്ടികൾ.

വർഷങ്ങൾ നീങ്ങി. മുതലാളിയുടെ മകൾക്ക് പ്രായപൂർത്തിയായി.
ഒരു ദിവസം മുതലാളി എന്നെ വിളിച്ചു പറഞ്ഞു:

"ഇനി നിവൃത്തിയില്ല മോനെ. നീ മാറിത്തരണം. എനിക്കെന്റെ
മകളെ സൂക്ഷിക്കേണ്ടതുണ്ട്. ഒപ്പം നിന്റെ യുവത്വത്തെ പേടിക്കേണ്ട
തുമുണ്ട്."

എങ്ങനെ കുറ്റം പറയും?

ഞാനൊഴിഞ്ഞു പോരുമ്പോൾ ഗുണശേഖരൻ മുതലാളി കുറ്റബോ
ധത്തോടെയെന്നവണ്ണം ഉരുവിടുന്നതുകേട്ടു:

"ജാതിയിൽ ഒന്നാണെങ്കിലും ഞാനിങ്ങനെ നിർബ്ബന്ധംപിടിക്കില്ലാ
യിരുന്നു."

ജാതിയിൽ ചേരാമെന്ന് ഞാൻ പറഞ്ഞില്ല. എന്തിന് പറയണം?
ഞാനൊരു മനുഷ്യനാവുന്നത് അവർക്ക് മതിയാകില്ലെന്നോ-!

ഏതായാലും ഞാൻ മടങ്ങി.

ഒരിക്കലും ഒരാൾക്കൂട്ടത്തിനു സമ്മാനിക്കാൻ കഴിയാത്ത സാന്ത്വനം
തേടി- ഓടിത്തളർന്ന ഒരു കുതിരയെപ്പോലെ ഞാൻ അണച്ചു.

ഗീവർഗീസ് ഡോക്ടർ ലക്ഷങ്ങൾ കൊണ്ടു ബിസിനസ്സ് ചെയ്യുന്ന
മുതലാളിയായിരുന്നില്ല. പക്ഷേ ലക്ഷങ്ങൾ ചെലവിട്ടു പഠിച്ചിട്ടാണ് നാല
ക്ഷരമുള്ള ബിരുദം കിട്ടിയതെന്നു മാത്രം. ഒരു ഡോക്ടറുടെ ജോലി

ആയാലും ലാഭനഷ്ടങ്ങൾ കണക്കുകൂട്ടിക്കൊണ്ട് സ്വീകരിക്കപ്പെടുന്ന താണെന്നാണ് അദ്ദേഹത്തിന്റെ പക്ഷം. ഡോക്ടർ സേവനനിരതനായി രിക്കണമെന്ന് പറയുന്നതിൽ വലിയ കാര്യമില്ലെന്നും അദ്ദേഹം പറഞ്ഞു. ലക്ഷങ്ങൾ ചെലവാക്കിയാണ് ഡോക്ടറാവുന്നത്. മറ്റെന്തിനുവേണ്ടി ചെ ലവാക്കുന്നതും പലിശയടക്കം മുതൽ സംഖ്യ തിരിച്ചു കിട്ടുവാൻ തന്നെ യാണ്. ഇക്കാര്യത്തിലും അങ്ങനെത്തന്നെ!! ഗീവറുഗീസ് ഡോക്ടർ എനിക്കു കാറോടിക്കുന്ന ജോലി തരാതിരിക്കാൻ കണ്ട കാരണവും മറ്റൊ ന്നായിരുന്നില്ല.

"നീ പഠിച്ചവനാണ്. പഠിപ്പിനുവേണ്ടി ചെലവാക്കിയ പണമെങ്കിലും നിനക്കു തിരിച്ചു കിട്ടാനുള്ള അവകാശമുണ്ട്. അതീ ജോലികൊണ്ടു കിട്ടി ല്ല."

ഞാൻ പറഞ്ഞു:

"പക്ഷേ ഞാൻ പഠിച്ചത് എന്റെയോ എന്റെയാൾക്കാരുടെയോ പണം കൊണ്ടല്ല-എങ്കിലോ-?"

എങ്കിൽ നിനക്കു പണത്തിന്റെ വിലയറിയില്ലെന്നായി ഡോക്ടർ.

ചുരുക്കത്തിൽ, അദ്ദേഹത്തിന്റെ അഭിപ്രായത്തിൽ എന്നെ ഡ്രൈവർജോലിക്കും കൊള്ളില്ല.

അദ്ദേഹം പറഞ്ഞു:

" നീ ഒരു ക്രിസ്ത്യാനിയായിരുന്നെങ്കിൽ ഈ ഗതി വരില്ലായി രുന്നു-കാരണം, ചെറുപ്പത്തിലേ നീ ജീവിക്കാൻ പഠിച്ചിരിക്കും."

ഉദാഹരണമായി അദ്ദേഹം പറഞ്ഞു.

"നീ പണത്തിന്റെ വിലയറിയാത്തവനാണ്. നിന്നെ ഡ്രൈവറാക്കി വെച്ചാൽ ആപത്തു വരുത്തിവെക്കലാവും ഫലം. അതുകൊണ്ട് നീ തൽക്കാലം മാറിപ്പോയേ പറ്റൂ."

സൗജന്യമായിക്കിട്ടിയ ഏതാനും ടോണിക്കുകുപ്പികൾ എടുത്തുത ന്നിട്ടു പറഞ്ഞു:

"നീ വിലതരണ്ട. ഇതൊക്കെ കഴിച്ച് കുറച്ചുനാൾ വിശ്രമിച്ചു തടി യൊക്കെ നന്നാക്കി എന്തെങ്കിലും ജോലിയന്വേഷിക്കൂ. വല്ല പൊലീ സിലും കിട്ടിയേക്കും. നിന്നെപ്പോലുള്ളവർക്കുള്ളതാണ് ആ വക ഉദ്യോ ഗങ്ങൾ. നഷ്ടം മൊത്തത്തിലേവരൂ.... ഒറ്റക്കൊറ്റക്ക് ആരെയും ബാധി ക്കില്ല."

മറ്റാരാണെങ്കിലും അങ്ങനെയൊന്നും ചെയ്തുതന്നെന്നു വരില്ല. എന്നെ തടിമാടനാക്കി പൊലീസിലെടുപ്പിച്ചിട്ട് ഡോക്ടർ ഗീവറുഗീസിന് എന്തു കിട്ടാനാണ്?

പൊലീസിൽ ആളെ എടുക്കുന്ന ദിവസം, ക്യൂവിൽ നില്ക്കുമ്പോ ഴാണ് കുഞ്ഞുമുഹമ്മദുഹാജിയെ ആദ്യമായി കണ്ടത്. വട്ടത്തൊപ്പിയും കുറ്റിത്താടിയുമായി അത്ഭുതംകൊണ്ടു പിളർന്ന നേത്രങ്ങളുമായി അദ്ദേഹം കയറിവന്നു. അക്കരെ പോകുന്നവരെ സർക്കാരു ലെവലിൽ

റിക്രൂട്ടുചെയ്യുകയാണെന്നത്രെ, ആളും ബഹളവും കണ്ടിട്ട് അദ്ദേഹം വിചാരിച്ചത്.

ഹാജിയുടെ ആറുമക്കളിൽ അഞ്ചാളും അറബിനാടുകളിലായിരു ന്നു. ആറാമത്തവൻ മൊട്ടാണ്. പൂവ്വായി വിരിഞ്ഞാലുടനെ അങ്ങു കട ത്തണം.

'പത്തോ അമ്പതോ ആയിരം ചെലവാക്കാമെങ്കീ....ഞമ്മടെ മക്കളു ബിജാരിച്ചാ നടക്കും– അക്കരെ കടക്കാൻ! അതല്ലാ–ഈ ബയിക്കാ ലാഭെങ്കീ അങ്ങനായിക്കോ–'

ഹാജിക്ക് തെറ്റിയതാ–ഇത് പൊലീസിലേക്കുള്ള ആളെടുപ്പാണ്– എന്നു കേട്ടപ്പോൾ ഹാജിയുടെ അത്ഭുതം ഇരട്ടിച്ചു.

"പൊന്നുവെളേണ നാട്ടീപ്പോയി നാലുകാശുണ്ടാക്കാൻ നോക്കാതെ ഇപ്പണിക്കാ–ങ്ങള് കുത്തിമറീണദ്?"

അന്നു വൈകിയിട്ട്, പാർക്കിലെ മരച്ചോട്ടിൽവെച്ച് രക്ഷപ്പെടാനുള്ള ഒരുദ്യമവുംകൂടി പരാജയപ്പെട്ടിരിക്കവെ, ഹാജിയെ വീണ്ടും കണ്ടു. അറേ ബ്യക്കാരായ മക്കളുടെ ഇളയ കുട്ടികളെയുംകൊണ്ട് കാറ്റുകൊള്ളാനി റങ്ങിയതായിരുന്നു ഹാജി.

എന്നെക്കണ്ട് അദ്ദേഹം അടുത്തുവന്നു.

"അനക്കെന്താ പൊലീസാവണ്ടെ?"

ഞാൻ പറഞ്ഞു:

"ആഗ്രഹിക്കാഞ്ഞിട്ടല്ല ഹാജി. അവർക്കെന്നെ വേണ്ടാഞ്ഞിട്ടാണ്.

ഹാജി ഒരുനിമിഷം ഒന്നും പറയാതെ നിന്നു. എന്റെ പരിതോവസ്ഥ കണ്ട് മനസ്സലിയുന്ന ആദ്യത്തെ മുസ്ലീം വൃദ്ധനായിരുന്നു അയാൾ.

എന്തുപണിയും ചെയ്യാമെന്നു പറഞ്ഞപ്പോൾ ഹാജി കൂടെ വിളി ച്ചുകൊണ്ടുപോയി. ഹാജിയുടെ പേരക്കിടാങ്ങൾക്ക് ഞാൻ ആനയായും കരടിയായും മാറി. അപ്പോഴൊക്കെ എന്നെനോക്കി ഹാജി സ്വർണ്ണംകെ ട്ടിയ പല്ലുകാട്ടി ചിരിച്ചു. മാസംതോറും അഞ്ചുമക്കൾ അയക്കുന്ന ഡ്രാഫ്റ്റുകൾ ഒപ്പിട്ടുവാങ്ങി ചെലവുകഴിച്ച് മിച്ചമുള്ളത് ബാങ്കിലടയ്ക്കാൻ പോകുമ്പോൾ കൂട്ടിന് എന്നെയും കൊണ്ടുപോയി.

ഒരുദിവസം ഹാജിയുടെ മൂത്തമകൻ അവധിക്കുവന്നു. ഹാജി പറഞ്ഞു:

"മോനേ ഈ നായരുട്ട്യേക്കൂടി അക്കരയ്ക്കൊന്നു കേറ്റിവിട്ടാ പെരുത്തു പുണ്യം കിട്ടും."

രണ്ടാമനും മൂന്നാമനും നാലാമനും വന്നപ്പോഴും ഹാജി അതു തന്നെ ആവർത്തിച്ചു. ഏറ്റവും ഒടുവിലാണ് അഞ്ചാമത്തെ മകൻ വന്നത്. ഹാജി അടുത്തില്ലാത്ത ഒരവസരത്തിൽ അയാളെന്നെ വിളിച്ചു:

"എന്താ അന്റെ പേര്?"

ഞാൻ പേര് പറഞ്ഞു. അയാൾ വെട്ടാൻ നില്ക്കുന്ന പോത്തിനെ
പ്പോലെയാണ് എന്നെ നോക്കിയത്.

ഒരു ദിവസം ഹാജിയുടെ പേരക്കിടാങ്ങൾക്ക് വേണ്ടി ഞാൻ ആന
കളിക്കയായിരുന്നു. ഏതൊക്കെയോ കുട്ടികൾക്കൊപ്പം അഞ്ചാമത്തവന്റെ
ഭാര്യയും എന്റെ മുതുകിൽ കയറിയിരുന്നു. അതും കണ്ടുകൊണ്ടാണ്
അവളുടെ ഭർത്താവ് കയറിവന്നത്. തമ്മിൽ കാണുമ്പോഴൊക്കെയും
വെട്ടാൻ നില്ക്കുന്ന പോത്തിനെപ്പോലെ എന്നെ നോക്കാറുള്ള ഹാജി
യുടെ അഞ്ചാമത്തെ മകൻ. വന്നപാടെ എന്റെ കഴുത്തിൽ പിടിച്ചുപൊ
ക്കിയിട്ട് അവൻ അലറി:

"അന്നെപ്പറ്റി ഞാങ്കേട്ടിരിക്ക്ണ്. ഞങ്ങ ആറുപേരാണ് സ്റ്റപ്പായ്ക്ക്
ഇപ്പ ഏഴാമത്തോനായി അഭിനയിച്ച് നീയ്യീ കുടുമ്മം ബെടക്കാക്കീ."

എനിക്ക് എന്നോടുതന്നെ പുച്ഛംതോന്നി. ഒരു പട്ടിയെക്കാൾ മനു
ഷ്യനുവില കുറഞ്ഞുപോയ നിമിഷം. പിടിവിടുവിച്ചുകൊണ്ട് ഞാൻ തിരി
ച്ചലറി: "എന്റെച്ഛൻ വേലായുധൻനായരാണ്. ഹാജിയല്ല. മിണ്ടിപ്പോകരു
ത്–ഇനി ഒരക്ഷരം മിണ്ടിയാൽ നിന്റെ നാക്ക് ഞാനരിയും."

ഉടുതുണിക്ക് മറുതുണിയില്ലാത്തവനും ഇത്ര ചങ്കൂറ്റമോ എന്നയാൾ
അത്ഭുതപ്പെട്ടിരിക്കണം.

ഞാനിറങ്ങി നടന്നു. കുറ്റബോധം കനത്തപ്പോൾ മടങ്ങിച്ചെന്നു.
ഹാജി എന്റെ വിശപ്പ് തീർത്തവനാണ്. ആ നന്ദിവേണം. ആരും സ്വന്തം
രഹസ്യ ജീവിതം മറ്റുള്ളവർക്ക് വിട്ടുകൊടുക്കാൻ തയ്യാറാവില്ല. ആ
നിലക്ക് ഹാജിയുടെ മകന് എന്നിൽ സംശയം തോന്നിയതു സ്വാഭാവി
കം.

ഞാൻ പറഞ്ഞു:

"മാപ്പ്"

"പിടിക്കടാ ഹമുക്കിനെ."

ആരൊക്കെയോ വളഞ്ഞു. കത്തുന്ന പ്രതികാരത്തോടെ ഹാജിയുടെ
മകൻ ആജ്ഞാപിച്ചു:

"പിടിച്ചുകെട്ടി ജീപ്പിൽ കേറ്റ്."

പിടിക്കൊടുക്കാതെ ഞാനോടി. ഉച്ച ഉയർന്നു താണിരുന്നതുകൊണ്ട്
നഗരത്തിൽ തിരക്കുകൂടിക്കൊണ്ടിരുന്നു. പോകുന്ന പോക്കിൽ ഞാനെന്റെ
അനുജന്മാരെ കണ്ടു. അവർ നിരത്തുവക്കിൽനിന്ന് പഴകിയ കടലാസു
കൾ ശേഖരിക്കുകയായിരുന്നു.

ഞാൻ ആവുന്നത്ര ഉറക്കെ വിളിച്ചുപറഞ്ഞു:

"ഉണ്ണീ.... വേണു.....കുട്ടിശ്ശങ്കരാ ഇവരെന്നെകൊല്ലും. അതിനുമുമ്പെ
എന്നെ രക്ഷിക്ക്."

ആരോ പറയുന്നതുകേട്ടു:

"ഹാജിയുടെ ആൾക്കാര്യാ അവൻ നോവിച്ചിരിക്കണെ. എങ്ങനെ
രക്ഷപ്പെടാനാണ്?"

ഒടുവിൽ ആരും വരാതായപ്പോൾ എനിക്കും തോന്നി.

ശരിയാണ്. ഹാജിയെ മുഷിപ്പിക്കണമെന്ന് ജീവനിൽ കൊതിയുള്ള ആരെങ്കിലും വിചാരിക്കാൻ പോണുണ്ടോ–? തെറ്റ് എന്റേതുതന്നെയാവും?

ഓടിയോടി ഞാൻ തളർന്ന് തുടങ്ങിയിരുന്നു. ഒടുവിൽ, മുന്നിൽ ഇരുമ്പു സാമാനങ്ങൾ നിരത്തിവെച്ച ഒരു വലിയ കടയുമ്മറത്തു എത്തി വീണു. കനത്ത ആയുധങ്ങൾ തുളഞ്ഞുകേറി എന്റെ പ്രാണൻ പിടഞ്ഞു. കടക്കുള്ളിൽ തിരക്കുള്ള സമയമായിരുന്നു. മുതലാളി അകത്തുനിന്ന് പണിക്കാരനെ വിളിച്ചു. ഇറങ്ങിവന്നത് എന്റെ അച്ഛനായിരുന്നു. എന്റെ സ്വന്തം അച്ഛൻ. 'രക്ഷിക്കണേ–' എന്ന് ഞാൻ അച്ഛനെനോക്കികേണു.

അച്ഛൻ പറഞ്ഞു:

"നോക്ക്–ഈ തിരക്കുള്ള സമയത്തു തന്നെ വരണമായിരുന്നോ നിനക്ക്? എടുത്തുമാറ്റി വല്ല ഓടയിലും കിടത്താൻ എന്റെ മുതലാളി പറ ഞ്ഞില്ലല്ലോ–അതല്ലേ മനുഷ്യത്വം!"

അതുകേട്ട് ഞാൻ ചിരിച്ചു. കിടന്നകിടപ്പിൽ ചിരിച്ചു. പിന്നെ തുപ്പി യതു ചോര.

"അയ്യോ–എന്റെ മോൻ ചോരതുപ്പുന്നു....." എന്ന് പട്ടിണിക്കാരനായ എന്റെ അച്ഛൻ അപ്പോഴാണ് വിലപിച്ചത്. അതുകേട്ട് നില്ക്കുന്നവർ ഇള കുമെന്നൊന്നും ഞാൻ വ്യാമോഹിച്ചില്ല. അതുവരെ നിശ്ശബ്ദനായിരുന്ന മുതലാളിമാത്രം അച്ഛനെ വിളിച്ചു പറയുന്നതുകേട്ടു:

"എങ്ങോട്ടെങ്കിലും വലിച്ചുമാറ്റിയിട്. ചോരകണ്ടാൽ എനിക്കു തല ചുറ്റും."

എന്റെ അച്ഛന്റെ, അതായത് സാക്ഷാൽ എരച്ചമ്പുറത്ത് വേലായു ധൻനായരെന്ന ഇ.വേലായുധൻനായരുടെ കണ്ണുകൾ കാണെക്കാണെ രൂക്ഷമായതുമാത്രം എനിക്കോർമ്മയുണ്ട്. പിന്നെ ആ ഓർമ്മയും മങ്ങി.

ഒരു പൂ നുള്ളി മാറ്റുംപോലെ

രാത്രി പന്ത്രണ്ടുതവണ ക്ലോക്ക് അടിക്കുന്നതുവരെ ഞാനുറങ്ങി യിട്ടേയില്ല. വീട്ടിൽ ഒരാൾ വരാനുണ്ടെങ്കിൽ അങ്ങനെയാണ്. പന്ത്രണ്ടു മണിവരെ എങ്ങനെയൊക്കെ പിടിച്ചുനിന്നു എന്ന് എനിക്കേ അറിയാവൂ. ഉടനെ വന്നേക്കും – ഉടനെ വന്നേക്കും – പതിവായി അവൻ വരാറുള്ള സമയം ആകുന്നതേയുള്ളൂ' എന്നിങ്ങനെയുള്ള സമാധാനത്തിൽ മന സ്സിനെ തളച്ച് കിടക്കയിൽത്തന്നെ ഉണർന്ന് കിടപ്പായിരുന്നു. പന്ത്രണ്ടുമ ണി അടിയ്ക്കുന്നതു കേട്ടപ്പോൾ ഉള്ളിൽ ഒരു ഞെട്ടൽ. ഇത്ര നേരമാ യിട്ടും എന്റെ മോൻ വന്നില്ലല്ലോ– ഇന്ന് പതിവില്ലാതെ അവനെവിടെ പ്പോയിരിക്കും?

പിന്നീട് ഭിത്തിയിലിരുന്ന ക്ലോക്കിന്റെ ഓരോ നിമിഷസൂചനയും ഓരോ കനത്ത താഢനമായി എന്നിൽ വന്നു പതിച്ചു. ഞാൻ ചെവി യോർത്തുകൊണ്ടേ കിടന്നു. ഇരുമ്പുഗേറ്റിന്റെ കൊളുത്ത് ആരോ ഊരി യശബ്ദമല്ലേ കേട്ടത്? പിന്നീട് മുറ്റംവരെ നടന്നെത്തിയ കാലൊച്ചയും കേട്ടില്ലേ? ഉടനെ ഉമ്മറവാതിൽക്കൽ മുട്ടുകേൾക്കും. കൂടെ 'അമ്മേ' എന്ന വിളിയും.

പക്ഷേ കുറേനേരം കാത്തിരുന്നിട്ടും പിന്നീട് യാതൊന്നുമുണ്ടായില്ല. ഉറക്കം കൺപോളകളിലൂടെ ഇടിച്ചുകയറാൻ ശ്രമിക്കുന്നുണ്ട്. എന്നാൽ എങ്ങനെ കഴിയാനാണ് ഒന്നു മനസ്സുവിട്ടുറങ്ങാൻ? ഒരിക്കലും ഒരു രാത്രി യിലും എന്റെ മകൻ ഇത്രയും വൈകാറുള്ളതല്ല. അഥവാ അങ്ങനെ യൊരു സാഹചര്യമുണ്ടായാൽത്തന്നെ ആളെ പറഞ്ഞയച്ചോ അടുത്ത വീട്ടിലേക്കു ഫോൺ ചെയ്തോ അവൻ അതറിയിക്കാൻ മറന്നു പോവു കയുമില്ല. എന്നാലും, എന്റെ മകനേ, നിനക്കറിയാത്തതാണോ അമ്മയി വിടെ തനിച്ചാണെന്ന്!

ഇതെത്രാമത്തെ തവണയാണ് കട്ടിലിൽ എഴുന്നേറ്റിരിക്കുന്നതെന്ന് ഓർമ്മയില്ല. മുറിയിലെ നിറഞ്ഞ വെളിച്ചത്തിൽ ഉറങ്ങാതെ കാത്തിരി ക്കുമ്പോൾ കൂടുതൽ ഒറ്റപ്പെടുന്നതുപോലെ. എഴുന്നേറ്റ് ചെന്ന് ഉമ്മറ ത്തെതൊഴിച്ച് എല്ലാ വിളക്കുകളും അണച്ചു വന്നു കിടന്നു. ഉറക്കം വരാതെ അങ്ങോട്ടുമിങ്ങോട്ടും തിരിയുമ്പോൾ കട്ടിൽകാലുകൾ കൂടെ ക്കൂടെ തേങ്ങി താനൊറ്റയ്ക്കല്ലെന്നറിയിച്ചു. ഇരുട്ടിൽ, നിറംമങ്ങിയ നാലു ഭിത്തികൾ അടുത്തുവന്ന് കണ്ണിനുമുമ്പിൽനിന്നു – കാവൽക്കാരായി. പണ്ടെന്നോ അഭിമന്യുവിന്റെ അച്ഛനുള്ളപ്പോൾ വെള്ളപൂശിയ ഭിത്തികൾ വല്ലാതെ മുഷിഞ്ഞിട്ടുണ്ടെന്ന് ഒരുനാൾ തോന്നുകയുണ്ടായി. കട്ടിലിന്റെ മേക്കട്ടിയിൽ ചുരുട്ടിവച്ച പഴകിയ കൊതുകുവലപോലെ. തൂവെള്ളനിറ മായിരുന്നു മുമ്പ് ആ കൊതുകുവലയ്ക്ക്. രാത്രിയിൽ മൂത്രമൊഴി യ്ക്കാനോ മറ്റോ എണീയ്ക്കുമ്പോൾ 'ഞാനിവിടെയുണ്ട്' എന്നർത്ഥ ത്തിൽ സ്വന്തം വെണ്മ പൊലിപ്പിച്ചുകാട്ടി അതെനിക്ക് ധൈര്യം തരുമാ യിരുന്നു. ക്രമേണ അത് തീരെ നിറംമങ്ങുകയും അവിടവിടെ കീറുകയും ചെയ്തപ്പോൾ ചുരുട്ടിക്കൂട്ടി മുകളിലേക്കിട്ടു.

"അമ്മക്കൊരു പുത്യേ കൊതുവല മേടിക്കണം." ഒരു ദിവസം മുറി യിലേക്ക് വന്ന മകൻ പറഞ്ഞു.

പണത്തിന്, അതും നിസ്സാരമായ ജീവിതാവശ്യങ്ങൾക്ക് പോലും വല്ലാതെ ബുദ്ധിമുട്ടുന്ന കാലം.

ഞാൻ പറഞ്ഞു.

"വേണ്ട മോനേ – എനിക്കിത്രയായി. ഇനീള്ള ചോരയിൽനിന്നും കുറച്ച് കൊതുകുകളും കുടിച്ചോട്ടെ. നിന്റെ കാര്യം അങ്ങനെയല്ലല്ലോ. നീയിപ്പോൾ നന്നെ ചെറിയ കുട്ടിയൊന്നുമല്ല. നിനക്കും വേണ്ടേ സ്വന്ത മായി ഒരു വല. അങ്ങനെ സ്വന്തമായി ഓരോന്നും? ഇനിയെന്നാണതെല്ലാം ഉണ്ടാക്കുന്നത്?"

മറുപടി പറയുന്നതിന് മുമ്പേ തെക്കോട്ട് തുറന്നിട്ട ജനലിന്നടു ത്തേക്ക് എന്നെ അവൻ കൂട്ടിക്കൊണ്ടുപോയി. ജനലിലൂടെ റെയിൽവെ സ്റ്റേഷന്റെ പിറകുവശവും ആ പരിസരത്തെ കൂലിക്കാരുടെ കോളനിയും കാണാമായിരുന്നു. കൽക്കരിയും ചളിയും കൂടിക്കലർന്ന് നന്നെ കറുപ്പു നിറമായ ചതുപ്പിൽ അതേ നിറത്തിലുള്ള നിരവധി കൂരകൾ. എന്റെ മകൻ അങ്ങോട്ട് നോക്കി ചോദിച്ചു:

"അമ്മക്കറിയോ – അവിടെയുള്ള എത്രപേർക്ക് സ്വന്തമായൊരു വല യുണ്ടെന്ന്? ദിവസം മുഴുവനും അവർ പോത്തിനെപ്പോലുള്ള കൊതുകു കളുടെ കടികൊള്ളുന്നു."

"ശരിയാവും. ആ ചേരികളിലുള്ള മിക്കവാറും എല്ലാവരും എരുമ യെയോ പശുവിനെയോ വളർത്തുന്നുണ്ട്. വൃത്തിയും വെടിപ്പുമില്ലാത്ത തൊഴുത്തുകളിൽനിന്ന് അത്രയധികം കൊതുകുണ്ടായില്ലെങ്കിലേ അത്ഭു തമുള്ളൂ."

മകൻ പറഞ്ഞു

"എങ്കിലും ഈ പട്ടണത്തിലെ സമ്പന്നന്മാരോളം ദുഷ്ടരാവില്ലമ്മേ ആ കൊതുകുകൾ. അവരെ സഹിക്കുന്ന ആ പാവങ്ങൾക്ക് കൊതുകു കടി ഒരു പ്രശ്നമേയല്ല. അവർക്ക് വേണ്ടി എന്തെങ്കിലുമൊക്കെ ചെയ്യുന്ന എനിക്കും അങ്ങനെത്തന്നെ."

"അങ്ങനെയെങ്കിൽ ഞാൻ നിന്റെ അമ്മയല്ലേ? നിനക്ക് ആവശ്യമി ല്ലാത്തത് എനിക്കെന്തിനാണ്?"

മകൻ ചിരിച്ചു. അമ്മയ്ക്കുവേണ്ടി ഒരു കൊതുകുവല വാങ്ങുന്ന തിൽനിന്നും അതോടെ അവൻ പിന്തിരിഞ്ഞിരിക്കണം. പിന്നെ ജനലരി കത്തുനിന്നും പോരുമ്പോൾ അവനോടു പറഞ്ഞു:

"മോനേ, സത്യത്തിൽ അമ്മ നിന്നോട് പറഞ്ഞത് ഒരു കൊതുകുവ ലയുടെ കാര്യമൊന്നുമല്ല. എന്താ നീയെത്രക്കു കുട്ടിയാണോ? സത്യം പറ യൂ. അമ്മ ഉദ്ദേശിച്ചത് നിനക്കു മനസ്സിലാവാഞ്ഞിട്ടാണോ...?"

അവൻ എനിക്ക് അഭിമുഖമായി നിന്നു. എന്നിട്ട് എന്റെ താടി പിടി ച്ചുയർത്തി.

"ഓ അതാണോ–എന്താണ് എന്റെ അമ്മ പറയുന്നത്– എനിയ്ക്കത്ര പ്രായമായെന്നോ... മുപ്പത്തഞ്ചുവയസ്സ് അത്രയ്ക്കധികമാണോ? ദേ അമ്മ എന്റെ മുഖത്തു നോക്കിയാട്ടെ., ശരിക്കും ഞാൻ വയസ്സനായിട്ടുണ്ടോ...?"

എന്റെ മൗനം അവനെ ചിന്തിപ്പിച്ചെന്നു തോന്നുന്നു.

"ഒരുപക്ഷേ അമ്മ പറയുന്നത് ശരിയാവും."

അവൻ പറഞ്ഞു:

"പക്ഷേ എനിക്കിനിയും എത്രയോ കാര്യങ്ങൾ ചെയ്തുതീർക്കാ നിരിക്കുന്നു. അതുകൂടി കഴിഞ്ഞിട്ടുപോരെ അമ്മ പറയുന്നതുപോലെ ഞാനൊരു വലയ്ക്കുള്ളിലാകാൻ?"

അല്ലെങ്കിലും അവനങ്ങനെയാണ്. അവന്റെ അച്ഛന്റെ പ്രകൃതം. എത്ര ചെറിയ കാര്യവും പരത്തിപ്പറഞ്ഞു വലുതാക്കാൻ നല്ല കഴിവാ ണ്. ഒടുവിൽ സ്നേഹപൂർവ്വം അടിയറവു പറയാനാവും മനസ്സ് ഇഷ്ട പ്പെടുക.

രാത്രിയുടെ കറുപ്പ് കാവൽനിന്ന വെൺഭിത്തികളെ മൂടി. പിന്നീടെ പ്പോഴോ ഒരു ദുഃസ്വപ്നത്തിന്റെ കറുത്ത നൂലിൽ അവനിറങ്ങിവന്നു.

എന്റെ മോൻ...

"അമ്മേ"

പടിക്കൽനിന്നേ വിളിച്ചു ബഹളമുണ്ടാക്കിയാണവൻ വന്നത്. അടു ത്തെത്തിയപ്പോൾ പറഞ്ഞു:

"ഒന്നു പതുക്കെ. അയൽപക്കത്തുള്ളവർ ഉറങ്ങിക്കോട്ടെ. നിനക്കി പ്പോൾ പകലാവും. നാട്ടുകാർക്ക് നട്ടപ്പാതിരയാ."

അനുസരണയുള്ള ആട്ടിൻകുട്ടിയെപ്പോലെ അവൻ ശാന്തനായി.

"അമ്മേ ഞാൻ വല്ലാതെ വൈകിയോ?"

"ഇല്ലമോനെ" എന്റെ മനസ്സിന്റെ മുറുക്കിവച്ച ഇഴകളും അയഞ്ഞു.

"നീ വന്നല്ലോ അതുമതി." ഷർട്ടഴിച്ചിട്ട് കുളിമുറിയിലേക്കുപോകു
ന്നവഴി അവൻ അടുക്കളയിലേക്ക് വന്നു.

"അമ്മേ. എന്റെ ചൂടുവെള്ളം തണുത്തുപോയോ?"

ഞാനവന് കുളിക്കാനുള്ള വെള്ളം വീണ്ടും ചൂടാക്കുകയായിരുന്നു
അപ്പോൾ. അവൻ അടച്ചുവെച്ച പാത്രങ്ങളുടെ മൂടിമാറ്റി ഓരോന്നും മണ
ത്തുനോക്കിക്കൊണ്ട് ചോദിച്ചു:

"അമ്മേടെ കറിക്കിന്ന് എന്തിന്റെ മണമാണ്?"

ഓരോ ദിവസവും ഞാൻ അവനുവേണ്ടി ഉണ്ടാക്കുന്ന കറികൾക്ക്
ഓരോ പ്രത്യേക മണം വേണമെന്ന് അവൻ നിർബ്ബന്ധിക്കാറുണ്ടായിരു
ന്നു. പച്ചവെളിച്ചെണ്ണയുടെ, വെളുത്തുള്ളിയുടെ, കോഴിയിറച്ചിയുടെ അങ്ങ
നെയങ്ങനെ...

ഊണു കഴിച്ചുകൊണ്ടിരുന്നപ്പോൾ ഞാൻ ചോദിച്ചു: "എന്നാലും
ഈ വീട്ടിൽ നിന്റമ്മ, തനിച്ചേ ഉള്ളൂ എന്ന് നീ ഓർക്കാത്തതെന്ത്?"

അവന്റെ ബഹളത്തോടെയുള്ള ചിരി. പിന്നെ ഒരുപാട് ചോദ്യങ്ങൾ:
"അമ്മക്കര്യോ – എന്റെ ജോലിത്തിരക്ക്? എത്രപേർക്ക് ആശ്വാസവും
ധൈര്യവും പകർന്നുകൊടുക്കണം? എത്രപേരുടെ മനസ്സിലെ രോഷാഗ്നി
കെടാതെ സൂക്ഷിക്കണം?"

പെട്ടെന്ന് അടുക്കളയിൽ ഏതോ പാത്രം വീണു കരഞ്ഞു. പൂച്ച
തട്ടിയിട്ടതാവും. കണ്ണുതുറക്കുമ്പോൾ പുറത്തേക്കുള്ള ചില്ലുജാലകത്തി
ലൂടെ വെളിച്ചത്തിന്റെ ഒരു ചീള്. അല്ലാ മുൻവശത്തെ ബൾബ് ഇപ്പോഴും
എരിയുന്നല്ലോ– ഇതുവരെയും എന്റെ മകൻ വന്നില്ലെന്നോ!

എഴുന്നേറ്റുചെന്ന് മുറിയിലെ ലൈറ്റിട്ടു. ക്ലോക്കിൽ മണി മൂന്നാവാൻ
ഏതാനും നിമിഷങ്ങൾ മാത്രം. അല്പംകൂടി കഴിഞ്ഞാൽ തൊട്ടടുത്ത
അമ്പലത്തിലേക്ക് ഇതുവഴിപോകുന്ന പൊറ്റിയുടെ നാമജപം കേൾക്കാം.
ആലോചിക്കുംതോറും ശരീരത്തിനു ഭാരം കൂടിക്കൂടിവരുന്നു. ലൈറ്റണ
യ്ക്കാതെ വീണ്ടും കട്ടിലിൽ വന്നുകിടന്നു.

മച്ചിൻപുറത്ത് ആരോ പരതുന്ന ശബ്ദം. മരപ്പട്ടിയുണ്ടാവുമോ?
സൂക്ഷിച്ചു നോക്കിയപ്പോൾ മച്ചിലെ വാർണ്ണീഷുപോയ മരപ്പലകകളിൽ
മരപ്പട്ടിയുടെ മൂത്രമൊലിച്ചിറങ്ങി ഉണങ്ങിയ പാടുകൾ...

കുഞ്ഞുണ്ണിയമ്മാവനാണ് ഒരിക്കൽ അമ്പലപ്പറമ്പിൽനിന്ന് മരപ്പട്ടിയെ
ഓടിച്ചത്. അമ്പലപ്പറമ്പിലെ വലിയ പ്ലാശുമരത്തിൽ നിറയെ പ്രാവുകളു
ണ്ടായിരുന്നു. എന്നും രാവിലെ പ്ലാശിൻ ചുവട്ടിൽ കഴുത്തൊടിഞ്ഞ് വിള
റിയ ഒരു പ്രാവിന്റെ മൃതശരീരമുണ്ടാവും– രാവിലെ നടക്കാനിറങ്ങുന്ന
കുഞ്ഞുണ്ണിയമ്മാവനു കണികാണാനായി. ഈ മിണ്ടാപ്രാണികൾ ദിവ
സേന ഒന്നും രണ്ടും വീതം ചത്തു വീഴുന്നതെങ്ങനെയെന്നറിയാതെ രാത്രി
കൾതോറും കുഞ്ഞുണ്ണിയമ്മാവന് ഉറക്കം നഷ്ടപ്പെട്ടു. ഒരുദിവസം രാത്രി
ആരോടും പറയാതെ ഒറ്റയ്ക്ക് അദ്ദേഹം അമ്പലപ്പറമ്പിൽ ഒളിച്ചിരുന്നു.
നേരം നല്ലവണ്ണം ഇരുട്ടി. ആളും അനക്കവും നിന്നപ്പോൾ പ്ലാശുമരക്കൊ
മ്പിൽനിന്നും ഒരു കരച്ചിൽ കേട്ടു. ഒപ്പം കഴുത്തൊടിഞ്ഞ ഒരു പ്രാവിന്റെ

ദേഹം താഴെ വന്നു വീഴുകയും ചെയ്തു. ചോരവാർന്നുപോയ അത് മുന്നിൽക്കിടന്ന് അവസാനത്തെ പിടച്ചിലും പിടഞ്ഞു. മരച്ചുവട്ടിലേക്ക് ഓടിയെത്തി മുകളിലേക്ക് ടോർച്ചടിച്ചു നോക്കിയപ്പോൾ മരക്കൊമ്പിൽനിന്നും ചാടിയിറങ്ങി ഏതോ ജന്തു എങ്ങോട്ടോ ഓടിപ്പോയി. അതി രൂക്ഷമായ അതിന്റെ നോട്ടം കുഞ്ഞുണ്ണിയമ്മാവനെ ഭയപ്പെടുത്തിയില്ല. പിറ്റേന്നും അതിന്റെ പിറ്റേന്നും കുഞ്ഞുണ്ണിയമ്മാവൻ ഒറ്റയ്ക്ക് ഒരു മുള വടിയുമായി ഇരുട്ടിൽ കാത്തുനിന്ന് ആ മരപ്പട്ടിയെ ഓടിച്ചു. ആ രണ്ടുദി വസങ്ങളിലും പ്ലാശിൻചുവട്ടിൽ പ്രാവുകൾ ചത്തുവീണില്ല. അടുത്തദി വസവും പതിവുപോലെ മുളവടിയുമായി ചെന്നതായിരുന്നു അമ്മാവൻ. പെട്ടെന്ന് മരപ്പട്ടികൾ പിന്നിലൂടെ ചാടിവീണു. അവ ഒന്നും രണ്ടുമല്ലായി രുന്നു. പ്രതീക്ഷിക്കാതെ... ആക്രമിക്കപ്പെട്ടപ്പോൾ കുഞ്ഞുണ്ണിയമ്മാവൻ നിസ്സഹായനായിപ്പോയി...

ആ കുഞ്ഞുണ്ണിയമ്മാവന്റെ കഥ എന്റെ മോന് അറിയാമോ എന്തോ? എന്തായാലും ഇന്നവൻ തിരിച്ചെത്തുമ്പോൾ ശത്രു എപ്പോഴും ഒറ്റക്കാ യിരിക്കില്ലെന്ന് അവനെ ഓർമ്മിപ്പിക്കണം.

അകലത്തല്ലാതെ, ചരൽവഴിയിറങ്ങിവരുന്ന കുതിരവണ്ടിയുടെ താളാ ത്മകമായ ശബ്ദം. ഒപ്പം സ്വന്തം പ്രജ്ഞയുടെ കരകളും കവിഞ്ഞൊഴു കി. ഉവ്വ്. കുഞ്ഞുണ്ണിയമ്മാവനും ഇങ്ങനെ ശബ്ദമുണ്ടാക്കിയോടുന്ന ഒരു കുതിരവണ്ടിയുണ്ടായിരുന്നു. കിടങ്ങിൽ വീണ് കുതിരയുടെ കാലൊടി ഞ്ഞതിൽപ്പിന്നെ കുടമണികെട്ടിയ ഒരു കാളയാണ് വണ്ടി വലിച്ചത്. കാലൊടിഞ്ഞ കുതിരയെ കാട്ടിലേക്കഴിച്ചുവിടുകയോ കുത്തിവെച്ചു കൊല്ലിക്കുകയോ ചെയ്യാൻ പലരും ഉപദേശിച്ചു. അമ്മാവൻ കൂട്ടാക്കിയി ല്ല. വയസ്സായി ചാകുന്നതുവരെയും അമ്മാവൻ അതിനെ പോറ്റി. പക്ഷേ കുടമണി കെട്ടിയ കാളയ്ക്കു പകരം ചത്തുപോയ കുതിരയാണല്ലോ ഇപ്പോൾ വണ്ടിവലിക്കുന്നത്. മുറ്റത്തോളം വന്നുനിന്ന വണ്ടിയിലിരുന്ന് കുഞ്ഞുണ്ണിയമ്മാവൻ വിളിക്കുന്നു:

"മീനാക്ഷ്യേ" അമ്മാവന്റെ വിളി കേൾക്കുമ്പോൾ ഇന്നും ഭയം തോന്നുന്നുണ്ട്. ഒന്നാലോചിച്ചാൽ എന്തിനാണ് ഭയപ്പെടുന്നത്? തന്റെ കുഞ്ഞുണ്ണിയമ്മാവനല്ലേ വിളിക്കുന്നത്. അമ്മാവൻ ജീവിതത്തിൽ ഒരു നിമിഷവും പാഴാക്കാതിരുന്ന ആളാണ്. ഒരു വാക്കും വെറുതെ പറയാ ത്തവനാണ്. എന്നിട്ടും ഈ വിളി എന്തിനാണാവോ...? തീർച്ചയായും അതു വെറുതെയാവില്ല എന്നോർക്കുമ്പോഴാണ് ഭയം ഇരട്ടിക്കുന്നത്.

"മീനാക്ഷ്യേ..." കുഞ്ഞുണ്ണിയമ്മാവൻ വീണ്ടും വിളിച്ചപ്പോൾ കണ്ണു തുറന്നു. പക്ഷേ അപ്പോഴേക്കും കുതിരവണ്ടി ഓടാൻ തുടങ്ങിയിരുന്നു. ക്രമത്തിൽ വേഗംകൂട്ടി ചരൽവഴിയിറങ്ങിയോടുന്ന വണ്ടിച്ചക്രങ്ങളുടെ ശബ്ദം ഉമ്മറത്തെ അടഞ്ഞ വാതിൽക്കലോളം എത്തുന്നുണ്ട്. അതോ വാതിലിൽ ആരോ മുട്ടുന്നതോ...?

എന്തായാലും നേരം നല്ലവണ്ണം പുലർന്നിട്ടുണ്ട്. പുറത്ത് കാക്കകളും കിളികളും ഒച്ച വെയ്ക്കുന്നു.

കണ്ണ് തിരുമ്മിക്കൊണ്ട് വാതിൽ തുറന്നു. മഞ്ഞിന്റെ നേർത്ത ശീല നടുവെ കീറി ആരോ മുന്നോട്ടു വരുന്നു.

"ആരാണ്?"

"ഞാൻ അഭിമന്യുവിന്റെ സുഹൃത്താണ്."

'എന്തുപറ്റി? അവനിനി അമ്മയെ വേണ്ടെന്നു പറഞ്ഞയച്ചോ?'

ചെറുപ്പക്കാരൻ തലകുനിച്ച് നിന്ന് പതുക്കെ പറഞ്ഞു.

"ഇന്നലെ അമ്പലപ്പറമ്പിനടുത്തുവെച്ച് ആരോ...ചോരയൊലിച്ച് കെട ക്കുമ്പോഴാ കണ്ടത്. ഉടനെ ആസ്പത്രിയിൽ എത്തിച്ചെങ്കിലും...

വേണ്ട ഇനി കേൾക്കാനുള്ള ശക്തിയില്ല. മഞ്ഞിന്റെ നേർത്ത ശീല കൾ മുറികൂടി വരുന്നു. ചെറുപ്പക്കാരൻ ഇപ്പോൾ ആ തിരശ്ശീലയ്ക്ക് അപ്പു റത്താണ്. വാതിൽപ്പടിമേൽ നിന്നും പിടുത്തം വഴുതിപ്പോവുന്നു. ഒന്നു ചോദിച്ചോട്ടെ. "അമ്പലപ്പറമ്പിലിപ്പഴും മരപ്പട്ടീണ്ടോ...? എന്റെ മോൻ... എന്റെ മോൻ... എത്ര മിണ്ടാപ്രാണികളെ രക്ഷിച്ചിട്ടുണ്ടാവും?"

"ഒരുപാട്" എന്നു പറയാൻ ചെറുപ്പക്കാരന്റെ നാക്കും കൈകളും മുതിർന്നുവെന്നു തോന്നി. പക്ഷേ അതിനു മുമ്പേ അയാൾക്ക് ഓടി വന്ന് എന്നെ താങ്ങേണ്ടതായി വന്നിരിക്കണം.

കടൽക്കരയിൽ

അളന്നുമുറിച്ച വാക്കുകളേ അവൾ പറയാറുള്ളൂ. അവനെ പരിച യപ്പെടുന്നതിനു മുമ്പും.

ഹോസ്റ്റലിലെ ഇരുണ്ട സായാഹ്നങ്ങളിൽ വിമോചനത്തിന്റെ പടഹ ധ്വനികളുമായാണ് പ്രദീപ് ഓരോ തവണയും വന്നത്. ഹോസ്റ്റലിന്റെ പൂമുഖംവരെ അവന്റെ മോട്ടോർസൈക്കിൾ ശബ്ദവും വായുവും ഒരവ കാശംപോലെ മലിനപ്പെടുത്തി.

തിളങ്ങുന്ന കണ്ണുകളും കുറുകിയ കഴുത്തുമുള്ള തടിച്ചുകൊഴുത്ത പൂച്ചയെപ്പോലെയായിരുന്നു മേട്രൺ. കാണുമ്പോഴൊക്കെ അവർ സുനി തയോടു പറഞ്ഞു:

"ഇവിടെ എത്രയോ പെൺകുട്ടികളുണ്ട്! ആരോടെങ്കിലും ഒന്നു മിണ്ടിയും പറഞ്ഞുമിരുന്നാൽ നിന്റെ ഈ മൂകതയ്ക്ക് മാറ്റം വരില്ലേ?"

മറുപടി പറയാതെ പതിഞ്ഞ കാലൊച്ചയുമായി അവൾ നടന്നു പോകാറാണ് പതിവ്. പിന്നീട് ഹോസ്റ്റലിന്റെ ടെറസ്സിൽ ഏകാന്തതയിലി രുന്ന് മൗനത്തിന് ഭാഷ്യം നൽകാൻ ശ്രമിക്കും. അകലെ റോഡരികിൽ വളർത്തിയ അരണമരങ്ങളുടെ സൂചിമുഖം എന്നെങ്കിലും ആകാശം തുള ച്ചുകയറുമോ എന്നായിരിക്കും ചിന്ത.

രോഹിണി പറഞ്ഞു:

"സുനിതാ-നീ കെട്ടിനില്ക്കുന്ന വെള്ളമാണ്. എങ്ങോട്ടും ഒഴുകാ നില്ലാത്തതാണീ ഉറഞ്ഞ മൗനത്തിനു കാരണം. ഇടയ്ക്കെങ്കിലും ഈ പളുങ്കുവെള്ളം തട്ടിത്തെറിപ്പിക്കാൻ മോട്ടോർ സൈക്കിലും കൊണ്ടു വരുന്ന പ്രദീപ് നിനക്കു പറ്റിയ കമ്പനിയാവും."

തണുത്ത കൈപ്പത്തികൾ കൊണ്ടു തലോടിയാണ് പിന്നീട് ദിവസ ങ്ങൾക്ക് ശേഷം വീണ്ടും മൗനം അവളെ കീഴ്പ്പെടുത്തിയത്.

ഇപ്പോൾ നാലു ദിവസമായിരിക്കുന്നു അവൻ വന്നിട്ട്.

ദീർഘ ചതുരാകൃതിയിൽ വെട്ടിയുണ്ടാക്കിയ ലോണിനു ചുറ്റും കുറെ യാവർത്തി നടന്നു തീർത്തിട്ടവൾ വിചാരിച്ചു. ഈ നാലു ദിവസംകൊണ്ട് കപ്പൽച്ചേതം സംഭവിച്ച ഏതോ നാവികന്റെ മനസ്സായിരിക്കുന്നു എനിക്ക്.

"കഴിഞ്ഞ നാലു ദിവസവും ഞാനവനെ ടെറസ്സിൽനിന്നും കണ്ടിരുന്നു രോഹിണീ-"

അവൾ കൂട്ടുകാരിയോട് പറഞ്ഞു:

"സ്വിമ്മിങ് പൂളിലേക്കുള്ള വഴിയേ- കടൽത്തീരത്തേക്കുള്ള വഴിയേ- റെസ്റ്റോറന്റിലേക്കുള്ള വഴിയേ – ഒരു മിന്നൽ പോലെ- അവന്റെ അതേ മോട്ടോർ സൈക്കിളിന്റെ ശബ്ദം – അതേ വേഗത – പിറകിൽ വേറൊരുത്തിയുമുണ്ടായിരുന്നു."

"നിനക്കു തോന്നിയതാവും."

രോഹിണിക്കു ചിരിവരുന്നുണ്ടായിരുന്നു.

"അല്ലെങ്കിൽത്തന്നെ നീ ആവശ്യമില്ലാതെ വളരെ വളരെ സീരിയസ്സാവുന്നു. ഇതിലൊക്കെ എന്തിരിക്കുന്നു അതിനു മാത്രം?"

ടെറസ്സിൽ വന്നു നിന്നപ്പോൾ വഴിയരികിലെ നീണ്ടുമെലിഞ്ഞ അരണ മരങ്ങൾ വലിയ പക്ഷിത്തൂവലുകളാണെന്നു തോന്നി; അജ്ഞാതനായ ആരോ ഈ വൃക്ഷത്തൂവലുകൾ നീട്ടി പ്രപഞ്ചമാകെ വീശിത്തണുപ്പിക്കുന്നതായയും

സുനിത തന്നോടുതന്നെ ചോദിച്ചു:

"നീയും ഈ പ്രപഞ്ചത്തിന്റെ ഭാഗമല്ലേ? നിനക്കുകൂടി ഈ ശാന്തി, ഈ കുളിർമ്മ അവകാശപ്പെട്ടതല്ലേ?"

അതേ, എന്ന്, അകലെ നിന്നും മോട്ടോർ സൈക്കിളിന്റെ പരിചയമുള്ള ശബ്ദം കേട്ടപ്പോൾ തോന്നി.

പ്രദീപ് ഇത്തവണ ഹോസ്റ്റലിലേക്കു തന്നെയായിരുന്നു വന്നുകൊണ്ടിരുന്നത്. എത്ര പറഞ്ഞാലും കുറയ്ക്കാത്ത അതേ വേഗതയോടെ- അതേ തിടുക്കത്തോടെ.

ഇങ്ങുവരട്ടെ. അവൾ ഈർഷ്യയോടെ കോണിപ്പടികൾ ഇറങ്ങി. മോട്ടോർസൈക്കിൾ മുറ്റത്തുവെച്ച് ഒരിളം കാറ്റുപോലെ ഓടിക്കയറിവന്ന് പ്രദീപ് "ഹായ് സുനിത" എന്നു ബഹളമുണ്ടാക്കികൊണ്ടു കെട്ടിപ്പിടിച്ചെങ്കിൽ ഈ പിണക്കങ്ങളത്രയും ഒരു നിമിഷംകൊണ്ട് തീർന്നേനെ എന്നവൾക്കു തോന്നി. ചവിട്ടുപടികളിറങ്ങി താഴെയെത്തി ഒരു നിമിഷം അവൾ നിന്നു.

വിസിറ്റേഴ്സ് റൂമിൽ ഇപ്പോൾ റീത്തയോ കോമളമോ ഇരുന്നു വല്ലതും വായിക്കുന്നുണ്ടാവും. അതുമല്ലെങ്കിൽ പുറത്ത് ലോണിൽ. വഴിയേപോകുന്ന ആൺപിള്ളേരെ കമന്റടിച്ചുകൊണ്ട് എലിസബത്തും കൂട്ടുകാരും. പ്രദീപിനെ കണ്ട് ഇവരിൽ ആരെങ്കിലും ഒരാൾ "സുനിതയ്ക്കു വിസിറ്റർ" എന്ന ദൗത്യവുമായി ഇപ്പോൾ ഓടിവന്നേക്കും. അതിനുമുമ്പേ വിസിറ്റേഴ്സ് റൂമിലേക്ക് കടന്നുചെന്നു.

പ്രദീപ് രോഹിണിയോട് സംസാരിച്ചു നില്ക്കുകയായിരുന്നു. രോഹിണി നിവർത്തിപ്പിടിച്ച ഏതോ മാസികയുമായി അവന്റെ മുഖ ത്തേക്കുതന്നെ നോക്കിയിരിക്കുന്നു.

നേരെ എതിർഭാഗത്ത് ഭിത്തിയിൽ തൂക്കിയിട്ടുള്ള ഏതോ മദാമ്മ യുടെ പടത്തിൻമേൽ ഒരെട്ടുകാലി– മേട്രൺ എത്ര വൃത്തിയായും വെടി പ്പായും സൂക്ഷിക്കുന്ന ഭിത്തികളാണ്. എന്നിട്ടും കറുത്തുവികൃതമായ ഈ രൂപം എവിടന്നുവന്നു? കാലുകൾ പരത്തിവെച്ച് എട്ടുകാലി പതുക്കെ മദാമ്മയുടെ മുഖത്തേക്ക് നീങ്ങി. അവിടെനിന്ന് കീഴോട്ട് വെളുത്തുനീണ്ട കഴുത്തിലേക്കും അവിടെനിന്ന് –

"ഹായ് സുനിതാ–"

പെട്ടെന്ന് അവളുടെ ശ്രദ്ധ ഞൊടിയിടയിൽ പറിച്ചുനട്ടുകൊണ്ട് പ്രദീപ് പറഞ്ഞു:

"വേഗം ഡ്രസ്സ് ചെയ്തുവാ. നമുക്കൊരിടത്തുപോകാം."

സുനിത പൊട്ടിത്തെറിച്ചു.

"യൂ ബാസ്റ്റാഡ്! നീ വളർത്തുന്ന പട്ടിയല്ലേ ഞാൻ. എന്നെ വിളി ക്കാൻ മറ്റാരും വരാനില്ലെന്ന് കരുതിയിട്ടല്ലേ നീ–?

അവൾ താഴെ സിമന്റുതറയിലേക്കു കാലുകൾ മടക്കി മുട്ടുകൾക്കി ടയിൽ മുഖം പൂഴ്ത്തി കുനിഞ്ഞിരുന്നു.

പ്രദീപ് നീലിച്ച മുഖവുമായി ഒരു നിമിഷംപോലും അവൾക്കുവേണ്ടി നിന്നുകൊടുത്തില്ല. പിന്നീട് മോട്ടോർസൈക്കിളിന്റെ ശബ്ദം ഒരു വാശി പോലെ അകന്നകന്നു പോകുന്നത് നടുക്കത്തോടെ സുനിത കേട്ടു.

"നോക്കു സുനിതാ."

രോഹിണി പറഞ്ഞു.

"ഈ ആണുങ്ങളങ്ങനെയാണ്. വിളിക്കുമ്പോൾ ചെല്ലുന്ന പെൺനാ യ്ക്കളാവാനേ നമുക്കാവൂ. നമുക്കൊരിക്കലും തനിയേ നില്ക്കാനാവില്ല ല്ലോ–"

"വൈ നോട്ട്?"

സുനിതയുടെ ജ്വലിക്കുന്ന മുഖം ഒരു തവണ ഉയർന്നു താണു.

രോഹിണി അവളുടെ അനുഭവം പറഞ്ഞു.

സുരേഷ് വിളിക്കുമ്പോഴൊക്കെ അവൾ കൂടെ ചെല്ലുമായിരുന്നു. ഒരു ദിവസം ഒറ്റയ്ക്കു കിട്ടിയപ്പോൾ ഒരു ഹോട്ടൽ മുറിയിൽവെച്ച് അവൻ അവളുടെ മേൽവസ്ത്രങ്ങൾ ഒരു ഭ്രാന്തോടെ കീറിപ്പൊളിച്ചു. മുലഞെ ട്ടുകൾ ഞെരടി ആവേശത്തോടെ സ്വയം കൈകാലിട്ടടിച്ച് കാമവെറി തീർത്തു. കാറ്റൊഴിഞ്ഞ പന്തുപോലായപ്പോൾ എഴുന്നേറ്റുപോയി. പിറ്റേന്ന് പതിവുപോലെ വന്നു വിളിച്ചപ്പോൾ രോഹിണിയുടെ നിറകണ്ണു കൾ! മൗനമുദ്രിതമായ അവളുടെ ചുണ്ടുകളിൽ നോക്കി ഒരു നിമിഷം കാത്തുനിന്ന് അവൻ പുച്ഛത്തോടെ കരുതിയിരിക്കണം – ഓ നിന്റെയൊരു പിണക്കം!

പിന്നീടൊരിക്കലും അവൻ രോഹിണിയെ അന്വേഷിച്ചു വന്നില്ല.

അവൾ മുഖം കുനിച്ചു.

"ഇന്നും, ഇന്നും, ഞാൻ കാത്തിരിക്കുന്നു സുനിതാ- പക്ഷേ..."

രോഹിണിയുടെ കാത്തിരിപ്പിന്റെ വ്യർത്ഥത ഒരു പൂപ്പൽപോലെ അവളുടെ മനസ്സിലേക്കു പടർന്നു. സുനിത ഒരു ഭ്രാന്തിയെപ്പോലെ തല മുടി മാന്തിക്കീറി. കണ്ണുകൾ ഒരു നിമിഷം കാൽക്കൂട്ടിൽ നിന്നെടുത്ത് കൂട്ടുകാരിക്കുനേരെ രോഷത്തോടെ എടുത്തു പിടിച്ചു.

"ഇതെന്തിനാണ് നീയിങ്ങനെ ദൈന്യത പേറുന്നത്?"

അവൾ ചോദിച്ചു:

"ഏതോ ഒരാണിനുവേണ്ടി വെറുതെ നമ്മളിങ്ങനെ തരംതാഴുക യോ-?"

ആരോടൊക്കെയോ ഉള്ള അടങ്ങാത്ത രോഷം അവൾ തന്നിൽത്തന്നെ കാത്തുവച്ചു. പിന്നീട് വൈകുന്നേരങ്ങളിൽ ടെറസ്സിൽ വന്നു നില്ക്കുമ്പോഴും പുറത്ത് ലോണിൽ ചെന്നിരുന്ന് കാറ്റുകൊള്ളു മ്പോഴും മനസ്സു പറഞ്ഞു:

"വേണ്ടായിരുന്നു- ആരോടെന്നില്ലാത്ത ഈ ദേഷ്യം ഇങ്ങനെ പുറത്തു കാണിക്കേണ്ടായിരുന്നു."

നദിക്കരയിലെ മരംപെയ്ത ജലത്തുള്ളിപോലെ രോഹിണിയുടെ വാക്കുകൾ അവളുടെ മനസ്സിന്റെ ജലപരപ്പിൽ അശാന്തിയുടെ അലകൾ പടർത്തി.

പിറ്റേന്ന് ഒരിക്കൽക്കൂടി വഴിനീളെ പൊടിപടർത്തിക്കൊണ്ട് പ്രദീ പിന്റെ മോട്ടോർ സൈക്കിൾ വന്നു.

അത്ഭുതമായിരിക്കുന്നു! സുനിത കരുതി: ഇതിങ്ങനെ ഇപ്പോൾത്തന്നെ സംഭവിക്കുമെന്ന് ഞാൻ പ്രതീക്ഷിച്ചതേയില്ല. ഈ വരവ് ആഗ്രഹിച്ചതായിരുന്നിട്ടുകൂടി.

പ്രദീപ് തന്നെയന്വേഷിച്ചായിരിക്കില്ലെന്ന് അവൾക്കറിയാമായിരുന്നു. സന്ദർശകമുറിയിൽ കയറി രോഹിണിയെ തിരക്കുകയാവും.

സുനിത വേഗം ഇറങ്ങിച്ചെന്നു.

"ഞാനും വരുന്നു പ്രദീപ്."

അവൾ അവന്റെ മുഖത്തു നോക്കാതെ പറഞ്ഞു:

"ഒന്നുമില്ലെങ്കിലും നീയെത്രനാളായി വിളിക്കുന്നു! ഒരുപക്ഷേ, വെറും ഈ കൂടിക്കാഴ്ചകൾ മാത്രമായാൽ ആർക്കായാലും മടുത്തെ ന്നിരിക്കും."

പ്രദീപിന്റെ മുഖം വിടർന്നു.

"ഞാൻ നിന്നെ വിളിക്കാൻതന്നെയാണ് ഒരിക്കൽകൂടി വന്നത്. ഒരു ദിവസം നീയേതായാലും എന്റെകൂടെ വരുമെന്നും എനിക്കറിയാമായിരു ന്നു."

"അതെയെന്നോ-!"

സുനിത അത്ഭുതം കൂറി.

എങ്കിൽ ഈ ആണുങ്ങൾക്ക് എത്ര അനായാസമായിട്ടാണ് ഇങ്ങ നെയൊക്കെ മറക്കാനും ലജ്ജയില്ലാതെ സംസാരിക്കാനും കഴിയുന്നത്!

എനിക്കാണെങ്കിൽ നിന്നോടു മതിപ്പു കുറയുകയാണ്. മുഖത്താട്ടു മ്പോഴും ചിരികൊണ്ട് തടുക്കുന്നതിലെ ആണത്തമില്ലായ്മയെ എനിക്കി ഷ്ടമേയല്ല പ്രദീപ്.

അവൾ മനസ്സിൽ പറഞ്ഞു. എന്തായാലും ഇത്തവണ അവൻ രോഹിണിയെയോ മറ്റാരെയെങ്കിലുമോ അന്വേഷിക്കുകയുണ്ടായില്ലെന്നും അവളോർത്തു.

പ്രദീപ് അവളെ പിന്നിലിരുത്തി കടൽത്തീരത്തേക്കുള്ള വഴിയേ കൊണ്ടുപോയി. കടൽക്കരയിലുള്ള ഹോട്ടലിൽ കടലോരത്തേക്കു കാഴ്ച കിട്ടുന്ന മുറിയെടുത്തു.

"പ്രദീപ്, കടലിന്റെ സമൃദ്ധമായ അശാന്തിലേക്കുതന്നെ നീ ജനാ ലകൾ തുറന്നിടുന്നു."

എല്ലാം നോക്കിയിരുന്ന അവൾ പറഞ്ഞു:

"കുറ്റമല്ല നിന്റെ മനസ്സിങ്ങനെയായത്. എല്ലാ ആൺപിള്ളേരും ഇങ്ങ നെയൊക്കെത്തന്നെയാവുമെന്ന് രോഹിണി പറഞ്ഞതു ഞാനിപ്പോൾ വിശ്വസിക്കാൻ തുടങ്ങുകയാണ്."

ജനാലകൾ തുറന്നിട്ട് പ്രദീപ് തിരിച്ചുവന്നു.

"നോക്കൂ സുനിതാ– ഹോട്ടൽ മാനേജർ ചോദിക്കുന്ന എല്ലാവർക്കും ഈ മുറി കൊടുക്കാറില്ല. എന്തോ നമ്മൾ എന്താഗ്രഹിക്കുന്നു എന്നയാൾ നമ്മുടെ മുഖത്തുനിന്നും ഗ്രഹിച്ചിരിക്കണം."

അപ്പോൾ നീ ഇതിനു മുമ്പും ഇവിടെ വരികയും ഈ മുറി തന്നെ വാടകയ്ക്കെടുക്കുകയും ചെയ്തിട്ടുണ്ടെന്ന് തീർച്ച.

അവളുടെ മനസ്സ് വായിച്ചറിഞ്ഞിട്ടെന്നപോലെയാണ് അവൻ പറ ഞ്ഞത്.

"ഉവ്വ് സുനിത – കഴിഞ്ഞ തവണയും എനിക്കീ മുറിതന്നെ കിട്ടി. എന്റെകൂടെ നീയില്ലാതിരുന്നിട്ടുകൂടി–"

അന്ന് ആരാണ് കൂടെയുണ്ടായിരുന്നതെന്ന് അവൾ മനഃപൂർപ്പം ചോദിച്ചില്ല. അതറിയാൻ ആഗ്രഹമുണ്ടായിരുന്നിട്ടുകൂടി.

പ്രദീപ് കട്ടിലിൽ അവൾക്കൊപ്പം അവളെ തൊടാതെ ഇരുന്നു. കൈത്തലമുയർത്തി ചുരുണ്ടു സമൃദ്ധമായ മുടി ഒന്നിച്ച് പിറകോട്ട് മാടി യൊതുക്കി.

സുനിത ഓർത്തു:

കാഴ്ചയ്ക്കു നീ സുന്ദരൻ തന്നെയാണ് പ്രദീപ്. അതാണല്ലോ ഒരു വേള ഞാനും നിന്നിൽ കുടുങ്ങിപ്പോയത്.

"ഓ – എന്തൊരു ബോറൻ ദിവസങ്ങളായിരുന്നു അത്."

പ്രദീപ് തുടങ്ങി:

"ഐ വാസ് റിയലി ഫെഡപ്പ്. എത്ര ശ്രമിച്ചിട്ടും എനിക്ക് സന്തോഷം പങ്കിടാനേ കഴിഞ്ഞില്ല."

അവൻ വല്ലാത്തൊരു വിസ്മയത്തോടെ മുഖമുയർത്തി.

"എന്നാൽ ഇപ്പോൾ നിന്നോടൊത്തുള്ള ഈ നിമിഷങ്ങളിൽ എന്നോ, എവിടെയോ നഷ്ടപ്പെട്ട സന്തോഷം എനിക്ക് തിരിയെ കിട്ടിയിരിക്കുന്നു."

അവളെന്തെങ്കിലും പറയുന്നതിനു മുമ്പേ ഏതോ വെളിപാടുപോലെ അവൻ ചോദിച്ചു:

"കുളിക്കണ്ടേ? ഷവറിൽ ഈ സമയത്ത് ചൂടുവെള്ളം കിട്ടില്ലായിരിക്കും. എന്തു പറയുന്നു?"

"കുളിക്കാം."

അവനാദ്യം ബാത്ത്റൂമിൽ കയറി വാതിലടച്ചു. നനഞ്ഞ ടർക്കിഷ് ടവ്വൽ വിടർത്തി തോളിലിട്ട് മുണ്ടിന്റെ അറ്റം പൊക്കി തിരിയാക്കി കൂർപ്പിച്ച് ചെവിയിലിട്ടിളക്കിക്കൊണ്ട് നിമിഷങ്ങൾക്കകം പുറത്തുവന്നു.

സുനിതയ്ക്ക് സത്യത്തിൽ ഒന്നിനും ഒരുത്സാഹവും തോന്നിയില്ല. വരാനിരിക്കുന്ന ഏതോ തീർച്ചയുള്ള ഭാഗധേയം പോലെ എല്ലാ കാര്യത്തിലും ഒരു ബലിമൃഗത്തെപ്പോലെ അവനെ അനുസരിച്ചു.

കുളി കഴിഞ്ഞ് അവൾ ഇളം നിറത്തിലുള്ള ഏതെങ്കിലും സാരിയോ മറ്റോ ധരിച്ചാൽ മതിയെന്ന് അവൻ പറഞ്ഞു. പക്ഷേ ഒന്നും കൂടെ കൊണ്ടുവന്നിട്ടില്ലെന്നറിഞ്ഞപ്പോൾ പ്രദീപ് പറഞ്ഞു:

"ഓ, സോറി, അല്ലെങ്കിൽത്തന്നെ ഞാനെന്തൊരു വിഡ്ഢിയാണ്. ഒരു ദിവസത്തെ അവധി നിനക്കു വേണ്ടി മേട്രനോട് രഹസ്യമായി ഇരന്നുവാങ്ങിയിരുന്നു നീപോലുമറിയാതെ. നിനക്കൊരു സർപ്രൈസാവട്ടെ എന്നു കരുതിയാണ് നിന്നോട് നേരത്തേ പറയാതിരുന്നത്."

"ആട്ടെ നമുക്കൊരു പുതിയ ഡ്രസ്സ് വാങ്ങാം."

അവൾ വേണ്ടെന്നു തലയാട്ടി.

"എന്താ പോകാൻ തിടുക്കമായോ?"

'ഇഷ്ടംപോലെ' എന്നവൾ കണ്ണുകളിൽ എഴുതി കാണിച്ചു. തല്ക്കാലം ഉടുത്തുകൊണ്ടു വന്നിരുന്ന കടും പച്ചസാരി തന്നെ ധരിച്ചു.

ആഹാരം കഴിക്കാൻ റസ്റ്റോറന്റിലേക്കു പോകുന്ന വഴിയേ കുറെ നേരം കടൽത്തീരത്തിരുന്ന് അവർ അസ്തമയം കണ്ടു. സന്ധ്യയുടെ ഇളം ചുവപ്പുനിറം ചുവപ്പേറി കനത്തു.

"നീയിപ്പോൾ ഇളം മഞ്ഞ നിറത്തിലുള്ള സാരിയായിരുന്നു ധരിക്കേണ്ടിയിരുന്നത്. അല്ലെങ്കിൽ ഒന്നും ധരിക്കാതെ അരയിലൊരു വെള്ളി യരഞ്ഞാണം മാത്രമായി..."

പ്രദീപ് തനിയെ പൊട്ടിച്ചിരിച്ചു. പിന്നെ കടലിന്റെ ഞൊറികളിലേക്കു നോക്കിപ്പറഞ്ഞു:

"ഈ കടുംപച്ച നിറത്തിൽ കുറച്ചുകൂടി കഴിഞ്ഞാൽ നിന്നെ കണ്ടു പിടിക്കാൻ കണ്ണുകൾ പോരാ. കൈവിരലുകൾ വേണ്ടിവന്നേക്കും."

അവൾക്ക് കുറേശ്ശെക്കുറേശ്ശെ അവനെ മനസ്സിലായി. അവൻ മാത്ര മല്ല എല്ലാ ആണുങ്ങളും ഇങ്ങനെയൊക്കെയാണെന്നാണല്ലോ രോഹിണി

പറഞ്ഞത്. എല്ലാം കാറ്റുതീർന്ന പന്താവുന്നതുവരെ മാത്രം. ഏതോ നില വറക്കുണ്ടിലെ ഇരുണ്ട ഗർത്തത്തിലേക്ക് തന്നെ മുഴുവനായും നഷ്ടപ്പെ ടുത്തിക്കൊണ്ട് കടിച്ചുവലിച്ചുകൊണ്ടു പോകുന്ന കറുത്തു തടിച്ച കാടൻപൂച്ചയെ അവൾ മനസ്സിൽ സങ്കല്പിച്ചു. അതിന്റെ ഭീതിദമായ മുന്ന റിയിപ്പുപോലെ കൈകൾ ആകാശത്തേക്കുയർത്തി. നിലയില്ലാത്ത വെള്ള ത്തിൽ മുങ്ങിത്താഴുന്ന സന്ധ്യാസൂര്യൻ.

രക്ഷിക്കണേ – എന്നൊരു തേങ്ങൽ തൊണ്ടയോളം വന്നു. ഒപ്പം അവളുടെ കണ്ണുകൾ നിറഞ്ഞത് അവൻ കണ്ടു.

"എന്തുപറ്റി സുനിതാ-എന്തേ?"

അവൻ പൊടുന്നനെ അവളെ പിടിച്ചെഴുന്നേല്പിച്ചു. ആദ്യമായിട്ട് അവന് തന്നെ ബോധപൂർവ്വം സ്പർശിക്കാൻ ഇങ്ങനെയൊരവസരം കൊടുക്കേണ്ടിയിരുന്നില്ലെന്നു തോന്നി. വഴിനീളെ അവൻ വ്യസനപൂർവ്വം തിരക്കി.

"വാട്ട് ഹാപ്പൻസ്റ്റ് റ്റു യു സുനിത– വാട്ടീസ് റോങ് വിത്ത് യു?"

വെറുതെ അവന് ഓർത്തുകൊണ്ട് നടക്കാൻ ഒരനുഭവമുണ്ടാക്കേണ്ട എന്നു കരുതി അവൾ കൂടുതൽ സന്തോഷം കാട്ടി.

"നോ–നത്തിങ് കണ്ണിൽ മണൽത്തരി പോയതാ."

അവൻ വഴിയരികിലെ പെട്ടിക്കടയിലെ വെളിച്ചത്തിലേക്ക് അവളെ പിടിച്ചു നിർത്തി. കണ്ണുകൾ തുറന്നു പിടിക്കാൻ പറഞ്ഞു. അവളുടെ കൈവണ്ണകളിൽ പിടിച്ച് മുഖത്തോടുമുഖം പെരുവിരലൂന്നി നിന്ന് കണ്ണി ലൂതി. അവന്റെ കൈകൾ, ധൈര്യപൂർവ്വം സ്പർശിച്ചപ്പോൾ ഇതാ വെറുതെ മറ്റൊരവസരം കൂടി എന്നവൾ ഇഷ്ടമില്ലാതെ ഓർത്തു. ഇതും ഒഴിവാക്കാമായിരുന്നു.

റസ്റ്റോറന്റിനുള്ളിൽ കടൽത്തീരത്തെ അസ്തമയത്തിന്റെ ഇരുണ്ട വെളിച്ചമാണ് നിറച്ചിരുന്നത്. ഭക്ഷണം കഴിച്ചിറങ്ങുമ്പോൾ മേശപ്പുറത്തെ കാലിയാക്കിയ പാത്രങ്ങൾക്കിടയിൽ നിന്നും അവൾ ഒരു കത്തിയെടു ത്തു. എന്നിട്ടത് അവൻ കാണാതെ സാരിയിലൊളിപ്പിച്ചുകൊണ്ട് പോന്നു.

ഇരുട്ടിൽ അവർ പരസ്പരം കാണാതെ എന്നാൽ തമ്മിലുള്ള അകലം കൂട്ടുകയോ കുറയ്ക്കുകയോ ചെയ്യാതെ നടന്നു. അവൻ ചോദിച്ചു:

"സുനിതയ്ക്ക് പേടിയുണ്ടോ–? നമ്മളൊറ്റയ്ക്ക് ഇന്നു രാത്രി–"

അവൾ എന്തു മറുപടിയാണ് പറയുന്നതെന്നറിയാൻ ശ്രമിക്കാതെ തുടർന്നു:

"എല്ലാ പെൺകുട്ടികളും ഇങ്ങനെയാണ്. ആദ്യം വിസമ്മതിക്കും. പിന്നെ ആണുങ്ങളേക്കാൾ കോപ്പറേറ്റീവാ."

അവളിൽ വൈരാഗ്യം തിളച്ചു. അവൾ മനസ്സിന്റെ മുന കൂർപ്പിച്ചു വച്ചു.

അവൻ പറഞ്ഞു:

"ഇന്നത്തോടെ എന്റെ നഷ്ടപ്പെട്ട സന്തോഷം തിരിച്ചു കിട്ടാൻ പോവു കയാണെന്നു തോന്നുന്നു. അയാം ഹാപ്പി സുനിതാ– അയാം റിയലി ഹാപ്പി."

മുറിയിലെത്തി കടലോരത്തേക്കു തുറന്നിട്ട ജനാലകൾ അവൻ തന്നെ ചേർത്തടച്ചു.

"നല്ല തണുപ്പുണ്ട്. ഞാനിതൊക്കെ അടച്ചോട്ടെ?"

ഞാൻ അനുവദിച്ചില്ലെങ്കിലും നീയതു തന്നെ ചെയ്യില്ലേ? എന്നവൾ മൗനമായി ചോദിച്ചു.

ഒരുവേള കടലിനേക്കാൾ മുറ്റിയ അശാന്തി പേറുന്ന മനസ്സുകളാണ് ഈ മുറിയിൽ ഒരു രാത്രി കഴിച്ചുകൂട്ടാൻ പോവുന്നത്. ഇനി കടലിന്റെ ദാനംകൂടി വേണ്ട എന്നു തീരുമാനിച്ചതാണ് ഉചിതവും.

"പതിവില്ലാതെ ഒരു രാത്രി എന്റെ കൂടെ ധൈര്യമായി ഇറങ്ങിത്തി രിച്ചതിലുള്ള ഉൽക്കണ്ഠയാവാം – ശരിയാണോ– അതുകൊണ്ടുതന്നെ യാണോ നിന്റെ ഈ തണുത്ത മൗനം?"

അവൻ ചോദിച്ചു:

"എന്തായാലും നിനക്കു നന്നേ ക്ഷീണവുമുണ്ട്. നേരത്തേ കിടക്കാം. എന്തു പറയുന്നു?"

അവന്റെ ചോദ്യത്തിലെ മൂടിവച്ച ശൃംഗാരം അവളറിഞ്ഞു. ഓ–നേ രത്തെ! എങ്കിലേ നിന്റെ അമറുന്ന ആർത്തിയടക്കി ഒന്നുറങ്ങാൻ സമയം കിട്ടൂ എന്നോർത്തിട്ടാവും.

എന്തായാലും അവൾ മൂളി.

കട്ടിലിലെ ഫോംമെത്തയിലമരുമ്പോഴേക്കും അവൻ കൂടെയെത്തു മെന്ന് അവൾ കരുതി. ഇറുകിയ മേൽവസ്ത്രങ്ങൾ കിടക്കയിലിരുന്നു കൊണ്ട് കൂടുതൽ അയച്ചിട്ടു. ഇനി ഏതോ നിമിഷത്തിൽ കൂർത്ത നഖ ങ്ങളും അതിലേറെ ആർത്തിയുള്ള നോട്ടവുമായി ചാടി വീണു തന്നെ കൊത്തിപ്പറിക്കുമ്പോൾ ഇറുക്കമുള്ള മേൽ വസ്തങ്ങൾ കീറിപ്പോയേ ക്കും. നാളെ രാവിലെ തിരിച്ചു പോകേണ്ടതാണ്.

നോക്കുമ്പോൾ, ബാഗിൽ നിന്നും തപ്പിയെടുത്ത ഏതോ ഒരിംഗ്ലീഷ് നോവലുമായി അവൻ ജനലരികത്തിട്ട കസേരയിലേക്ക് ചായുന്നു.

"സുനീ ഉറങ്ങിക്കോളൂ."

ഉം, ഞാനുറങ്ങാം. എന്നിട്ട് വേണമല്ലോ ഞാൻപോലുമറിയാതെ ചാടി വീണ് എന്നെ മോഷ്ടിക്കാൻ. പിന്നീട് എപ്പോഴെങ്കിലും നിനക്കെല്ലാം മതിയാവുമ്പോൾ ഈ മുറിയോടും അപ്പുറത്തെ അശാന്തമായ കടലി നോടും വിട ചോദിച്ചു പോവുകയും ചെയ്യാം.

അവൾ മലർന്നു കിടന്നുകൊണ്ട് ജാക്കറ്റിന്റെ കൊളുത്തുകൾ അഴി ച്ചിട്ടു. പിന്നെ ഏതോ ഉൾപ്രേരണപോലെ നടു പൊന്തിച്ച് ഒരു കൈ അടിയിലേക്കിട്ട് ബ്രേസിയറിന്റെ ഒറ്റക്കൊളുത്തൂരി. ദൃഢമായ ചെറിയ മുലകൾ പുറത്താക്കി ബ്രേസിയർ പൊക്കിവെച്ചു. സാരിയഴിച്ചിട്ട് പാവാ ടയുടെ കെട്ടഴിച്ച് പകുതി അലസമായി കണങ്കാലുകൾക്കുമീതെ ഉയർത്തി

യിട്ടു. പിന്നീട് വലതുകൈ പൊക്കി തലയിണയ്ക്കിടയിൽ റസ്റ്റോറന്റിൽ നിന്നെടുത്ത കത്തിയുടെ സരുക്ഷിതത്വം ഉറപ്പുവരുത്തി. ഒരുവേള ജാഗ്ര താവസ്ഥയിൽ കത്തിയിൽ പിടിമുറുക്കുക തന്നെ ചെയ്തിട്ടവൾ പതു ക്കെ, വളരെ പതുക്കെ വിളിച്ചു:

"വരൂ പ്രദീപ് വരൂ..."

അവൾ കാത്തു. കണ്ണുകളിൽ ദിവസങ്ങളിലെ ഉറക്കം അക്ഷമ യോടെ ഇറ്റു നിന്നു.

പിന്നീട് ഏതോ യാമത്തിൽ അവളുറങ്ങി. പ്രദീപ് കാത്തിരുന്നതു പോലെ അടുത്തുവന്നു. രോഹിണി പറഞ്ഞതുപോലെ ഇറുക്കമില്ലാതെ അയച്ചിട്ടിട്ടും മേൽവസ്ത്രങ്ങളൊക്കെ ഏതോ കാമഭ്രാന്തോടെ അവൻ വലിച്ചുകീറി. ചെറിയ മുലകൾ കൈയിലെടുത്ത് മുലഞെട്ടുകൾ ഞെരടി കാമവെറി തീർക്കാൻ വെമ്പി. പ്രദീപിന്റെ കണ്ണുകൾ കടൽക്കരയിലെ അസ്തമയംപോലെ ചുവന്നിരുന്നു. അവന്റെ ചിരിക്ക് മഞ്ഞനിറമായിരു ന്നു.

അവൾ തലയിണയ്ക്കടിയിലെ കത്തിയിൽ പിടിമുറുക്കി. അടുത്ത നിമിഷം പ്രദീപിന്റെ നെഞ്ചിൽ അത് കുത്തിയിറക്കി, കാത്തുവെച്ച വൈരാ ഗ്യത്തിന്റെ ചോർച്ചയടച്ചു. ബെഡ്ഷീറ്റും കട്ടിലും കടുത്ത ചോരപ്പൂ ക്കൾകൊണ്ട് നിറഞ്ഞപ്പോൾ സുനിത ഞെട്ടിയുണർന്നു. മുറിയിലാകെ വെളിച്ചം പരന്നിരിക്കുന്നു. തലയിണയ്ക്കടിയിൽ ഒളിപ്പിച്ച കത്തിയിലെ പിടിമുറുകിത്തന്നെയിരിക്കുന്നു. എഴുന്നേറ്റുനിന്ന് കത്തി പുറത്തെടുത്തു കണ്ണിനു മുമ്പിൽ പിടിച്ചു. തിളങ്ങുന്ന അലകിൽ ചോരപുരണ്ടിട്ടില്ല.

കടലോരത്തേക്കുള്ള ജനാലകൾ ഇപ്പോൾ തുറന്നിട്ടിരിക്കുന്നു. കാക്കകൾ പുറത്തെ മണൽത്തിട്ടയ്ക്കുമേൽ കൂട്ടംകൂടി വട്ടമിട്ടുകരയു ന്നു. കടൽക്കരയിൽ ഒരു രാവുമുഴുവൻ തിരഞ്ഞു തളർന്ന തിരകൾ ഏതോ ചത്തുവീർത്ത ശവം കരക്കെത്തിച്ചിരിക്കുന്നു. മനുഷ്യരും കടൽകാക്ക കളും പതിവുകാഴ്ച കാണുന്ന നിരുൻമേഷത്തോടെ കുറച്ചുനേരം നോക്കി നിന്ന് തിരിച്ചുപോകാൻ തുടങ്ങുന്നു.

"പ്രദീപ്!"

അവൾ ഏതോ ഒരോർമ്മയുടെ ചീള് കൂട്ടി യോജിപ്പിക്കുംപോലെ വിളിച്ചു. ജനലരികത്തിട്ട കസേരയിൽ കടലിന്റെ കാഴ്ചക്കിപ്പുറം, അവ ളുടെ കാഴ്ചയ്ക്കപ്പുറം, പ്രദീപ്. ഒരു രാത്രി മുഴുവനും അവളെ അവഗ ണിച്ചുകൊണ്ട് ഉറങ്ങിത്തീർത്തിരിക്കുന്നു.

അവൾക്ക് സഹിക്കാനായില്ല. അകലെ, ജാലകക്കാഴ്ചയിൽ, കടൽ, കരയിലുപേക്ഷിച്ചിട്ടുപോയ ചിപ്പികളെ ഓർത്തവൾ നിർത്താതെ കരയാൻ തുടങ്ങി.

ആപത്ത് വരുന്നുണ്ട്

മഴമേഘങ്ങൾ കൂട്ടത്തോടെ ഇടിഞ്ഞുവീഴാൻ തുടങ്ങിയ ഒരു സന്ധ്യക്ക് ജാനു ആങ്ങളയെ കാത്തിരുന്നു.

ഇതെന്തൊരു മഴയാണ്! ഇതുപോലാണ് ആങ്ങളയും. വന്നാൽ വന്നു. എപ്പോഴാവും എവിടുന്നാവും വന്നുചേരുന്നതെന്ന് മുൻകൂട്ടി പറ യാനാവില്ല.

ജാനുവിനും ഒന്നും അറിഞ്ഞുകൂടാ. ഒരുപക്ഷേ മീനാക്ഷിക്കറി യാമായിരിക്കും. മീനാക്ഷിയുടെ അറിവുകൾ ഗ്രാമത്തിന്റെ ഭാഗധേയം നിർണ്ണയിക്കാൻപോലും പോരുന്ന നേരുകളുമാവാം.

ഇഷ്ടമുണ്ടായിട്ടല്ല അപ്പോഴവൾ രാമക്കുറുപ്പിനെ ഓർത്തത്. രാമക്കു റുപ്പിനെ ഓർക്കണമെങ്കിൽ ഓർമ്മയിൽ മുമ്പേ നടത്തേണ്ടത് അച്ഛനെ യാണ്. അച്ഛനെന്നും രാമക്കുറുപ്പിനെ പേടിയായിരുന്നു.

ഇതുപോലൊരു നിറഞ്ഞ സന്ധ്യയ്ക്ക് ചാരുപടിയിലിരുന്ന് വെറ്റില യിൽ നൂറുതേച്ചുകൊടുക്കവേയാണ് ഒരിക്കൽ ജാനു ചോദിച്ചത്:

"ആരാണച്ഛാ ഈ രാമക്കുറുപ്പ്?"

അച്ഛന്റെ കണ്ണുകൾ ഇറുകി. ഇലഞ്ഞരമ്പുകൾപോലെ കണ്ണിൽ ചോരനൂലോടി.

ഗ്രാമത്തിന്റെ ആകാശത്തിനുകീഴെ കുത്തനെ നിർത്തിയ ഒരീർച്ച വാൾ കണക്കെ രാമക്കുറുപ്പിനെ കാണാറാകുന്നു. എതയ്ക്കകലെ കര ശുമരംപോലെ നീണ്ടുയർന്ന തടി. തലയ്ക്കൽ തുപ്പുപോലെ പരത്തി യിട്ട തലമുടി. ആളെപ്പിടിക്കാനെന്നപോലെ ആണിക്കാലും വെച്ച് ആകാ ശത്തിലൂടെ യാത്ര. കൊല്ലിനും കൊലയ്ക്കും തയ്യാറായി നിണത്തിനും നിലനില്പിനും മോഹിച്ച് അങ്ങനെ അജയ്യനായ ദുർമൂർത്തിയെപ്പോലെ രാമക്കുറുപ്പ്.

പണ്ടെന്നോ മായന്നൂർക്കാവിലും പരിസരത്തും ജീവിച്ചിരുന്ന ഒരാ

ളാവാം അത്. ജീവിച്ചിരുന്ന കാലത്ത് ജാനുവോ ആങ്ങളയോ രാമക്കുറു
പ്പിനെ കണ്ടിട്ടില്ല. വരണ്ടചുണ്ടുകളിൽ ഒരിറ്റുവെള്ളം തൊട്ട് അയാൾ നന
ച്ചിട്ടില്ല. അഴുകിയ വ്രണങ്ങളിൽ പുറ്റുപോലെ പൊതിയുന്ന ഈച്ചകളിൽ
ഒന്നിനെയെങ്കിലും ആട്ടിയകറ്റിയിട്ടില്ല. എന്നിട്ടും അയാൾക്ക് ദുർമരണം
സംഭവിച്ചതെന്താണാവോ എന്ന് ജാനുവിനിപ്പോഴും മനസ്സിലായിട്ടില്ല.
അച്ഛൻ പറഞ്ഞിട്ടും! പറഞ്ഞുവല്ലോ – അച്ഛനെന്നും രാമക്കുറുപ്പിനെ പേടി
യായിരുന്നു.

ഇരുട്ടുള്ള രാത്രികളിൽ അച്ഛൻ പുറത്തിറങ്ങാറേയില്ല. ഗ്രാമത്തിൽ
രാമക്കുറുപ്പിന്റെ രാവുകൾക്ക് നിറം കടുംകറുപ്പ്. ഏതു മുക്കിലും മൂല
യിലും നിന്നാവും ഏതു തൂണിലും തുരുമ്പിലും നിന്നാവും രാമക്കുറു
പ്പിന്റെ ഒരു രാവാരംഭിക്കുന്നതെന്ന് ആർക്കും പറയാനാവില്ല. ഗ്രാമത്തിൽ
ഒരു ജീവനൊടുങ്ങിയ കാര്യം പിറ്റേന്നേ അറിയൂ. രാമക്കുറുപ്പ് വന്നുപോയ
തിനു തെളിവായി ഒരടയാളം മാത്രം ബാക്കിയായിട്ടുണ്ടാവും.

അടർന്നുവീണ ഒരു മരക്കൊമ്പ്–

ചത്തുവീണ ഒരു കാക്ക–

തലപോയ ഒരു തെങ്ങ്–

ഇക്കഴിഞ്ഞ കൊല്ലത്തിലാണ് അന്ത്രോസ് എന്ന വഴിവാണിഭക്കാ
രൻ മരിച്ചത്. അതിനും മുമ്പ് ചന്ദ്രബാലനും സാവിത്രിയമ്മയും പോയി
–അതിനുംമുമ്പ് മറ്റു പലരും. ഓരോ തിരോധാനവും ദേശത്തെ വഴിക്കവ
ലകളിൽ അടയാളപ്പെടുത്തപ്പെട്ടു. മായന്നൂർക്കാവിലെ ആലിൻകൊമ്പിൽ
കാറ്റു പിടികൂടി ചില്ലയടർത്തിയിട്ടു. അമ്പലക്കുളത്തിൽ കാക്ക ചത്തുകി
ടന്നു. നാലുംകൂടിയ മുക്കിൽ ഒരാടും.

–രാമക്കുറുപ്പ് വന്നിറങ്ങിപ്പോയതിന്റെ അടയാളങ്ങൾ.

ജാനു പുകച്ചിമ്മിനി മുഖത്തോടടുപ്പിച്ച് പടിക്കലേക്കു നോക്കി.

–ആങ്ങള വരുന്നുണ്ടോ–? പടിക്കലെ മുള്ളുവേലിയും പടിക്കാലു
കളും മഴയിൽ കുതിർന്നു കാത്തുനില്ക്കുന്നു. രാത്രി ഒരു രാക്ഷസനെ
പ്പോലെ വളരുകയാണ്. അച്ഛനുള്ളപ്പോൾ ആങ്ങള ഇത്രയൊന്നും
വൈകാറില്ല. ഇപ്പോൾ നോട്ടംകൊണ്ടുപോലും ചോദിക്കാനും ശാസി
ക്കാനും ആരുമില്ലല്ലോ.

പണ്ടൊക്കെ അച്ഛന്റെ കണ്ണുവെട്ടിച്ചാണ് ആങ്ങള മീനാക്ഷിയുടെ
കുടിലിൽ പോകാറുള്ളത്. മീനാക്ഷിയെ മോഹിച്ചിട്ടല്ല. ആരുമില്ലാത്ത
അവൾക്ക് രാത്രി പേടിയായിട്ട് കൂട്ടുകിടക്കാൻ – അവൾ വിളിച്ചിട്ട്!

അന്ത്രോസിനു മുമ്പേ പോകേണ്ടതായിരുന്നു ജാനുവിന്റെ ആങ്ങള
യെന്ന് കുടിച്ചു കഴിഞ്ഞാൽ എരുമക്കാരൻ പൗലോസ് ഇപ്പോഴും പറ
യും. സന്ധ്യകഴിഞ്ഞാൽ ആങ്ങള രാമക്കുറുപ്പിനെ തേടിയിറങ്ങുകയയാ
ണെന്നു പറയുന്നവരെയും ജാനു കണ്ടിട്ടുണ്ട്.

മീനാക്ഷി എന്ന വേശ്യയുടെ കുടിലിൽ രാത്രി കൂട്ടുപോകാൻ തുട
ങ്ങിയതിൽപ്പിന്നെയാണ് ആങ്ങളയുടെ ജീവിതം താളം തെറ്റിയതെന്ന്
അച്ഛനെങ്ങനെയോ അറിഞ്ഞുവെച്ചിരുന്നു. തൊഴിൽതേടി നടന്നു മടു

ത്തപ്പോഴാണ് അവനവിടെ പോകാൻ തുടങ്ങിയതെന്ന് പലതവണ സ്വയം പറഞ്ഞു. സമാധാനത്തോടെ മരിക്കാൻ ആ സാധുവിന് ഇടയായിക്കോ ട്ടെയെന്ന് അക്കാലങ്ങളിൽ ജാനു ആഗ്രഹിച്ചതിനും ഫലമുണ്ടാവുകതന്നെ ചെയ്തു.

ഒക്കെയും അവൾ മനസ്സിന്റെ ഒരിക്കലും തുറക്കാത്ത അളുക്കിലിട്ടു സൂക്ഷിക്കുന്നു. ജാനുവിനെ പെണ്ണുകെട്ടാൻ തീരുമാനിച്ചുവന്നവനാണ് ചന്ദ്രബാലൻ. സ്ത്രീധനമായിട്ടു കൊടുക്കാൻ അച്ഛന്റെ കൈയിൽ കുറെ വാഗ്ദാനങ്ങളെ ഉണ്ടായിരുന്നുള്ളൂ. ചന്ദ്രബാലൻ ഒന്നും ചോദിച്ചില്ല. മീനാക്ഷി എന്ന വേശ്യ ഗ്രാമത്തെ അടക്കി ഭരിക്കാൻ തുടങ്ങുന്നതിനും മുമ്പായിരുന്നു അത്. അല്ലെങ്കിൽ ചന്ദ്രബാലനും സ്വന്തം വ്യക്തിത്വം എന്നോ നഷ്ടമായേനെ, എന്നുവേണം വിചാരിക്കാൻ. എന്തായാലും രാമ ക്കുറുപ്പ് ഒരുരാത്രി ആരോടും പറയാതെയാണ് അയാളെയും കൊണ്ടു പോയത്.

ജാനു ഒറ്റയ്ക്കായില്ല. കല്യാണം കഴിഞ്ഞിരുന്നെങ്കിൽ അങ്ങനെയാ യേനെ. ജാനുവിനിപ്പോൾ വൈകിയാലും പതിവായി വീടണയുന്ന ആങ്ങ ളെയെങ്കിലുമുണ്ട്. ജാനുവിനിപ്പോൾ മണ്ണെണ്ണ വറ്റി കുരുണ്ടാലും കെട്ടു പോകാത്ത പുകച്ചിമ്മിനിയുടെ ഇരുണ്ട വെട്ടവും എല്ലാവരും ഉറക്കമാവു മ്പോൾ നിർത്താതെ കുരച്ചുതുടങ്ങുന്ന, അയൽപക്കത്തെ കേശവൻനാ യർ വളർത്തുന്ന, പട്ടിയുടെ വൃത്തികെട്ട ശബ്ദവും കൂട്ടിനുണ്ട്. രാമക്കു റുപ്പിന്റെ തേർവാഴ്ചകൾ പട്ടികൾക്കുമാത്രം നന്നായി കാണാമത്രെ. കേശ വൻനായരുടെ പട്ടി എല്ലാം കാണുന്നുണ്ട്. മിണ്ടാപ്രാണിയായ അതിന്റെ കൺമുമ്പിലൂടെയാവും ഓരോ രാത്രിയും ഗ്രാമത്തിൽനിന്ന് ഓരോരുത്ത രായി ജീവനോടെ നാടുനീങ്ങിപ്പോയത്.

മറ്റൊരിക്കൽ ജാനു അച്ഛനോട് ചോദിച്ചു:

"എന്താണച്ഛാ – രാമക്കുറുപ്പ് എല്ലാർക്കും ദ്രോഹം മാത്രം ചെയ്യു ന്നത്?"

ഒരിക്കൽപ്പോലും അയാൾ ഗ്രാമത്തിലുള്ള ആർക്കെങ്കിലും എന്തെ ങ്കിലും നന്മകൾ ചെയ്തതായി അറിവില്ലെന്നു മാത്രമേ അച്ഛനും അറി യാമായിരുന്നുള്ളൂ.

ജാനു പിന്നീട് ദുഃഖങ്ങൾ ഏറ്റു പറയാറുള്ളത് മായന്നൂർക്കാവിലെ ഭഗവതിയോടാണ്. കുളിച്ചു ശുദ്ധമായി ആ കൽവിളക്കിന്റെ മറപറ്റിയുള്ള നില്പിൽ അവൾ ഓരോന്നായി എല്ലാ ദുഃഖങ്ങളും ഭഗവതിക്കു മുമ്പിൽ നിരത്തുന്നു. തന്റെ അറിവിന്റെ ദുഃഖങ്ങൾ...

ചന്ദ്രബാലൻ പോയപ്പോൾപോലും ജാനുവിന് പറയത്തക്ക സങ്കട മുണ്ടായില്ല. സാവിത്രിയമ്മ പോയപ്പോൾ അധികാരി നാടു മുഴുവനും പാഞ്ഞുനടന്നു.

"നമുക്കെന്തെങ്കിലുമൊക്കെ ചെയ്യണ്ടെ? രാമക്കുറുപ്പിനെ നല്ലവാ ക്കോതി ആവാഹിച്ച് നമുക്കാരാധിക്കാം. മുഖസ്തുതിയിൽ വീണുപോ കാത്ത ഏതു ദുർമൂർത്തിയുണ്ട്! കവലതോറും രാമക്കുറുപ്പിന് കോവി

ലുകളാവാം. കുടിലുതോറും പ്രതിഷ്ഠയാവാം. പിന്നെ ദിനംതോറും ഭജ
ന-ഗുരുതി-പൂജ."

മീനാക്ഷി എന്ന വേശ്യ രംഗത്തുവരാൻ അല്പം വൈകിയെങ്കിലും
അതു ഫലപ്രദമായി. അവൾ എല്ലാ രാത്രിയും ഗ്രാമത്തിൽ നിന്നു ഓരോ
രുത്തരെയായി സ്വന്തം കുടിലിലേക്കു ക്ഷണിച്ചു. ആഗ്രഹത്തോടെ ചെന്ന
വർക്കു നേരെ ചെറ്റവാതിൽ പാതി തുറന്നിട്ട് തന്മയത്വത്തോടെ ഇങ്ങനെ
പറഞ്ഞു:

"കുറച്ചുകൂടി നിന്നാട്ടെ – ഇപ്പോൾ രാമക്കുറുപ്പാണകത്ത്."

വന്നവരൊക്കെയും പറ്റാവുന്ന വേഗത്തിൽ തിരിഞ്ഞോടാൻ ആ പേരു
മാത്രം കേട്ടാൽ മതിയായിരുന്നു. പിറ്റേന്ന് വേശ്യയുടെ മരണവും പ്രതീ
ക്ഷിച്ച് അവരൊക്കെ അക്ഷമരായിട്ടുമുണ്ടാവും. എന്തായാലും മീനാക്ഷി
യോടൊത്തുറങ്ങുന്ന രാമക്കുറുപ്പ് അങ്ങനെ എല്ലാവരുടെയും ഉള്ളിൽ
തണുത്തു. നിറംകെട്ടു.

ജാനുവിന്റെ ആങ്ങള എല്ലാറ്റിനും സാക്ഷിയായിരുന്നു. വ്യഭിചരി
ക്കാൻ വേണ്ടി വന്നവരെല്ലാം ജീവനുംകൊണ്ടോടുന്നത് മീനാക്ഷിയുടെ
കുടിലിലിരുന്ന് അവൻ കണ്ടു. എല്ലാവരോടും മീനാക്ഷി ഒരേ നുണതന്നെ
പറയുന്നതും കേട്ടു.

പിന്നീട് രാത്രിയുടെ ഏതോ യാമത്തിൽ അവൻ ചെന്നു.

"ജാനൂ വാതിൽ തുറക്ക്. ഞാനാണ് നിന്റാങ്ങള."

ജാനു അനുസരിച്ചില്ല.

"ദേ – ഞാനെല്ലാം കേട്ടതാ – രാമക്കുറുപ്പ് ഇനിയും വരും. മീനാക്ഷി
നൊണ പറയുന്നതാണ് – ട്ടോ."

ജാനു പേടിച്ചു – ചിലപ്പോൾ ശബ്ദം മാറ്റിയും ചില കൂട്ടർ അസമ
യത്ത് വന്നേക്കും.

കൊടും മഴയത്ത് അവൻ നിന്നു വിറച്ചു. ഒടുവിൽ വാതിൽ തുറന്നു
കൊടുത്തത് അവന്റെ അച്ഛനായിരുന്നു. അന്ന് രാത്രി ജാനു രാമക്കുറു
പ്പിനെ സ്വപ്നത്തിൽ കണ്ടു.

കേശവൻനായരുടെ പട്ടി നിർത്താതെ കുരയ്ക്കുന്നു. കുറ്റിച്ചൂടാൻ
കരയുന്നു. മായന്നൂർക്കാവിലെ ആലിൻകൊമ്പ് കുലുങ്ങുന്നു. കാറ്റ് ചില്ല
യടർത്തിയിടുന്നു. അധികാരിയുടെ പറമ്പിലെ ഇല്ലിക്കാട്ടിൽ നിന്നും ഏറു
കൊണ്ടപോലെ പറന്നുയർന്ന കാക്ക ചത്തുവീഴുന്നു. ഏതോ കൂട്ടിൽ
ആരോ വളർത്തുന്ന ഒരാട് പേപിടിച്ചു കരയുന്നു.

"എന്റാങ്ങളേ–"

ജാനു മഴസൂചികൾ ഏറ്റുവാങ്ങിക്കൊണ്ട് പുറത്തേക്കോടി.

തിണ്ണയിൽ ആങ്ങള പോത്തുപോലെ കിടന്നുറങ്ങുന്നു!

കാക്ക– അടർന്നുവീണ മരക്കൊമ്പ്– അടയാളങ്ങൾ മാത്രം ബാക്കി
യാക്കിക്കൊണ്ട് രാമക്കുറുപ്പ് വന്നുപോയിരിക്കുന്നു!

ജാനുവിന്റെ നെടുവീർപ്പ് തട്ടിയുണർത്തിയപ്പോൾ ആങ്ങള
ചിരിച്ചു.

"നീ പേടിച്ചോ – പേടിക്കണ്ട. രാമക്കുറുപ്പ് ഇനിയാരേം ഒന്നും ചെയ്യാൻ പോണില്ല്യ."

പതുക്കെപ്പതുക്കെ രാമക്കുറുപ്പ് ആങ്ങളയ്ക്കു കീഴടങ്ങുകയായിരുന്നു.

അച്ഛൻ മരിച്ചു. ചുമതലകൾ ആങ്ങളയുടെ ചുമലിലായി. അങ്ങനെ യാണ് ആങ്ങള ഒറ്റപ്പാലത്തുനിന്നും ലോറിയിൽ പണിക്കുപോകാൻ തുട ങ്ങിയത്.

അധികാരിയുടെ മൂത്ത മകൻ ബാംഗ്ലൂരിൽനിന്നും പഠിപ്പു മതിയാക്കി വന്നിരുന്നു. അയാൾ ഒരു തന്നിഷ്ടക്കാരനെപ്പോലെ ഗ്രാമത്തിൽ അല ക്ഷ്യമായി നടക്കുന്നത് കണ്ട് പലരും പറഞ്ഞു:

"പഠിച്ചോനല്ലേ – പറ്റിയ കൂട്ടില്ലാത്തതോണ്ടാവും ഈ വെറുപ്പും നടപ്പും."

കടവിലേക്കു പോകുന്നവഴി രണ്ടുമൂന്നു തവണ അയാൾ മീനാക്ഷി യുടെ കുടിലിൽ നിന്നിറങ്ങിവരുന്നതും ജാനു കണ്ടിട്ടുണ്ട്.

പിന്നീട് അധികാരിയുടെ മരിച്ചുപോയ ഭാര്യ സാവിത്രിയമ്മയുടെ നീണ്ട സ്വർണ്ണമാല മീനാക്ഷിയുടെ കഴുത്തിൽ കണ്ടതോടെയാണ് ഗ്രാമ ത്തിൽ വീണ്ടും പ്രശ്നങ്ങൾ തലപൊക്കിയത്. അധികാരിയുടെ പരാതി യനുസരിച്ചാവണം, രണ്ടുദിവസം മുമ്പ് മീനാക്ഷിയെ പൊലീസുകാർ പിടിച്ചുകൊണ്ടുപോയി. അയാളുടെ വീട്ടിൽ വേലയ്ക്കുനിന്നിരുന്ന ഗോപാ ലകൃഷ്ണനെയും പൊലീസ് അന്വേഷിക്കുന്നുണ്ടെന്നറിഞ്ഞ് അവൻ ഒളി വിൽപ്പോയി. കടവത്തെ നെല്ലുകുത്തുകാരി യശോദയുടെ ഒറ്റ മകനായി രുന്നു ഗോപാലകൃഷ്ണൻ. മകനെ കാണാതായതറിഞ്ഞ് യശോദ നെഞ്ച ത്തടിച്ചും നിലവിളിച്ചും അധികാരിയുടെ അടുത്തെത്തി. എല്ലാം കണ്ടും എല്ലാം കേട്ടും മരംപോലെ നിന്നതേയുള്ളൂ അയാൾ. കുറ്റം ചെയ്തിട്ടു ണ്ടെങ്കിൽ അത് തെളിയിക്കപ്പെട്ടോളും എന്ന മട്ടായിരുന്നു അയാൾക്ക്. എല്ലാം അറിഞ്ഞ് ഒന്നും അറിയാത്തതുപോലെ അധികാരിയുടെ മകൻ മച്ചിൻമോളിൽ കള്ളച്ചിരിയുമായി നിന്നു. അയാളുടെ കഴുത്തിൽ ഇനിയും ഊരിക്കൊടുക്കാൻ പാകത്തിൽ ഒരു സ്വർണ്ണച്ചങ്ങല വേറെയുമുണ്ടെന്നും അന്വേഷണത്തിനു വന്ന പൊലീസുകാരൻ കാണാതിരുന്നില്ല. മച്ചിൻമോ ളിലേക്കു നോക്കി പരസ്പരം ഒരു കള്ളച്ചിരി കൈമാറി അയാളും നട ന്നുപോയി.

മഞ്ഞുകാറ്റും കാക്കകളുടെ കരച്ചിലും ജാനുവിനെ ഉണർത്തി. മുന്നി ലിരുന്ന പുകച്ചിമ്മിനി രാത്രിയിലെപ്പോഴോ കുരുണ്ടു കെട്ടുപോയിരുന്നു. കിഴക്കേ മാനത്ത് ആരും കൊളുത്താത്ത, ആരും കെടുത്താത്ത വലിയ ചിമ്മിനിവെട്ടം പരന്നിരിക്കുന്നു. ജാനു എഴുന്നേറ്റു പുറത്തേക്കുവന്നു. രാത്രി ഒരുപാട് വൈകിയപ്പോൾ ഒരുപക്ഷേ, ആങ്ങള പുറത്തെ തിണ്ണ യിൽക്കിടന്നുറങ്ങിയിട്ടുണ്ടാവും.

തണുത്ത തിണ്ണയിൽ ചുവന്ന നെയ്യുറുമ്പുകൾ വരിവെച്ചിരുന്നു. ഒരു രാത്രി മുഴുവനും ആരും അവയുടെ സ്വാതന്ത്ര്യത്തിൽ കൈവെച്ച ലക്ഷ ണമില്ല.

അവൾ മുറ്റത്തിറങ്ങി വഴിയോരത്തെ മുളമ്പടിയോളം നടന്നുചെന്നു. തൊട്ടടുത്ത വെളിമ്പറമ്പിൽ കൊച്ചമ്മിണിയമ്മ ആടിനെ കെട്ടാൻ കുറ്റി യടിക്കുന്നു. തള്ളയാടിനെകെട്ടി നിവർന്നപ്പോൾ അവർ ജാനുവിനെ കണ്ടു. "ജാനു കേട്ടില്ലേ? രാത്രി മുഴോനും അവിടുത്തെ പട്ടി എന്തൊരു ബഹളായിരുന്നു!" ജാനുവിന്റെ ഉള്ളിൽ ഒരിടിവാൾ മിന്നി. ഗ്രാമത്തിൽ വീണ്ടും രാമക്കുറുപ്പിന്റെ തേർവാഴ്ചയുണ്ടായി എന്നാവുമോ പറഞ്ഞു വരുന്നത്!

ആട്ടിൻകുട്ടിയുടെ കയറുംപിടിച്ചുവലിച്ച് കൊച്ചമ്മിണിയമ്മ അടു ത്തേക്കു നടന്നുവന്നു.

"രാത്രി മുഴോൻ വഴിയിലൂടെ ആരൊക്കെയ്യാ വർത്താനം പറഞ്ഞു പോണ്ടാരുന്നു. അറിഞ്ഞില്ല്യേ – ആ മീനാക്ഷി ആശുപത്രീലാത്രെ. പിടിച്ചോണ്ടുപോയി അവമ്മാര് മാറി മാറി ബലാത്സംഗം ചെയ്തൂന്നാ കേക്കണെ. പൊറത്ത് ചെലരെ കാവലും നിർത്തീത്രെ."

ജാനു ഒരിക്കൽക്കൂടി ഞെട്ടി. എങ്കിലും വിസ്മയം അവൾ പുറത്തു കാണിച്ചില്ല.

"കൊച്ചമ്മിണ്യമ്മ ഈ ആട്ടിൻകുട്ട്യേ നിക്കു തരോ-?"
അവൾ ചോദിച്ചു: "തരാലോ – കുട്ട്യേ."
അവൾ അവരുടെ കണ്ണുകളിലേക്കു തന്നെ ഇമപൂട്ടാതെ നോക്കി.
"എങ്കീപ്പിന്നെന്തിനാ ഞാനതിനെ തട്ടിപ്പറിക്കണെ?"
കൊച്ചമ്മിണിയമ്മക്ക് എല്ലാം മനസ്സിലായതുപോലെ തോന്നി. അവർ നേർത്തു ചിരിച്ചു.

"അതന്ന്യാ – ന്റെ കുട്ട്യേ ഞാനും ആലോചിക്കണെ."
പെട്ടെന്ന് ആരൊക്കെയോ ആ വഴി ഓടിപ്പോവുന്നതു കണ്ടു.
"കടവത്തേക്കാ-"

–കൊച്ചമ്മിണിയമ്മ തടുത്തുനിർത്തി ചോദിച്ചപ്പോൾ ആശാരി കൊച്ചുകുട്ടന്റെ മോൻ ശശി പറഞ്ഞു:

"നമ്മുടെ ഗോപാലകൃഷ്ണനെ കടവത്തെ ചായക്കടയിൽവെച്ചു പൊലീസുകാരു കണ്ടത്രെ. അവർ പിന്നാലെ ഓടിയപ്പോൾ അവൻ ഗത്യ ന്തരല്യാതെ പൊഴയിലേക്കു ചാടി. ഒഴുക്കിൽപ്പെട്ടതുകണ്ട് ആരൊക്കെയ്യാ ഒപ്പം ചാടി രക്ഷിക്കാനും നോക്കീതാ – അപ്പഴാത്രെ അവര് തോക്കു ചൂണ്ടി തടഞ്ഞത്. ഇന്നലെ സന്ധ്യയ്ക്കാരുന്നു. ഇപ്പഴും ശവത്തിനു വേണ്ടി തെരച്ചില് നടക്ക്വാ-"

ജാനുവിന് തല കറങ്ങുന്നതുപോലെ തോന്നി. കരുതിവെച്ച ശക്തി യൊക്കെ ചോർന്നുപോകുന്നു. അകലെയെങ്ങോനിന്നും അവൾക്കുമാത്രം കേൾക്കാവുന്ന ഇടിമുഴക്കങ്ങൾ...

ചുരുട്ടിവെച്ച മഞ്ഞിൻതിരശ്ശീല ആകാശത്തുനിന്നും കുത്തനെ നിവർന്നുവീണ് ജാനുവിന്റെ കാഴ്ച മങ്ങി. വിറയ്ക്കുന്ന തണുപ്പിലും അവൾക്കാകെ ചുട്ടുപൊള്ളി. മങ്ങിയ വെളിച്ചത്തിലൂടെ ആശാരി കൊച്ചു കുട്ടന്റെ മോൻ ശശി വേഗം നടന്നുപോയി.

"കൊച്ചമ്മിണ്യമ്മേ – എന്റാങ്ങള..." താഴെ വീഴുന്നതിനുമുമ്പ് കൊച്ച മ്മിണിയമ്മ അവളെ താങ്ങി.

"എന്തുപറ്റീ നിന്റാങ്ങളയ്ക്ക്?"

അവരുടെ തോളിലേക്ക് കഴുത്തൊടിഞ്ഞു കുഴഞ്ഞുവീണുകൊണ്ട് അവൾ പറഞ്ഞു:

"എന്റാങ്ങള – എന്റാങ്ങളേം ഇന്നലെ വന്നിട്ടില്യ."

കൊച്ചമ്മിണിയമ്മ ജാനുവിന്റെ മുഖം പിടിച്ചുയർത്താൻ നോക്കി.ക ഴിയാഞ്ഞ് അവർ മഞ്ഞുവീണു കിടക്കുന്ന വഴിയുടെ രണ്ടറ്റത്തേക്കും തൊട്ടുമുന്നിലെ വെളിമ്പറമ്പിലേക്കും നിസ്സഹായയായി നോക്കി.

"നിന്റാങ്ങള വരും, കുട്ടീ – വരും–" എന്നു പറഞ്ഞ് അവളെ സമാ ധാനിപ്പിക്കാൻ അവർക്കു ധൈര്യം വന്നില്ല.

പകൽപ്പൂരം

ഉറക്കത്തിൽ ആലിന്റെ ചില്ലയടർന്നുവീണപ്പോൾ സുനന്ദൻ ഞെട്ടി യുണർന്നു. പൊട്ടിയടർന്ന ഭാരിച്ച ആലിൻകൊമ്പ് അലുക്കിട്ട പച്ചക്കുട പോലെ മുഖത്തു വന്നു പതിക്കും മുമ്പേ ബലിഷ്ഠമായ ഏതോ കൈകൾ അത് താങ്ങി. അദൃശ്യനായിവന്ന് ഋതുപർണ്ണൻ കാതിൽ ചോദിച്ചു:

"ഉറങ്ങിയത് പോരെ? വെയിലു കൊള്ളാൻ വയ്യാത്ത ശാസ്താവ് അതിരാവിലെ പൂരപ്പറമ്പിലെത്തും.'

സുനന്ദന് ഓർമ്മയുണ്ട്. എല്ലാ ഉത്സവത്തിനും സുനന്ദനാണ് ആദ്യം എത്താറുള്ളത്. അത് കഴിഞ്ഞിട്ടേ ശാസ്താവ് തെക്കേ നടയിലെത്തൂ. പ്രസിഡണ്ടും ഉത്സവക്കമ്മിറ്റി ഭാരവാഹികളും എപ്പോഴെങ്കിലു മൊക്കെവന്നുപോയിട്ടുണ്ടാവും. തലേന്ന് പാലയ്ക്കലമ്മ മുറതെറ്റാതെ ആനപ്പുറത്തേറിവന്ന് ഗോപുരവാതിൽ തള്ളിത്തുറന്നിടുന്നത് നേരത്തെ എത്തുന്നവർക്കുവേണ്ടിയാണ്. സുനന്ദൻ വേഗം എഴുന്നേറ്റു കുളിച്ചു തയ്യാ റായി.

നിരത്തിലൂടെ എവിടേയ്ക്കെന്നില്ലാതെ ജനം ഒഴുകിക്കൊണ്ടിരുന്നു. സൈബർ യുഗത്തിലാണ് ജീവിക്കുന്നതെങ്കിലും മാവേലി സ്റ്റോറുകൾക്കു മുമ്പിലും ഉത്സവപ്പറമ്പുകളിലും ഇപ്പോഴും നല്ല തിരക്കാണെന്ന് സുന ന്ദൻ ഓർത്തു. ആഹാരം കഴിക്കാനും ആനന്ദിക്കാനുമുള്ള ആർത്തി മനു ഷ്യന്റെ പ്രാഥമിക ചോദനകളായതുകൊണ്ടാവാം. വഴിനീളെ ആളുക ളുടെ തിരക്കുകൂടി വന്നപ്പോൾ സുനന്ദൻ ഓർത്തു. ഇപ്പോഴാണ് ഋതു പർണ്ണൻ ഏതെങ്കിലുമൊരു വൃക്ഷശാഖയിൽനിന്നും ഇറങ്ങിവരേണ്ടിയി രുന്നത്. വന്നിട്ട് ബലിഷ്ഠമായ ബാഹുക്കൾ കൊണ്ട് ചതുരംഗപ്പലകയിലെ കരുക്കളെ വാരിയൊതുക്കുംപോലെ തിരക്കിനെ വകഞ്ഞുമാറ്റി വഴിയൊ രുക്കിത്തന്നേനെ!

സുനന്ദന്റെ രാജരഥ്യ അങ്ങനെ നീണ്ടുനീണ്ടു ചെല്ലും. അംഗവസ്ത്ര ത്തിന്റെ അറ്റം കയ്യിലെടുത്തുപിടിച്ച് പിന്നാലെ പരിചാരകനും. അസാ മാന്യമായ കായബലമാകാം ഈയിടെയായി ഒരാൾക്കിവിടെ സസുഖം ജീവിക്കാനുള്ള യോഗ്യതയായി നിശ്ചയിക്കപ്പെട്ടിട്ടുണ്ടാവുക. രാമരാവ ണയുദ്ധത്തിൽ വാനരപ്പടയെ ഗന്ധമാദനൻ എന്ന കുരങ്ങൻ ഒറ്റയ്ക്ക് നയിച്ചതും അതേ യോഗ്യതകൊണ്ടാവും.

നാലുംകൂടിയ കവലയിൽവെച്ച് എവിടെനിന്നോ വന്ന ഒരു നായ മുഖം നീട്ടിക്കൊണ്ടെത്തി. ആളും അർത്ഥവും എല്ലായിടത്തുമുണ്ടായിട്ടും എവിടെനിന്നും ഭക്ഷണത്തിന്റെ തരിപോലും ലഭിച്ചില്ലെന്ന് അത് പരാ തിപ്പെടുന്നതായി തോന്നി. സുനന്ദൻ അടുത്ത കടയിൽനിന്നും ഒരു റൊട്ടി വാങ്ങി ഇട്ടുകൊടുത്തു. നടക്കുമ്പോൾ പിറകിൽ നായയും അനുഗമിക്കു ന്നുണ്ടായിരുന്നു.

ഒട്ടും അനിവാര്യമല്ലാഞ്ഞിട്ടും വഴികൾ കൂടിച്ചേരുന്നിടത്തൊക്കെ കാക്കിയുടുപ്പുകാർ കാവൽനിന്നു ടുവീലറുകൾ തിരിച്ചുവിട്ടു. വലിയ വാഹ നങ്ങൾക്കിനി രണ്ടു ദിവസത്തെ ഉത്സവം കഴിഞ്ഞേ ഇതുവഴി വരാനൊ ക്കൂ.

ഉത്സവപ്പറമ്പിൽ വീർപ്പിച്ച ബലൂണുകളും പീപ്പികളും ആഘോഷം തുടങ്ങിയിരുന്നു. കാതടപ്പിക്കുന്ന ശബ്ദമുള്ള പീപ്പികൾ ഊതിക്കൂടായെന്ന് അധികാരികളുടെ ഉത്തരവുണ്ടെന്ന് പത്രങ്ങളിൽ വായിച്ചിരുന്നു. ഈ നിലയ്ക്ക് കടുത്ത ശബ്ദമുള്ള വുവുസേല ദക്ഷിണാഫ്രിക്കയിൽ എത്ര വട്ടം നിരോധിക്കേണ്ടതായിരുന്നു. പീപ്പിയൂതുവാനുള്ള അവകാശമില്ലാ തെയാണ് ഇവിടെയിപ്പോൾ ഓരോ കുഞ്ഞും ജനിച്ചുവീഴുന്നതെന്ന് സുന ന്ദൻ തമാശയോടെ ഓർത്തു.

തുറന്നുകിടന്ന ഗോപുരനടയിലെത്തുമ്പോഴും തൊട്ടുപുറകെ നായ യുണ്ടായിരുന്നു. ഇനിയൊരിക്കലും അതു തന്നെ ഉപേക്ഷിച്ചു പോകുക യുണ്ടാവില്ലെന്നു തോന്നി. സുനന്ദൻ ഗോപുര കവാടത്തിലേക്ക് പ്രവേ ശിച്ചതും തൊട്ടു പിന്നിൽ അടിയേറ്റതുപോലെ നായ കരഞ്ഞു. തിരി ഞ്ഞുനോക്കുമ്പോൾ ആരോ എടുത്തെറിഞ്ഞതുപോലെ അതങ്ങു ദൂരെ വീണുകിടക്കുന്നു. ഭക്തനെയൊഴികെ മറ്റാരെയും ക്ഷേത്രത്തിൽ പ്രവേ ശിപ്പിക്കില്ലെന്ന് ദ്വാരപാലകൻ തീരുമാനിച്ചതാവുമോ? നോക്കുമ്പോൾ തൊട്ടടുത്ത് ദ്വാരപാലകന്റെ പ്രതിമ ഒന്നുമറിയാത്ത മട്ടിൽ ചിരിച്ചു നില്ക്കു ന്നു. പിന്നെയാരാവും-തന്നെ വിളിച്ചുണർത്തി വിട്ട അരൂപിയായ ഋതു പർണ്ണനോ? മുന്നോട്ടു നടന്നപ്പോൾ നായ വീണ്ടും പിടഞ്ഞെണീറ്റു വന്ന് സുനന്ദനെ പിന്തുടരാൻ ശ്രമിച്ചു. ഇത്തവണ സുനന്ദൻ കണ്ടു. നീണ്ടു ബലിഷ്ഠമായ ഒരു കൈ ബലമായി അതിനെ തടയുന്നു. ആലിൻകൊമ്പ് നേർക്കുനേരെ അടർന്നുവീണപ്പോൾ താങ്ങിയ അതേ കൈ തന്നെ! പണ്ടൊരിക്കൽ ഉത്സവം പ്രമാണിച്ച് കളക്ടർ വിളിച്ചുകൂട്ടിയ യോഗ ത്തിൽവെച്ച് ഉത്സവം നടത്തിപ്പ് തങ്ങളെ ഏല്പിക്കണമെന്ന് അബദ്ധം പറയുന്ന കുട്ടിയെപ്പോലെ വാശി പിടിച്ച യുവാവിനെ നീതിപൂർവ്വം

കയ്യേറ്റം ചെയ്ത സ്ഥൈര്യവും തന്റേടവും. യോഗാധ്യക്ഷനായ കളക്ട
റെപ്പോലും അവഗണിച്ചുകൊണ്ടാണ് അന്ന് ബാലേട്ടൻ യുവാവിന്റെ ചെകി
ടത്തടിച്ചത്. കീഴ്‌വഴക്കങ്ങളെ നിഷേധിക്കാൻ നിനക്കാരാണ് അധികാരം
തന്നത് എന്ന് ചോദിച്ചുകൊണ്ട് അദ്ദേഹം അടിമുടി വിറച്ചു. അപമാനിത
മായ യുവാവ് ഉടനെ യോഗസ്ഥലം വിടുകയായിരുന്നു. കളക്ടറാവട്ടെ
സാഹസം കാണിച്ച ബാലേട്ടനെ ശാസിക്കാൻ പോലും മടികാണിച്ച്
യോഗം തുടരുന്നതിൽമാത്രം ശ്രദ്ധയൂന്നുകയും ചെയ്തു.

ചെറുപൂരങ്ങൾ ഓരോന്നായി വന്നുകൊണ്ടിരിക്കുന്നതേയുള്ളൂ. സുന
ന്ദന്റെ ഒപ്പം ഒരിളം കാറ്റായി വന്നു കൊണ്ട് ഋതുപർണ്ണൻ കാതിൽ
പറഞ്ഞു: 'നായ മതിൽക്കകത്തു കടന്നാൽ പുണ്യാഹം വേണം. അതു
കഴിഞ്ഞ് ദോഷം തീർക്കാൻ സ്വശാന്തിഹോമം. ഹോമത്തിന്റെ സമ്പാദം
കലശത്തിലാക്കി വീണ്ടും ദേവന് അഭിഷേകം. ഇതൊക്കെ ഒഴിവാക്കാ
നാണ് ഗോപുരകവാടത്തിൽവെച്ച് തന്നെ നായയെ തടഞ്ഞത്.'

സുനന്ദൻ മുഖത്തു വന്നിരുന്ന ഈച്ചയെ ആട്ടിയകറ്റി. വീണ്ടും
വീണ്ടും അതവിടെത്തന്നെ വന്നിരിക്കുകയും സുനന്ദന്റെ ഒപ്പംതന്നെ
സഞ്ചരിക്കുകയും ചെയ്തു. ഒരുപക്ഷേ ഗോപുരത്തിനു പുറത്തു
നിൽക്കുന്ന നായയോടൊപ്പമാവാം ഇതുവരെ അതുണ്ടായിരുന്നതെന്ന്
സുനന്ദൻ വെറുതെ ഓർത്തു.

മതിൽക്കകത്തെ ഇടുങ്ങിയ തടാകത്തിൽ പച്ചച്ച ജലസമൃദ്ധി.
അർജ്ജുനന്റെ വില്ലു പതിച്ചുണ്ടായ തടാകമായതിനാൽ വിസ്തരിച്ച
'കല്പടവുകളില്ല–ചിത്രസേനനെന്ന ഗന്ധർവ്വൻ പഠിപ്പിച്ച ധനുർവിദ്യ ഭൂമി
യിൽ പണ്ട് പ്രയോഗിച്ചുനോക്കിയതാവാം. പതുക്കെ ഇറങ്ങി ജലത്തെ
തൊട്ടു വന്ദിച്ച് അംഗശുദ്ധി വരുത്തി. വിഭാവസു എന്ന ഗന്ധർവ്വൻ
പണ്ടാക്കെ ഈ തടാകക്കരയിൽ പ്രേമഭാജനത്തോടൊപ്പം സല്ലപിക്കാ
നെത്താറുണ്ടത്രെ. സുനന്ദന് എത്ര ആലോചിച്ചിട്ടും പിടികിട്ടിയില്ല. ഇംഗ്ലീ
ഷുകാർ കുരുമുളകിനുവേണ്ടി കേരളത്തിൽ വന്നതുപോലെ ഈ ചെറിയ
തടാകക്കരയിൽ ഗന്ധർവ്വനെ മോഹിപ്പിച്ചത് എന്താണാവോ?

പടിഞ്ഞാറു ഭാഗത്തെ ആൽത്തറയിൽ ധ്യാനനിരതനായിരിക്കുന്ന
പരശുരാമന്റെ കൽപ്രതിമ! ശരണാഗതർക്കും ആശ്രയസ്ഥാനമാവാൻ
ഇദ്ദേഹമാണത്രെ പ്രപഞ്ചപിതാക്കളെ ഇവിടെ കുടിയിരുത്തിയത്. ഈ
ഭാർഗ്ഗവരാമൻ നമ്മോടൊപ്പം ഇപ്പോഴും ഭൂമിയിൽ ജീവിക്കേണ്ടതായിരുന്നു
എന്ന് സുനന്ദൻ വെറുതെ മോഹിച്ചു. സർക്കാരുകൾക്ക് ഒരിക്കലും നട
പ്പാക്കാനാവാത്ത എത്രയോ പദ്ധതികൾ ഇദ്ദേഹത്തിന്റെ വീറും വാശിയും
മൂലം ക്ഷിപ്രസാദ്ധ്യമാവുമായിരുന്നു! ഒരിക്കൽ മനസാ അപരാധം
ചെയ്ത അമ്മയെ വധിക്കാൻ അച്ഛൻ ആജ്ഞ നൽകിയ നേരം മടികൂ
ടാതെ മാതൃഹത്യയ്ക്കു മുതിർന്ന ഭാർഗ്ഗവൻ. ഹിതാനുവർത്തിയായ മക
നിൽ ഹർഷം ചൊരിഞ്ഞ പിതാവിൽനിന്നും വരം നേടി ആദ്യം ചെയ്തത്
അമ്മയെ ജീവിപ്പിക്കുകയാണ്. എന്നിട്ടും മാതൃഹത്യ ഒരുൾത്താപമായി
കൊണ്ടു നടക്കുകയും താപാഗ്നി അണഞ്ഞു കിട്ടാൻ മഹേന്ദ്രഗിരിയിൽ

തപസ്സിരിക്കുകയും ചെയ്തു. ആ സമയത്താണ് ഏതാനും മുനിമാർ വന്ന് തങ്ങൾക്ക് തപസ്സു ചെയ്യാനിടമില്ലെന്നും ഗോകർണ്ണം മുതൽ കന്യാകു മാരിവരെ നീണ്ടുകിടന്ന ഭൂപ്രദേശങ്ങളെല്ലാം കടലെടുത്തുപോയെന്നും പരാതിപ്പെട്ടത്. കയ്യേറിയ ഭാഗങ്ങൾ സമുദ്രത്തിൽനിന്നൊഴിഞ്ഞുകിട്ടണം. ഭാർഗ്ഗവൻ പറഞ്ഞാലേ സമുദ്രാധിപൻ അനുസരിക്കൂ.ഉടനെ വരുണ ദേവ നുമായി ബന്ധപ്പെട്ട് കയ്യേറ്റസ്ഥലങ്ങൾ ഒഴിഞ്ഞു കൊടുക്കാൻ ആവശ്യ പ്പെട്ടെങ്കിലും നടന്നില്ല. ക്രുദ്ധനായ ഭാർഗ്ഗവൻ ഗോകർണ്ണത്തിലെത്തി തന്റെ പരശു കന്യാകുമാരിയിലെത്തുംവരെ നീട്ടിയെറേ. സമുദ്രത്തിന്റെ മാറിലൂടെ അഗ്നി പടർത്തി ഭാർഗ്ഗവന്റെ ക്രോധായുധം നീങ്ങിയതും സമുദ്രം ഭയന്നു പിൻവാങ്ങി. വീണ്ടുകിട്ടിയ ഭൂമി മുഴുവനും ഭാർഗ്ഗവൻ താപസർക്കായി വീതിച്ചു നല്കി. ഓർത്തപ്പോൾ സുനന്ദന്റെ മേലാകെ കുളിരു കോരി. എത്ര ചടുലമായും ധീരമായും നമ്മുടെ വയനാട്ടിലെ കയ്യേറിയ വനപ്രദേശങ്ങൾ ഒഴിപ്പിച്ചെടുക്കാൻ വേണമെങ്കിൽ ഈ ഭാർഗ്ഗ വനു കഴിഞ്ഞെനെ. എങ്കിൽ സർക്കാരുഭാഗം വക്കീലന്മാർക്ക് ഇപ്പോഴും, കയ്യേറ്റഭൂമികൾ ഒഴിപ്പിക്കാൻ ഇനിയും സമയം വേണമെന്നപേക്ഷിച്ച് കോടതിയിൽ പഞ്ചപുച്ഛമടക്കി നില്ക്കേണ്ടിവരില്ലായിരുന്നു.

കരിങ്കല്ലു വിരിച്ച പ്രദക്ഷിണവഴിയിൽനിന്നു മാറി ചുറ്റമ്പലത്തിലേ ക്കുള്ള നടവഴിയിൽ ഋഷഭന്റെ നടവാതിൽ അടഞ്ഞുകിടന്നു. അഴിയിട്ടൂറ പ്പിച്ച കട്ടിളപ്പഴുതിലൂടെ നോക്കിയാൽ ഋഷഭൻ ഉറങ്ങുന്നത് കാണാം. വിരൽ ഞൊടിച്ചോ കൈ കൊട്ടിയോ ഉണർത്തിക്കൊണ്ടുവേണം വന്ദി ക്കാൻ. മറ്റു ദേവന്മാരെപ്പോലെ ആടയാഭരണങ്ങളില്ല. നഗ്നനായാണ് കിട പ്പ്. വസ്ത്രവിഹീനനായ മൂർത്തിയെ അതേപടി ദർശിക്കുന്നത് പാപമ ത്രേ. അതുകൊണ്ട് നഗ്നത മറയ്ക്കാനായി മേൽമുണ്ടിന്റെ വക്കിൽനിന്നും ഒരിഴ വേർപെടുത്തി ദേവനണിയാനായി ഇട്ടുകൊടുത്തു. ഏറ്റവും കുറ ച്ചുമാത്രം ആവശ്യപ്പെടുന്ന ദേവനോട് സുനന്ദന് നേരത്തെത്തന്നെ അതീ വബഹുമാനം തോന്നിയിരുന്നു. മുമ്പൊരിക്കൽ ഈ നടയിലെത്തി വിരൽ ഞൊടിച്ചു വന്ദിച്ചശേഷം മേൽമുണ്ടിലെ ഒരിഴയല്ല മേൽമുണ്ടു മുഴുവനാ യിത്തന്നെ അഴികൾക്കിടയിലൂടെ സമർപ്പിച്ചപ്പോൾ കണ്ടുനിന്നവർ പരി ഹാസത്തോടെ പറഞ്ഞു:

'അയ്യോ പാവം! ഇവിടുത്തെ ചിട്ടകളൊന്നും അറിയാഞ്ഞിട്ടാവും.'

ഋഷഭ ദർശനം കഴിഞ്ഞ് പുറത്തു കടന്നത് വടക്കേ ഗോപുരകവാട ത്തിലേക്കാണ്. പണ്ടെന്നോ വിഷ്ണുവാഹനമായ ഗരുഡൻ ഗോപുര ത്തിന്റെ നെറുകയിൽ വന്നിരുന്നപ്പോൾ ഗോപുരം ഒരു വശത്തേക്ക് ചാഞ്ഞുവത്രെ. ഇപ്പോഴാണെങ്കിൽ പൊതുമരാമത്തു വകുപ്പുകാർക്ക് തങ്ങ ളുടെ കുറ്റം കൊണ്ടല്ലാതെ സംഭവിച്ച നിർമ്മാണത്തകരാർ പരിഹരിക്കു ന്നതിന് സർക്കാർ പണം എത്രയെങ്കിലും ചെലവഴിക്കാമായിരുന്നു. എന്നാൽ പിന്നീടൊരിക്കലും വിഷ്ണുവാഹനം ഈ വഴി വരാതിരുന്ന തുകൊണ്ട് ഉദ്യോഗസ്ഥർക്ക് ഹാ–കഷ്ടം!

സ്വർണ്ണത്താഴികക്കുടം ചൂടിയ ചെമ്പോല മേഞ്ഞ വട്ട ശ്രീകോവിൽ

വിതാനത്തിന് കീഴെ കുടിയിരിക്കുന്നു ഭഗവതി. അഞ്ചടിയോളം ഉയര
ത്തിൽ ദാരുബിംബം. ശില്പിയുടെ കരവിരുത് വിളിച്ചറിയിക്കുന്ന ശ്രീകോ
വിലിന്റെ ഗർഭഗൃഹത്തിന് മേലാപ്പില്ല. ശ്രീകോവിലിനു ചുറ്റും അഷ്ടദി
ക്പാലകർ സംരക്ഷകർ. നവരാത്രികാലങ്ങളിൽ ദുർഗ്ഗയായും ലക്ഷ്മി
യായും സരസ്വതിയായും സങ്കൽപ്പിച്ചാരാധിക്കുന്ന ദേവിയുടെ ഇടതുവ
ശത്തായി വെൺമാടത്തിൽ ഗണനാഥൻ. കരിങ്കല്ലിൽ തീർത്ത
ചതുർബാഹു പ്രതിമ. ഗണേശപ്രീതിക്കായി സുനന്ദൻ പണ്ടിവിടെ തേങ്ങ
യെറിഞ്ഞിട്ടുണ്ട്. കറുകമാല ചാർത്തിയിട്ടുണ്ട്. അപ്പം നേദിച്ചിട്ടുണ്ട്.
പിന്നീട് മനസ്സിലായി കൂടുതൽ കൊടുക്കുന്നവർക്കേ കൂടുതൽ അനു
ഗ്രഹം ലഭിക്കൂ എന്ന്. പന്ത്രണ്ട് പറ അരികൊണ്ട് നെയ്യപ്പമുണ്ടാക്കിയാണ്
പലരും ദേവീസന്നിധിയിൽ ഗണനാഥനുവേണ്ടി ഉദയാസ്തമയ പൂജ നട
ത്തുന്നത്. എന്നുവെച്ചാൽ ദിവസം മുഴുവനും ഗണപതിക്ക് അപ്പം
ഭക്ഷിക്കാം. മറ്റാരും ഇതിൽ പങ്കു പറ്റുന്നത് അദ്ദേഹത്തിനിഷ്ടമല്ല.
അമ്മയായ ദേവിപോലും!

കൊടുക്കുന്ന കാര്യത്തിൽ ബാലേട്ടനായിരുന്നു എന്നും മുന്നിൽ
എന്ന് സുനന്ദൻ ഓർത്തു. ദേവിയുടെ തിരുവാഭരണം കളവുപോയ രാത്രി
യിൽ അദ്ദേഹം ഒരുപോള കണ്ണടച്ചിട്ടില്ല. മുള കീറും പോലെയാണ്
ബാലേട്ടൻ നടയ്ക്കൽനിന്നു കരഞ്ഞത്. എന്നിട്ട് നേരെ വീട്ടിൽ പോയി
സ്വന്തം അമ്മയുടെ മുഴുവൻ ആഭരണങ്ങളും കൊണ്ടുവന്ന് നടയ്ക്കൽ
വെച്ചു. രാത്രികളിൽ കാവൽക്കാരെയെല്ലാം പുറത്തുനിർത്തി ഒറ്റയ്ക്ക്
കാവൽ നിന്നു.

ഒരിക്കൽ ദേവിയുടെ കേടുവന്ന ദാരുബിംബം മാറ്റി സ്ഥാപിക്കണ
മെന്ന് പ്രശ്നവശാൽ നിർദ്ദേശമുണ്ടായി. യോജിച്ച ദാരു കണ്ടുകിട്ടിയി
ല്ലെങ്കിൽ ശിലയോ പഞ്ചലോഹമോ അതുമല്ലെങ്കിൽ രത്നശിലയോ
ആവാമെന്നായിരുന്നു പ്രമാണം. ശിലയെങ്കിൽ കൃഷ്ണശിലതന്നെവേ
ണം. അതിൽത്തന്നെ സ്ത്രീശിലയാണ് വേണ്ടത്. അതിന്റെ സ്വരവും
നിറവും പരിശോധിക്കണം. ഒടുവിൽ പഞ്ചലോഹത്തിൽ മതിയെന്നു തീരു
മാനിച്ചു കരിക്കാശ്ശേരി നമ്പൂതിരിയെ വരുത്തി. കളിമണ്ണും മെഴുകുമൊക്കെ
ശേഖരിച്ച് വിഗ്രഹം വാർക്കാനുള്ള ഒരുക്കങ്ങളായി.   അപ്പോഴാണ്
തൈമുക്ക് നമ്പൂതിരി ഇടപെടുന്നത്. പഞ്ചലോഹം പാടില്ല-ദാരു തന്നെ
വേണമെന്നായി അദ്ദേഹം. അതുവരെ മൗനം പാലിച്ച ബാലേട്ടൻ ആള്
നാലിരട്ടിയായി നിന്ന് ആക്രോശിച്ചു: "നമ്പൂരിയല്ലേ പറഞ്ഞത് പ്രശ്ന
ച്ചാർത്തിൽ യാതൊന്നും നിർബ്ബന്ധമായി കാണുന്നില്ലെന്ന്? ആളും
അർത്ഥവും മെനക്കെടുത്തിട്ട് ഇപ്പോൾ...."

പേടിച്ച തൈമുക്ക് 'ആവാം ആവാം' എന്നു പറഞ്ഞു കൊണ്ട് വേഗം
പിന്മാറി. 'ആൾബലവും ദ്രവ്യബലവും ഉള്ളയാളാ..രണ്ട് അടി തന്നാൽ
കൊള്ളുകയേ നിവൃത്തീള്ളൂ' എന്ന് ആത്മഗതം പറയുകയും ചെയ്തു.
എങ്കിലും പോകുമ്പോൾ നമ്പൂതിരി തന്റെ നിരാശ ഇങ്ങനെ പുറത്തു
കാട്ടാനും മടിച്ചില്ല.

"നോം ഉള്ളപ്പോൾ ഈ പുനഃപ്രതിഷ്ഠനടക്കില്ല. പ്രസിഡണ്ടിന് അത് കാണാനുള്ള യോഗോംല്യ."

രണ്ടും ശരിയായി ഭവിച്ചുവെന്ന് സുനന്ദൻ ഓർത്തു. ദാരു തേടിപ്പിടിച്ച് പ്രതിഷ്ഠ നടത്തുമ്പോഴേക്കും രണ്ടുപേരും ഈ ലോകം വിട്ടുപോയിരുന്നു.

ഏതോ ഗന്ധർവ്വന് ശാപം കിട്ടി ഭൂമിയിൽ മനുഷ്യനായി ജനിക്കേണ്ടിവന്നയാളാവും ബാലേട്ടൻ. അല്ലെങ്കിൽ ദേവലോകത്തുനിന്നും മനുഷ്യരൂപം പൂണ്ട് ഭൂമി സന്ദർശിക്കാനെത്തിയ ഗന്ധർവ്വൻ! കശ്യപ പ്രജാപതിക്ക് അരിഷ്ട എന്ന പത്നിയിലുണ്ടായ എത്രയോ പുത്രന്മാരിൽ ഒരാൾ !

ഭഗവതിയുടെ എഴുന്നെള്ളിപ്പിനുള്ള നേരമായതുകൊണ്ട് സുനന്ദൻ ഗോപുരം കടന്നു പുറത്തെത്തി. വാതിൽക്കൽ അപ്പോഴും നായ കാത്തു നിന്നിരുന്നു. കോപ്പണിഞ്ഞ ആനകൾ നിരന്നുകഴിഞ്ഞു. അകത്തു നിന്നും പത്മനാഭന്റെ പുറത്ത് തിടമ്പെഴുന്നെള്ളിച്ച് ചെമ്പടമേളത്തോടെ എഴുന്നെള്ളിപ്പു വരുന്നു. ഉച്ചസൂര്യന്റെ കനത്ത രശ്മികളേറ്റ് കടുത്ത നിറമുള്ള കുടകളും സ്വർണ്ണക്കോലവും വെട്ടിത്തിളങ്ങി. വിളംബകാലത്തിൽ തുടങ്ങി ചെമ്പടയിൽ വായിച്ചു കലാശിച്ച് പാണ്ടി കൊലുമ്പാൻ തുടങ്ങുമ്പോൾ കുറച്ചകലെ മാറി നേരെ മുമ്പിൽ ദേവിയുടെ എഴുന്നെള്ളത്തും കണ്ടുനില്ക്കാറുണ്ട് ബാലേട്ടൻ. അന്നദ്ദേഹം ഉത്സവക്കമ്മിറ്റി പ്രസിഡണ്ടാണ്. മേലാകെ കുളിരു കോരുന്നുണ്ടാവും. താനൊരു വെറും സാക്ഷി മാത്രമാണെന്ന മട്ടും പിന്നെ താനാണീ ആഘോഷങ്ങളുടെയെല്ലാം നാഥനെന്ന ഭാവവും ആ മുഖത്തുണ്ടാവും.

ചെമ്പട കലാശിച്ച് പാണ്ടി തുടങ്ങിയപ്പോൾ സുനന്ദൻ നടന്നു. പിന്നാലെത്തന്നെ നായയും ഉണ്ടായിരുന്നു. എഴുന്നെള്ളിപ്പ് മൈതാനവും ചുറ്റി പടിഞ്ഞാറെ പന്തലിലെത്തുമ്പോഴാണ് വൈകുന്നേരത്തെ വെടിക്കെട്ട്.

പന്തൽ ഏഴുനിലകളിൽ മനോഹരമായി കെട്ടിയുയർത്തിയിട്ടുണ്ടായിരുന്നു. വൈദ്യുത ദീപാലങ്കാരം കൂടിയായപ്പോൾ അതിന്റെ പരഭാഗ ശോഭ വർദ്ധിച്ചു കാണപ്പെട്ടു. പതുക്കെ ഒരു കാറ്റ് പരിസരമാകെ വീക്ഷിക്കാനെന്നോണം സന്ദർശകനായി വന്നു. അതു പിന്നെ തിരിച്ചു പോകാൻ മടിച്ച് പൂരപ്പറമ്പിലെ വൃക്ഷങ്ങളിലും റോഡിലും റോഡരികിലെ കെട്ടിടങ്ങൾക്കു മേലെ തലയുയർത്തിനിന്ന തെങ്ങുകളിലും കുടിയേറി. ആകാശം മെല്ലെ ഇരുണ്ടുവന്നു. വലിയൊരു പേമാരിക്കുള്ള തയ്യാറെടുപ്പ്, ദിക്കുകളിൽ കണ്ടു. കാറ്റിന്റെ മൂളലും വാശിയും വർദ്ധിച്ചുവന്നതോടെ കാഴ്ചക്കാർ സുരക്ഷതേടി മടങ്ങാൻ തുടങ്ങി.

മേളം നിലച്ചിരുന്നു. വെടിക്കെട്ടിനു മുമ്പ് പന്തലിൽ കയറ്റി നിർത്തേണ്ട തിടമ്പെഴുന്നെള്ളിച്ച ആനവരുന്നതേയുള്ളൂ. സുനന്ദൻ പന്തലിനു കീഴിൽനിന്നും ഏതെങ്കിലും കെട്ടിടത്തിന്റെ ചുവട്ടിലേക്കു മാറി നില്ക്കാൻ നോക്കി. പെട്ടെന്ന് എന്തോ ഒടിയുന്ന ശബ്ദം. പന്തലിന്റെ മുകളറ്റം ഒരു കുന്നിടിയുംപോലെ ഒന്നാകെ കീഴോട്ടു പതിച്ചു. സുന

ന്ദൻ ഞെട്ടി. ഋതുപർണ്ണൻ ചെവിയിൽ പറയുന്നു: "ഈ വീഴ്ച സുനി
ശ്ചിതമാണ് സുനന്ദാ. ഇത്രയധികം ജനങ്ങൾ ഒത്തുകൂടുന്ന ഉത്സവത്തെ
സാക്ഷിനിർത്തി ഇങ്ങനെയൊരു ദുരന്തം കാണാൻ ഇഷ്ടമുണ്ടായിട്ട്
ഞാനത് തടയാഞ്ഞതല്ല. എന്റെ കൈകൾക്ക് താങ്ങാവുന്നതിലധികമാ
യിരുന്നു പന്തലിന്റെ ഭാരം."

ആരൊക്കെയോ പന്തലിനടിയിൽപ്പെട്ടു നിലവിളിച്ചു. സുനന്ദൻ ഓടി
മാറിയെങ്കിലും തൊട്ടു പിറകിലുണ്ടായിരുന്ന നായയ്ക്ക് രക്ഷപ്പെടാനാ
യില്ല. പകുതി ശരീരം ഏതോ കനത്ത ഭാരത്തിനടിയിലായ നിലയിൽ
അത് സുനന്ദനെനോക്കി മുരണ്ടു.

'സാരമില്ല. രക്ഷപ്പെട്ടോളൂ. എന്നെയോർത്ത് വിഷമിക്കേണ്ട. ഇനി
യൊരു ജന്മമുണ്ടെങ്കിൽ താങ്കളുടെതന്നെ ആശ്രിതനായി ജനിക്കാൻ
പ്രാർത്ഥിച്ചു കൊണ്ടാണ് ഞാൻ മരിക്കുന്നത്.'

സുനന്ദന് തിരിച്ചുപോകാൻ കഴിഞ്ഞില്ല. ഒരുവേള താൻ മരിച്ചുപോ
യിരുന്നെങ്കിൽ തന്റെ വീട്ടുകാർക്ക് നഷ്ടപരിഹാരത്തുക വാങ്ങാമായിരു
ന്നു. ഒരാൾ മരിച്ചു പോകുമ്പോൾ ജീവിച്ചിരിക്കുന്ന അയാളുടെ ബന്ധു
ക്കളാണ് രക്ഷപ്പെടാൻ പോകുന്നത്. തിരിച്ചറിയാത്ത ശവത്തിന്റെ ഡി.
എൻ.എ.ടെസ്റ്റും നടത്തി ഓരോ ദുരന്തങ്ങൾക്കു പിന്നിലും ബന്ധുക്ക
ളുടെ നീണ്ട ക്യൂവാണ്. എന്നാൽ പാവം മിണ്ടാപ്രാണിയായ ഒരു നായ
മരിച്ചിട്ട് ആർക്കെന്തു ഗുണമുണ്ടാവാനാണ്!

വീണുകിടന്ന പന്തലിന്റെ അവശിഷ്ടങ്ങൾക്കിടയിലൂടെ സുനന്ദൻ
ആ മിണ്ടാപ്രാണിയുടെ ദൈന്യത്തിലേക്കു കുതിച്ചോടി.

പന്തലിന്റെ ബാക്കിഭാഗങ്ങൾ ഇനിയും വീണുകൊണ്ടിരിക്കുകയാണ്
–നിങ്ങളിപ്പോൾ അങ്ങോട്ടു പോകരുതെന്ന് കണ്ടുനിന്നവർ വിലക്കിയിട്ടും
സുനന്ദൻ അനുസരിച്ചില്ല.

വ്യർത്ഥമായ ജന്മംപോലെ വ്യർത്ഥമായ ഒരു മരണവും ഒഴിവാക്ക
ണമെന്ന ചിന്ത മാത്രമാണ് അപ്പോൾ ആ മനസ്സിലുണ്ടായിരുന്നത്.

ആകാശം തുളച്ച് ഒരുഞ്ഞാൽ

പൂവും പുഴയും കുന്നും പോലെ ബാലേട്ടനും ഞങ്ങളുടെ സ്വന്ത മായിരുന്നു. ഞങ്ങളുടെ ഒപ്പം ഒരു നിഴലുപോലെ എന്നും ബാലേട്ടനു ണ്ടായിരുന്നു. ഒരു ഗ്രാമത്തിലെ ജനത ഒന്നാകെ അസത്യം പറയുന്ന വരും ചതിയന്മാരും ആകുമ്പോൾ അവിടുത്തെ പുഴകളും തടാകങ്ങളും തീപ്പിടിക്കുമെന്നും കുന്നുകളും മലകളും നീണ്ടുയർന്നുപോയി ആകാശം തുളച്ച് പേമാരിയുണ്ടാക്കുമെന്നും ബലേട്ടനാണ് പറഞ്ഞുതന്നത്. അന്നൊക്കെ എന്നെങ്കിലും സംഭവിക്കാൻ പോകുന്ന ആ ദുര്യോഗമോർത്ത് പേർത്തും പേർത്തും ഞങ്ങൾ വിഷാദിച്ചിട്ടുണ്ട്. ബാലേട്ടൻ പറയുന്ന തെന്തും ഞങ്ങൾക്ക് അത്രയേറെ വിശ്വാസമായിരുന്നു. ബാലേട്ടന്റെ പ്രവ ചനങ്ങളെപ്പറ്റി ഞങ്ങൾ അച്ഛനമ്മമാരോടു പറയുകയും തർക്കിക്കുകയും ചെയ്യുക പതിവായിരുന്നു. ബാലേട്ടന്റെ അസാധാരണവും അത്ഭുതകര വുമായ സിദ്ധികളിൽ ഞങ്ങൾ സദാ അഹങ്കരിച്ചു. ഞങ്ങൾക്കുവേണ്ടി എന്തുതന്നെ ചെയ്യാനും ബാലേട്ടൻ ഒരുക്കമായിരുന്നു. ഒരുവേള അതെത്ര ദുഷ്ക്കരമായിരുന്നാൽക്കൂടി ഞങ്ങളെ വേദനിപ്പിക്കാതിരിക്കാൻ വേണ്ടി ബാലേട്ടൻ എന്തിനും തയ്യാറാകുമായിരുന്നു.

ഞങ്ങളുടെ പ്രദേശത്ത് എന്നും തലയുയർത്തി നിന്ന അജയ്യനായ ഒരു കാവൽക്കാരനായിരുന്നു തിലകംകുന്ന്. ഞങ്ങളുടെ ഗ്രാമത്തെ പതി വായി ആപത്തുകളിൽനിന്നും രക്ഷിച്ചുപോരുന്നത് രാവും പകലും ഉറ ങ്ങാതെ കാവൽനിൽക്കുന്ന ആ കുന്നാണെന്ന് എല്ലാവരും വിശ്വസിച്ചു.

ഒരുദിവസം ആ കുന്നിനെ ചൂണ്ടി ഞങ്ങളിലൊരു കുസൃതി ബാലേ ട്ടനോടു പറഞ്ഞു:

"ബാലേട്ടാ – എനിക്കാ കുന്നിൻമോളിൽകേറി ആകാശം തുളച്ച് ഒരുഞ്ഞാലിടണം."

"ആവാമല്ലോ–" ബാലേട്ടൻ കുസൃതിയെയും കൂട്ടി കുന്നുകയറി. കുന്നിന്റെ തുഞ്ചാംതുഞ്ചത്തു ചെന്നപ്പോൾ ആകാശം കൈയെത്തിച്ചാൽ തൊടാമെന്നായി. കൂടെകൊണ്ടുവന്നിരുന്ന ചാക്ക് സഞ്ചിയിൽനിന്നും കയറും പിക്കാസ്സും എടുത്തുകൊണ്ട് ബാലേട്ടൻ കുസൃതിയോടു പറഞ്ഞു.

"നോക്ക്. നമ്മളിതാ ഊഞ്ഞാലിടാൻ പോണു. താഴേക്കു നോക്കി യിട്ട് ഊഞ്ഞാലിന് എത്ര ഇറക്കം വേണമെന്ന് പറഞ്ഞോളൂ. എങ്ങാനും കയറു പൊട്ടിപ്പോയാൽ ചാവാതെ രക്ഷപ്പെടണമല്ലോ."

കുസൃതി കുന്നിൻമോളിൽനിന്നും താഴേക്കൊന്നു നോക്കിപ്പോയി. മുള്ളും മുരടും കല്ലും പച്ചപ്പും കടന്ന് താഴെ നില്ക്കുന്ന മനുഷ്യരെ യൊന്നും കാണാനേ പറ്റുന്നില്ല. വയലോരത്തെ കൈതക്കാടിനുമപ്പുറത്ത് തന്റെ ഓടുമേഞ്ഞ വീട് ഒരു മഞ്ഞപ്പൊട്ടുപോലെ. അവിടെ അച്ഛനുമമ്മയും കാത്തിരിക്കുന്നുണ്ടാവും. പക്ഷേ, ഈ ഊഞ്ഞാലെങ്ങാനും പൊട്ടിവീ ണാൽ–?

"അയ്യോ. വേണ്ട ബാലേട്ടാ– വേണ്ട–"

കുസൃതി പറഞ്ഞു.

"നമുക്കിപ്പോ ഊഞ്ഞാലിട്ട് ആടുകയൊന്നും വേണ്ട–"

ബാലേട്ടൻ ചിരിച്ചു. പിന്നെ കുസൃതിയെയുംകൊണ്ട് കുന്നിറങ്ങിപ്പോ രുകയും ചെയ്തു.

വരാൻപോകുന്ന കാര്യങ്ങളെപ്പറ്റി മുൻകൂട്ടി അറിയാനുള്ള ഒരു പ്രത്യേക കഴിവുതന്നെയുണ്ടായിരുന്നു ബാലേട്ടന്. ആസന്നമായ അപക ടങ്ങളെക്കുറിച്ച് ആരോ ബാലേട്ടന്റെ ചെവിയിൽ വന്നുപറഞ്ഞുകൊടുക്കു കയാണെന്നു തോന്നും.

ഒരിക്കൽ ഞങ്ങളെല്ലാവരുംകൂടി ഒരു ബസിൽ യാത്ര ചെയ്യുകയായി രുന്നു. ദേശീയ പാതയിലൂടെ ഏറ്റവും വേഗത്തിൽ നിർത്താതെയുള്ള ഓട്ട മാണ്. ധൃതിക്കാരായ വേറെ ചില ബസുകാരും കൂടെക്കൂടെ ഹോണടിച്ചു കൊണ്ട് തൊട്ടുപിന്നാലെയുണ്ട്. അവർക്ക് എത്രയും വേഗം ഞങ്ങളുടെ ബസിന്റെ മുന്നിൽ കടക്കണമെന്നാവും. ബസുകാത്തു നില്ക്കുന്ന കവല കളിൽ നിന്ന് ആളുകൾ കൂട്ടത്തോടെ കൈകാണിച്ചിട്ടും ഞങ്ങളുടെ ബസ് ഡ്രൈവർ ബസ്സു നിർത്തിയില്ല. ബ്രേക്ക് ചവിട്ടി–ചവട്ടിയില്ലെന്ന മട്ടിൽ വന്ന് വീണ്ടും വേഗതകൂട്ടി വിടുകയാണ് ചെയ്തത്. പെട്ടെന്ന് ബാലേട്ടൻ എഴു ന്നേല്ക്കുന്നതു കണ്ടു. പിന്നെ ഞങ്ങളെയെല്ലാം സീറ്റുകളിൽ നിന്നു പിടി ച്ചെഴുന്നേല്പിച്ചു.

"വാ–വാ– നമുക്ക് അടുത്ത സ്റ്റോപ്പിൽ ഇറങ്ങണം."

"അതിന് ബലേട്ടാ – നമ്മുടെ സ്ഥലമായിട്ടില്ലല്ലോ."

"അതൊക്കെപ്പറയാം. ഇപ്പോ വേഗം ഇറങ്ങാൻ നോക്ക്."

ബാലേട്ടൻ തിരക്കുകൂട്ടി. അടുത്ത സ്റ്റോപ്പിലും നിർത്താതെ പോയ ബസ് ബാലേട്ടൻ സ്വയം ബെല്ലടിച്ചു നിർത്തിച്ചു. ഞങ്ങളൊക്കെ വേഗം വേഗം പുറത്തേക്കിറങ്ങുകയും ചെയ്തു. ബസ് വീണ്ടും ഇരട്ടബെല്ലോടെ

ഓടാൻ തുടങ്ങി. പുറകേ വന്നിരുന്ന ബസുകളെല്ലാം ഇതിനകം മുമ്പേ കടന്നു കഴിഞ്ഞിരുന്നു.

വളവും തിരിവുമില്ലാതെ നീണ്ടു നിവർന്നു കിടക്കുന്ന ദേശീയപാത. ഞങ്ങൾ പാതയോരത്ത് വിഡ്ഢികളെപ്പോലെനിന്നു. ഞങ്ങളെ വിട്ടുപോയ ബസ് കാഴ്ചയിൽ ഒരു ബിന്ദുവായി മാറിക്കൊണ്ടിരുന്നു. പെട്ടെന്ന് അത് പാതയുടെ ഒരു വശത്തേക്ക് തെന്നിനീങ്ങുന്നതു കണ്ടു.പിന്നെ വളരെവേഗം ഏതോ കള്ളുകുടിയൻ ദേഷ്യത്തോടെ വലിച്ചെറിഞ്ഞ നിറഞ്ഞ തീപ്പെട്ടി ക്കൂടുപോലെ ഉരുണ്ടുമറിഞ്ഞ്, പാതവക്കിലെ പാടത്തേക്കെത്തി.

ഞങ്ങളാകെ എന്തു പറയേണ്ടു എന്നറിയാത്തവിധം ആശ്ചര്യപ്പെട്ടു പോയി. ഞങ്ങളെല്ലാവരും കൂടി ബാലേട്ടനെ കെട്ടിപ്പിടിച്ചു. ഞങ്ങളുടെ കണ്ണിലും മനസ്സിലും ഭയബഹുമാനങ്ങളോ സ്നേഹാധിക്യമോ എന്താ ണെന്നു പറയാൻ വയ്യ. ബാലേട്ടൻ ഞങ്ങളെയും മാറിമാറി ആശ്ലേഷിച്ചു. പിന്നെ ഒന്നും സംഭവിച്ചിട്ടില്ലാത്തതുപോലെ അടുത്ത ബസിനു കൈകാ ണിച്ച് എല്ലാവരും കൂടി അതിൽക്കയറിപ്പോവുകയും ചെയ്തു.

മറ്റൊരിക്കൽ ഞങ്ങളെല്ലാവരും കൂടി ഒരൊഴിവുദിവസം ആഘോഷി ക്കുകയായിരുന്നു. അമ്പലപ്പറമ്പിലെ ആൽത്തറയിൽ ഒത്തുകൂടുന്ന അപൂർവ്വാവസരങ്ങളിൽ ഒന്നായിരുന്നു അത്. ഞങ്ങൾ ഓരോരുത്തരും വട്ടം കൂടിയിരുന്ന് വരുന്ന അവധിക്കാലം എങ്ങനെ കഴിച്ചുകൂട്ടണമെന്നതിനെ പ്പറ്റിയുള്ള അഭിപ്രായങ്ങൾ കൈമാറുകയായിരുന്നു. ഞങ്ങൾക്കിടയിൽ ബാലേട്ടൻ എല്ലാറ്റിനും സാക്ഷിയായി ആൽത്തറയിൽ നീണ്ടുനിവർന്നു കിടന്നു. മീനമാസത്തിലെ സൂര്യൻ തലയ്ക്കുമുകളിൽ കത്തിനിന്നെങ്കിലും ആൽമരത്തിന്റെ ഇലച്ചാർത്തുകൾ ഞങ്ങളെ സംരക്ഷിക്കുന്നുണ്ടായിരുന്നു. വരണ്ടഭൂമിയിലേക്ക് ഒരാശ്വാസംപോലെ ഇടയ്ക്കിടെ പാലക്കാടൻ കാറ്റ് കടന്നുവരികയും ചെയ്തു. പെട്ടെന്ന് ബാലേട്ടൻ എഴുന്നേറ്റു. ഞങ്ങളെ യെല്ലാം ആട്ടിത്തെളിച്ച് ആൽത്തറയിൽനിന്നും താഴെയിറക്കി.

"വാ- പോകാം" ഞങ്ങൾ ചോദിച്ചു: "അല്ലാ ഇതെന്തു ഭ്രാന്താണ് ബാലേട്ടാ. നമ്മളിവിടെ വന്നിട്ട് അധികനേരമായില്ലല്ലോ. ഒന്നുമൊന്നും തീരു മാനിച്ചതുമില്ല. അതിനുമുമ്പ്?"

"ഓ. അതൊക്കെ പിന്നീടാവാം ഇപ്പോ എന്റെ കൂടെവാ-"

-ബാലേട്ടൻ നടന്നു. ധിക്കരിക്കാൻ ധൈര്യമില്ലാതിരുന്നതുകൊണ്ട് അനിഷ്ടത്തോടെയെങ്കിലും ഞങ്ങൾ പിന്തുടരുകയും ചെയ്തു.

അമ്പലപ്പറമ്പിൽ നിന്നും റോഡിലേക്കു കയറുന്നിടത്ത് അപ്പുനായ രുടെ ചായക്കടയാണ്. അവിടെയിരുന്നാൽ അമ്പലവും ആൽത്തറയും പരിസരവുമൊക്കെ വ്യക്തമായി കാണാം. ചായക്കടയുടെ മുമ്പിലെത്തി യപ്പോൾ ബാലേട്ടൻ കയറി-

"നമുക്ക് ഓരോ ചായ കുടിക്കാം." ഞങ്ങളിൽ പലരും അസഹി ഷ്ണുത പുറത്തുകാട്ടി-

"ഈ നേരത്തല്ലേ ചായ കുടിക്കുന്നത്! ഈ ബാലേട്ടൻ അല്ലെങ്കിലും ചിലപ്പോൾ ഇങ്ങന്യാ-"

തുടർന്ന് ഞങ്ങളെല്ലാം ഒപ്പം കയറി ബഞ്ചുകളിൽ അവിടവിടെയായി ഇരുന്നു. അപ്പുനായർ ഞങ്ങൾക്കു മുമ്പിൽ ചായഗ്ലാസുകൾ നിരത്തി.

പൊടുന്നനെ ഒരു ശബ്ദം–നോക്കുമ്പോൾ അമ്പലപ്പറമ്പിലെ കൂറ്റൻ ആലിന്റെ ഒരു വലിയകൊമ്പ് ഒരാന ചരിയുന്നതുപോലെ അടർന്ന് വീഴു കയാണ്.

ഞങ്ങൾ ശരിക്കും നടുങ്ങിപ്പോയി. അല്പം മുമ്പുവരെ ഞങ്ങളെ ല്ലാവരും ആ ആൽത്തറയിലായിരുന്നല്ലോ–

അപ്പുനായർ ഒരിളം പുഞ്ചിരിയോടെ അന്വേഷിക്കുന്നു:

"അല്ലാ–ആരും അടീപ്പെട്ടില്ലാലോ–"

ഞങ്ങളാരും അതു കേട്ടതായി ഭാവിച്ചില്ല.

ദിവസം ചെല്ലുംതോറും ഞങ്ങൾക്ക് ബാലേട്ടനോടുള്ള വിശ്വാസവും വിധേയത്വവും വർദ്ധിച്ചു വരികയായിരുന്നു. ബാലേട്ടനെപ്പോലെ ഒരാളെ ഞങ്ങൾക്ക് വരദാനമായി കിട്ടിയല്ലോ എന്നോർത്ത് ഞങ്ങൾ മതിമറന്ന് ആഹ്ലാദിച്ചു.

അങ്ങനെയിരിക്കേയാണ് ഞങ്ങളുടെ അയല്പക്കത്തുള്ള ദാമുവിന്റെ വിവാഹം തീരുമാനിച്ചത്. ദാമു ബാലേട്ടന്റെ സമപ്രായക്കാരനായിരുന്നു. ദാമുവിന്റെ അച്ഛൻ രൈരുനായരെ കൃഷിപ്പണിയിൽ സഹായിക്കുകയാ യിരുന്നു അയാളുടെ ജോലി. വിവാഹത്തിന്റെ അന്ന് നേരത്തെത്തന്നെ ബാലേട്ടന്റെ ഒപ്പം ഞങ്ങളും ദാമുവിന്റെ വീട്ടിലെത്തി. ദാമുവിന്റെ വീടിനു മുമ്പിൽ ഒരു ചെറിയ പന്തൽ ഇട്ടിരുന്നു. കല്യാണത്തിന് വന്നുകൊണ്ടി രുന്നവരെയൊക്കെ സ്വീകരിച്ചിരുത്താൻ ഞങ്ങളുംകൂടി ഉത്സാഹിച്ചു. ചെറിയ തോതിലുള്ള ചായസൽക്കാരവും കഴിഞ്ഞ് എല്ലാവരും വധുഗൃ ഹത്തിലേക്കു പോകാനുള്ള വാഹനവും കാത്തു നില്പായി. ദാമുവിന്റെ അച്ഛന്റെ സഹോദരിയുടെ മകൻ മുരളീധരക്കുറുപ്പായിരുന്നു വധുഗൃഹ ത്തിലേക്കു പോകാനുള്ള ബസ് ഏർപ്പാടു ചെയ്തിരുന്നത്. ശരിക്കും ഒരു മണിക്കൂറോളമെങ്കിലും യാത്ര ചെയ്താലേ മുഹൂർത്തത്തിനു മുമ്പ് വധു ഗൃഹത്തിലെത്താൻകഴിയൂ. അതുകൊണ്ട് കൃത്യം എട്ടുമണിക്കുതന്നെ ദാമുവിന്റെ വീട്ടുപടിക്കൽ എത്തിക്കൊള്ളാമെന്ന് ബസുകാർ കുറുപ്പിന് വാക്കുകൊടുത്തിരുന്നതുമാണ്. എന്നാൽ, സമയം എട്ടായി. എട്ടേകാലാ യി– എട്ടരയായപ്പോൾ രൈരുനായർക്കു പരിഭ്രമമായി! അയാൾ കുറു പ്പിന്റെ അടുത്തുചെന്നു:

"എടാ മുരളീ– ഇതു ചതിയായല്ലോ – എവിടെ നിന്റെ ബസ്?"

മുരളീധരക്കുറുപ്പ് ലഘുഭക്ഷണവും കഴിഞ്ഞ് വിസ്തരിച്ചൊന്നു മുറു ക്കാനുള്ള തയ്യാറെടുപ്പിലായിരുന്നു. അമ്മാവന്റെ ചോദ്യം കേട്ട് അപ്പോൾ മാത്രം ബോധവാനായതുപോലെ അയാൾ വാച്ചിൽ നോക്കി.

"ബസ് വരും – അമ്മാവാ– വരാതിരിക്കില്ല." രൈരുനായർക്ക് ദേഷ്യം വന്നു. "ഇനി എപ്പഴാ? നിന്റെ രണ്ടാം കെട്ടിനോ?"

പന്തലിൽ ഉണ്ടായിരുന്ന ആളുകളും രൈരുനായരുടെ ആത്മരോഷ ത്തിൽ പങ്കുചേർന്നു. ഇപ്പോൾത്തന്നെ മണി എട്ടേമുക്കാലാവുന്നു. ഇപ്പോ

ഴെങ്കിലും പുറപ്പെട്ടില്ലെങ്കിൽ ഒമ്പതരയ്ക്ക് എങ്ങനെയെത്താനാണ്. അതും ഇത്ര അകലെ ഒരിടത്ത്?

രൈരുനായർ ആകെ വിയർത്തു. ദാമുവിന്റെ കണ്ണുകളിലും ഉല്ക്ക ണ്ഠയുണ്ട്. വെള്ളഷർട്ടും മുണ്ടും ധരിച്ച് അയാൾ എത്ര മുമ്പേ ഒരുങ്ങി നില്ക്കുന്നതാണ്!

പെട്ടെന്ന് ആരോടും ഒന്നും പറയാതെ ബാലേട്ടൻ പുറത്തിറങ്ങി പ്പോവുന്നത് കണ്ടു. വഴിക്കണ്ണുകളുമായി കാത്തുനിന്നവർക്കിടയിലേക്ക് വളരെ വേഗം തന്നെ മടങ്ങിയെത്തുകയും ചെയ്തു. ബാലേട്ടന്റെ തൊട്ടു പിറകിൽ ആദ്യം ഒരു വെളുത്ത വാടകക്കാർ പടിക്കൽ വന്നുനിന്നു. പിന്നെ ഒന്നിനു പിറകെ ഒന്നായി അഞ്ചാറു ടാക്സികൾ വേറെയും.

രൈരുനായർക്ക് ശ്വാസം നേരെ വീണു. ദാമുവിന്റെ കണ്ണുകളിലെ തിരി വെളിച്ചത്തിന് ഞങ്ങളും സാക്ഷികളായിരുന്നു. അങ്ങനെ മുരളീധ രക്കുറുപ്പൊഴികെ എല്ലാവരും ഉടനെ യാത്രപുറപ്പെടുകയും വിവാഹം ഭംഗി യായി നടക്കുകയും ചെയ്തു. അന്ന് വൈകിയിട്ട് ടാക്സിക്കാർക്കെല്ലാം വാടകകൊടുത്ത് പറഞ്ഞയയ്ക്കുമ്പോൾ രൈരുനായർ പറഞ്ഞു:

"എന്നാലും കൃത്യസമയത്തുതന്നെ എത്തീലോ–ചോദിക്കട്ടെ നിങ്ങ ളൊക്കെ എവിടത്തുകാരാ? ഇതിനുമുമ്പ് ഇവിടങ്ങളിലൊന്നും കണ്ടിട്ടി ല്ലാലോ!"

നിർദ്ദോഷമായ പുഞ്ചിരികൾ മാത്രമായിരുന്നു മറുപടി.

ആയിടയ്ക്കാണ് ഞങ്ങളുടെ കൂട്ടത്തിലുള്ള ശ്രീക്കുട്ടന്റെ ഏടത്തിക്ക് പട്ടണത്തിലെ ഒരു സ്ഥാപനത്തിൽ ഉദ്യോഗത്തിന് കടലാസ് വന്നത്. ശ്രീക്കുട്ടന്റെ അച്ഛനുമമ്മയും ചെറുപ്പത്തിലേ മരിച്ചുപോയിരുന്നു. അകന്ന ഒരു ബന്ധുവിന്റെ വീട്ടിലാണ് അവർ കഴിഞ്ഞത്. പഠിക്കാൻ മിടുക്കിയാ യതുകൊണ്ട് അവന്റെ ഏടത്തി പഠിച്ച് എല്ലാ പരീക്ഷകളും പാസ്സായിരു ന്നു. ഇന്റർവ്യൂവിന്   പോകുന്നതിന്റെ തലേദിവസം ശ്രീക്കുട്ടൻ ഞങ്ങ ളോട് പറഞ്ഞു:

"നാളെ ഏടത്തിക്ക് കൂട്ടുപോണം. അതോണ്ട് നാളെ ഞാൻ വരില്ല." ശ്രീക്കുട്ടനില്ലാതെയാണ് ഞങ്ങളുടെ ഒരു ദിവസം കഴിഞ്ഞത്. പിറ്റേന്ന് രാവിലെത്തന്നെ അവൻ വന്നു. വന്നപാടെ ബാലേട്ടനോട് പറഞ്ഞു:

"ബാലേട്ടാ – ഏടത്തി ഇന്റർവ്യൂവിൽ ജയിച്ചു. പക്ഷേ, ഒരെടങ്ങേരു ണ്ട്. പണം വേണത്രെ. പത്തായിരം രൂപാ, ഡെപ്പോസിറ്റ്."

എന്തുചെയ്യും? ബാലേട്ടൻ ഞങ്ങടെയെല്ലാം മുഖത്തുനോക്കി.

ബാലേട്ടൻ വിചാരിച്ചാൽ നടക്കും– ആ ഭാവമായിരുന്നു ഞങ്ങൾക്ക്.

"ശരി" – ബാലേട്ടൻപറഞ്ഞു: "വഴീണ്ടാക്കാം."

പിറ്റേന്ന് ഞങ്ങളെയും കൂട്ടി ബാലേട്ടൻ ഗ്രാമത്തിലെ ധനികനായ പിച്ചു അയ്യരുടെ വീട്ടിലേക്ക് ചെന്നു. അയാൾക്ക് ചിട്ടിക്കമ്പനിയുണ്ട് സ്വർണ്ണപണ്ടം പണയം വാങ്ങി പണം പലിശയ്ക്ക് കൊടുക്കുന്ന ഏർപ്പാട് വ്യാപകമായ തോതിൽ നടത്തുന്നുമുണ്ട്.

ബാലേട്ടൻ വിവരങ്ങളൊക്കെ വിസ്തരിച്ചു പറഞ്ഞു– "എങ്ങനെയും

ഒരു പത്തായിരം രൂപതരണം. പലിശയടക്കം സംഖ്യ വൈകാതെ തിരി
ച്ചുതരാം."

എല്ലാം കേട്ടിട്ട് പിച്ചുഅയ്യർ കുമ്പകുലുക്കി ചിരിച്ചു. "ശുദ്ധ പാവ
ങ്ങളാണല്ലോ നിങ്ങളൊക്കെ."

അയാൾ പറഞ്ഞു.

"പണമില്ലെങ്കീ ഉദ്യോഗം വേണ്ടെന്നുവെയ്ക്കണം. ഇതിലെന്താത്ര
ബേജാറാവാനുള്ളത്? എല്ലാവർക്കും പണം കൊടുക്കാനുണ്ടായിരുന്നെങ്കീ
ഇവിടൊക്കെ ഉദ്യോഗസ്ഥന്മാരെക്കൊണ്ട് നിറഞ്ഞേനല്ലോ. അപ്പോപ്പിന്നെ
മുള്ളുവെട്ടാനും പറമ്പുകിളയ്ക്കാനുമൊക്കെ ആരാണ്ടാവാ?"

ബാലേട്ടൻ ഒന്നുകൂടി അപേക്ഷിച്ചു: "അവിടുന്ന് അങ്ങനെ പറയ
രുത്. ഒരു പാവം പെൺകുട്ടിയുടെ ജീവിതത്തിനുവേണ്ടിയാണ് യാചി
ക്കുന്നത്."

"പോയാട്ടെ, പോയാട്ടെ. യാചിച്ചു ജീവിതം മേടിച്ചു കൊടുക്കുന്ന
താണോ മിടുക്ക്? സ്വന്തം ജീവിതമുണ്ടല്ലോ അതു തന്നെയങ്ങു കൊടു
ത്തേക്ക്. പുണ്യം ചെയ്യാൻ പിറന്നോര് വന്നിരിക്കുണു–!"

പിച്ചു അയ്യർ വാതിലടച്ചു. ബാലേട്ടൻ ആദ്യവും ഞങ്ങൾ പിറകേയും
ഇറങ്ങി. കുറേനേരത്തേക്ക് ആരും ഒന്നും സംസാരിച്ചില്ല. ഒടുവിൽ വീടെ
ത്താറായപ്പോൾ ബാലേട്ടൻ ശ്രീക്കുട്ടനെ വിളിച്ചു പറഞ്ഞു.

"ഏടത്തോട്യാട് ഒരുങ്ങിയിരുന്നോളാൻ പറയൂ. നാളെ രാവിലെ പണം
അവിടെയെത്തും."

കേട്ടപ്പോൾ അതെങ്ങനെ നടക്കുമെന്നതായിരുന്നു ഞങ്ങളുടെ സംശ
യം. എന്നാൽ, ബാലേട്ടനോടു ചോദിക്കാൻ ഞങ്ങളാരും ധൈര്യപ്പെട്ടില്ല.
ബാലേട്ടനാണ് പറയുന്നത്. അതു വെറുതെയാവില്ല.

ശ്രീക്കുട്ടനെ മാത്രം വീട്ടിലേക്കു പറഞ്ഞയച്ചിട്ട് ബാലേട്ടൻ ഞങ്ങളെ
യെല്ലാം അടുത്തു വിളിച്ചിരുത്തി. എന്നിട്ട് ശബ്ദം താഴ്ത്തി പറഞ്ഞു.

"ഇന്നാദ്യമായി നമ്മൾ ഒരല്പം അതിരു കടക്കാൻ പോകുന്നു. ഇന്നു
രാത്രി കൃത്യം പന്ത്രണ്ടു മണിക്ക് എല്ലാവരും പിച്ചു അയ്യരുടെ ചിട്ടിക്ക
മ്പനിയുടെ മുന്നിൽ വരണം. പിന്നെ വളരെ പെട്ടെന്ന് നമ്മൾ അയാ
ളുടെ കമ്പനിക്കുള്ളിൽ കടക്കുന്നു. ഒരു ചെറിയ കാര്യം. പത്തായിരം
രൂപ എടുക്കുന്നു. അല്ലെങ്കിൽ ആ തുകക്കുള്ളത്രയും സ്വർണം. തീർന്നു.
പലിശയോടുകൂടി തിരിച്ചു തരും എന്നൊരു കുറിപ്പും അവിടെ വെച്ച്
തിരിച്ചു പോരുന്നു. എല്ലാം ഭദ്രം. എന്താ സമ്മതമല്ലേ?"

സമ്മതിച്ചു. ബാലേട്ടനാണ് ചോദിക്കുന്നത്. അപ്പോൾപ്പിന്നെ ഞങ്ങൾ
സംശയിക്കുന്ന പ്രശ്നമേയില്ല.

അന്നുരാത്രി പന്ത്രണ്ടുമണിക്ക് ഞങ്ങൾ പിച്ചു അയ്യരുടെ ചിട്ടിക്ക
മ്പനിക്കു മുന്നിലെ ഇടവഴിയിൽ ഒത്തുകൂടി. ബാലേട്ടൻ എല്ലാറ്റിനും
നേതാവായി മുന്നിലുണ്ട്. ഞങ്ങളെല്ലാം പതിവുപോലെ ഉന്മേഷവാന്മാരു
മാണ്. പറഞ്ഞതുപോലെത്തന്നെ ഒരു പച്ചോല കീറുന്ന ലാഘവത്തോടെ
ചിട്ടിക്കമ്പനിയുടെ ഷട്ടർ തുറക്കപ്പെട്ടു. ഞങ്ങളെല്ലാവരും ശബ്ദം ഉണ്ടാ

ക്കാതെ അകത്തുകടന്നു. എന്നാൽ, സേഫും അലമാരികളും മേശകളും എല്ലാം തുറന്നു നോക്കിയിട്ടും ഒറ്റപ്പൈസയോ സ്വർണ്ണമോ കാണുന്നില്ല. എല്ലാം പെറുക്കിക്കെട്ടിയിട്ടാവും വൈകുന്നേരം പിച്ചു അയ്യർ വീട്ടിലേക്കു മടങ്ങിയിട്ടുണ്ടാവുക. എല്ലായിടത്തും പരിശോധിച്ചു കഴിഞ്ഞപ്പോൾ ബാലേട്ടന്റെ മുഖത്ത് ആദ്യമായി നിരാശ കണ്ടു. ഇത്രയും ഹതാശനായി ബാലേട്ടനെ ഞങ്ങൾ കണ്ടിട്ടേയില്ല. ചുറ്റും കൂടിയ ഞങ്ങളുടെ മുഖത്ത് തലയുയർത്തി ഒന്നു നോക്കുകപോലും ചെയ്യാതെ ആകെ വിയർത്തു കുളിച്ചുകൊണ്ട് ബാലേട്ടൻ ഒരിടത്തിരുന്നു.

"എല്ലാവരും പൊയ്ക്കോളിൻ. വേഗംപോയി രക്ഷപ്പെട്ടോളിൻ."

ബാലേട്ടൻ പറഞ്ഞു. "അപ്പോൾ ബാലേട്ടനോ?"

"ഞാൻ വരുന്നില്ല"

"പിന്നെ – പിന്നെ എന്തു ചെയ്യാൻ പോകുന്നു?"

ഞങ്ങൾ പ്രതീക്ഷയോടെ ആരാഞ്ഞു. ഞങ്ങൾക്ക് പിന്നെയും ബാലേ ട്ടനിലുള്ള വിശ്വാസം മുളപൊട്ടുകയായിരുന്നു. എന്നാൽ, ബാലേട്ടൻ പറ ഞ്ഞു.

"ഇല്ല. ഇനി ഒന്നും ചെയ്യാനില്ല. ഞാൻ തോറ്റുപോയി."

ബാലേട്ടൻ കരയുകയാണോ? ഞങ്ങൾക്കൊന്നും മനസ്സിലായില്ല. ഇങ്ങനെയൊരു മുഖവും ബാലേട്ടനുണ്ടോ?

ഞങ്ങളാരും പിരിഞ്ഞുപോയില്ല. ബാലേട്ടനെ വിട്ട് എങ്ങനെപോ കാൻ! തുടർന്ന് ഞങ്ങളെല്ലാവരും ബാലേട്ടനും ചുറ്റും കുത്തിയിരിക്കാൻ തുടങ്ങിയപ്പോൾ പൊടുന്നനെ ബാലേട്ടൻ തലയുയർത്തി.

"ഞാ – ഒരു വഴിയുണ്ട്. പക്ഷേ, അതിന് ഞാൻ ധാരാളം. നിങ്ങ ളൊക്കെ വേഗം വീടുകളിലേക്ക് പോകുവിൻ." ആ വാക്കുകളിലെ വാശിയും ദൃഢതയും ആദ്യമായി ഞങ്ങളെ അന്യരാക്കി. ഏതായാലും അപ്പോൾ ബാലേട്ടനെ അനുസരിക്കുക മാത്രമേ ഞങ്ങൾക്ക് നിർവ്വാഹ മുണ്ടായിരുന്നുള്ളൂ. ഞങ്ങൾ പിരിഞ്ഞുപോയി.

പിറ്റേന്ന് നാടുമുഴുക്കെ പരന്ന വാർത്തയും കേട്ടാണ് ഞങ്ങൾ പ്രഭാ തത്തിലേക്കു കണ്ണുമിഴിച്ചത്.

ബാലേട്ടൻ ചിട്ടിക്കമ്പനി കുത്തിത്തുറന്നു ലക്ഷക്കണക്കിന് രൂപയും സ്വർണവും മോഷ്ടിച്ചു. രണ്ടുദിവസം കഴിഞ്ഞ് പത്രങ്ങളിൽ കണക്കു കൾ വന്നു.

രാവിലെ കമ്പനി തുറക്കാൻ ചെല്ലുമ്പോൾ ബാലേട്ടൻ അവിടെ ത്തന്നെ കുത്തിയിരിപ്പായിരുന്നുവത്രെ. ഒരുപക്ഷേ, ശ്രീക്കുട്ടന്റെ ഏടത്തിക്ക് നല്കിയ വാക്കു പാലിക്കാൻ കഴിയാത്തതിലുള്ള ദുഃഖംകൊ ണ്ടാവാം.

പിച്ചുഅയ്യർ കമ്പനി അടച്ചിട്ടു. നാട്ടുകാരുടെ പണവും സ്വർണ്ണാഭര ണങ്ങളും നിക്ഷേപവുമൊക്കെ മോഷണം പോയതായി പ്രചരിപ്പിച്ചു. ബാലേട്ടനെ ഞങ്ങളാരും പിന്നീടു കണ്ടതേയില്ല.

ഞങ്ങൾ വലുതായി ഉയർന്ന സർക്കാരുദ്യോഗസ്ഥന്മാരും കമ്പനി

എക്സിക്യൂട്ടീവുകളും മറ്റു പലതുമായി. പരസ്പരം കണ്ടുമുട്ടുമ്പോൾ ഞങ്ങളിന്നും ബാലേട്ടനെപ്പറ്റി സംസാരിക്കാറുണ്ട്.

സത്യത്തിൽ, സ്വർണ്ണവും പണവുമൊക്കെ ബാലേട്ടൻ എടുത്തതു തന്നെയാവുമോ? അതും അതിലപ്പുറവും ഞങ്ങളാരും കാണാതെ ചെയ്യാ നൊക്കെ കഴിയുന്ന ആളാണ് മൂപ്പർ. സ്വന്തമായി എന്തെങ്കിലുമൊക്കെ നേടാനല്ലാതെ ആരെങ്കിലും ഇങ്ങനെയൊക്കെ ബുദ്ധിമുട്ടാനും പിടിക്ക പ്പെടാനും തയ്യാറാകുമോ?

ഞങ്ങളുടെ ചിന്തക്കും മൂല്യസങ്കല്പങ്ങൾക്കും ഒട്ടും നിരക്കാത്ത കാര്യങ്ങൾ തന്നെയാണത്.

എം ടിയും ദേവപാലനും മറ്റും

പാലക്കാട്, തഹസിൽദാരായി ചാർജ്ജെടുത്ത ആഴ്ചയിൽ ഒരു ദിവസം ദേവപാലൻ പറഞ്ഞു. "നമ്മുടെ വാസേട്ടന്റെ ആദ്യത്തെ നോവൽ പുസ്തകമാക്കിയത് ഇവിടുത്തെ ഒരുണ്ണ്യേട്ടനാണ്. നമുക്കൊന്നു പോയികാണാം."

വിക്ടോറിയായിൽ പഠിക്കുമ്പോഴാണത്രെ വാസേട്ടൻ ഉണ്ണി എന്ന ഗംഗാധരനുണ്ണിയെ പരിചയപ്പെടുന്നത്. ഉണ്ണിയന്ന് ബി.എ. മുഴുമിപ്പിച്ചി ട്ടില്ല. മലയാളം തീരെ വായിക്കാറില്ല. ഇംഗ്ലീഷിൽ എഴുതും. സംസാരി ക്കും. കോളേജ് വിട്ടെങ്കിലും കാമ്പസിലും ഹോസ്റ്റലിലും പതിവുസന്ദർശ കനായിരുന്ന ഉണ്ണിയാണ് കോളേജ് യൂണിയൻ തെരഞ്ഞെടുപ്പിലും വാസേട്ടന്റെ വിജയത്തിനു പിന്നിൽ പ്രവർത്തിച്ചത്.

ദേവപാലനെ എത്രയോ കാലമായി മറന്നിരിക്കയായിരുന്നു. എവി ടെയൊക്കെയോ ചുറ്റിത്തിരിഞ്ഞ് കാലം വീണ്ടും അയാളുടെ അടു ക്കൽത്തന്നെ കൊണ്ടെത്തിച്ചിരിക്കുന്നു. ജീവിതം തുടങ്ങുന്ന ഒരാൾക്ക് വാസ്തവത്തിൽ അയാളിൽനിന്നും ഒരുപാടു കാര്യങ്ങൾ പഠിക്കാനുണ്ട്. പണ്ടെന്നോ താലൂക്കാപ്പീസിൽ എൽ ഡി ക്ലാർക്കായി വന്ന കാലത്തു തന്നെ ദേവപാലന് പാലക്കാട്ടെ മനുഷ്യരെപ്പറ്റി കണ്ടുമുട്ടുമ്പോഴൊക്കെ ഓരോന്നു പറയാനുണ്ടായിരുന്നു.

കളക്ട്രേറ്റിലെ കോൺഫിഡൻഷ്യൽ അസിസ്റ്റന്റ് കമലാക്ഷിയുടെ അനിയത്തി അവരുടെ അച്ഛന്റെ ചായക്കടയിൽനിന്നും ദോശവാങ്ങിക്കൊ ണ്ടുപോകുന്നവരെ ഓർത്ത് എന്നും കരയാറുണ്ടത്രെ. മാവു പുളിച്ചത് കൂടിപ്പോയതും ദോശ ചുട്ടപ്പോൾ കൂടുതൽ കരിഞ്ഞുപോയതുമൊക്കെ യാവും കാരണങ്ങൾ. താലൂക്കാപ്പീസിലെ പ്യൂൺ മുരുകേശനുമുണ്ടാ യിരുന്നു ഒരു സങ്കടം. സൂപ്രണ്ടായി പ്രമോഷൻ കിട്ടിയ ഭാര്യ സുലോച നയെ സ്കൂട്ടറിനു പിന്നിൽ ഇരുത്തി എന്നും ആപ്പീസിൽ കൊണ്ടുവിട

ണം. തിരിച്ചുവന്ന് വീട്ടിൽനിന്നും തുരുമ്പിച്ച സൈക്കിളുമെടുത്ത് വീണ്ടും അതേ സ്ഥലത്തേക്കുതന്നെ ശിപായിയുടെ വേഷംകെട്ടി ജോലിക്കുപോ കണം.

ഉണ്ണ്യേട്ടനെകണ്ട് തിരിച്ചുപോരുമ്പോൾ ദേവപാലൻ പറഞ്ഞു. "ആശുപത്രി വഴി പോകണ്ട. അവിടെയെത്തിയാൽ കേറണമെന്നു തോന്നും. അങ്ങോട്ടോ ഇങ്ങോട്ടോ എന്നറിയാതെ കിടപ്പുണ്ട് നളിനി – എനിക്കവളെ കാണണ്ട."

"ആര് അനിയത്തിയോ?"

"അതെ ഏറ്റവും ഇളയവൾ. എൺപതു ശതമാനം ബേണിങ്ങു ണ്ടെന്നാ കേട്ടത്."

"ആൻ അറ്റംപ്റ്റ്?"

"കഴിഞ്ഞ ദിവസം ഞാനവളെ ഒരുപാട് വഴക്കുപറഞ്ഞു. അല്ല– മിക്കവാറും അതു പതിവുള്ളതുമാണ്."

ദേവപാലൻ നിശ്ശബ്ദനായി.

രാത്രി ചുറ്റും വളർന്നുകൊണ്ടിരുന്നു. കരിമ്പനകൾ വരിയിട്ടുനിന്ന മൺപാതയിലൂടെ റാന്തൽവിളക്കുകളും തൂക്കി നിരനിരയായി വന്ന കാള വണ്ടികൾക്ക് കടന്നുപോകാൻ ഇത്തിരി നേരം ജീപ്പ് ഓരം ചേർത്തിടാൻ പിന്നീട് ദേവപാലനാണ് ഡ്രൈവറോട് പറഞ്ഞത്. തീരുമാനങ്ങൾ എടു ക്കേണ്ടിയിരുന്നത് എന്നും ദേവപാലനാണ്. വഴിയിലായാലും വീട്ടിലാ യാലും. അതുകൊണ്ടാണല്ലോ ഒരിക്കലും സ്നേഹമോ ബഹുമാനമോ തിരിച്ചുതരാത്ത സഹോദരങ്ങളെപ്പറ്റി കേട്ടപ്പോൾ ചില കാര്യങ്ങൾ തനിക്ക് അറിയാതെപോയി എന്ന് ദേവപാലൻ മനസ്സിലാക്കിയത്.

ബഹുമാനിക്കപ്പെടണമെങ്കിൽ ഇല്ലാത്ത കനം ഉണ്ടെന്നു നടിക്കണം. യാഥാർത്ഥ്യം മറച്ചുവെച്ച് വലിയ വാക്കുകൾ പറയണം. ലളിതമായ നടപ്പും ഇരിപ്പും ഇക്കാലത്ത് ആരിലും മതിപ്പുളവാക്കുന്നില്ല. ആനയെ ഏവർക്കും പേടിയാണ്. എന്നാൽ ഇത്രവലിയ ജന്തുവെ കൊണ്ടുനട ക്കുന്ന പാവം പാപ്പാനെ ആർക്ക് കണ്ണിൽ പിടിക്കും?

ആശുപത്രിയിൽ വെന്ത കൈപ്പത്തികൾ അകറ്റിവെച്ച് നടുവിൽ വീർത്തുപൊള്ളിയ മാംസത്തുണ്ടുപോലെ ഒരു ജീവൻ കിടപ്പുണ്ടാവും എന്നോർമ്മ വന്നപ്പോൾ പറഞ്ഞു.

"എത്ര്യായാലും അനിയത്തിയല്ലേ? നമുക്കൊന്നു പോയിട്ടുവരാം."

"പറഞ്ഞില്ലേ– എനിക്കവളെ കാണണ്ട." ദേവപാലൻ നല്ല ദേഷ്യ ത്തിലായിരുന്നു. എന്നിട്ടും വഴിനീളെ അയാളുടെ മനസ്സുമാറ്റാൻ ശ്രമം നടത്താതിരുന്നില്ല. എപ്പോഴാണ് ഒരത്യാഹിതം നടക്കാൻ പോകുന്നതെന്ന് ആർക്കറിയാം.

അനുഭവങ്ങൾ ദേവപാലനെ തേടിവരുന്നത് ഏതായാലും പുതിയ കാര്യമല്ല. അനുഭവങ്ങളുടെ ഇഴപിരിച്ച് അയാളെന്നും ഓരോ കഥ പറ യുമായിരുന്നു. അതിലൊന്നാണ് മഹിതയുടെ ബാല്യം.

കുട്ടിയായിരുന്നപ്പോൾ മഹിതയെ ശ്രദ്ധിക്കാൻ അച്ഛനുമമ്മയ്ക്കും സമയം കിട്ടിയില്ല. രണ്ടുപേരും ഉദ്യോഗസ്ഥർ. അടുത്തവീട്ടിലെ കരു

ണിന്റെ അച്ഛൻ മകനോടൊപ്പം അവളെയും കൊണ്ടുചെന്ന് സ്കൂൾ ബസ്സിൽ കയറ്റിവിടുമായിരുന്നു. നടക്കുമ്പോൾ കനമുള്ള പുസ്തകപ്പെട്ടി കൈമാറ്റിപ്പിടിക്കാൻ ഇടയ്ക്കൊക്കെ അയാളും സഹായിച്ചു. ബസു കാത്തു നില്ക്കുമ്പോൾ തൊട്ടടുത്ത പലവ്യഞ്ജനക്കടയിലെ മിഠായി ഭരണിയിൽ കയ്യിട്ട് സ്വാതന്ത്ര്യത്തോടെ അയാൾ രണ്ടു മിഠായി മകനും ഒരെണ്ണം മഹിതയ്ക്കും എടുത്തുകൊടുക്കുമായിരുന്നു. വൈകിയിട്ട് സ്കൂൾ വിട്ടുവരുമ്പോഴും മഹിതയുടെ അച്ഛനമ്മമാർ എത്തിയിട്ടുണ്ടാ വില്ല. കരുണിന്റെ അച്ഛമ്മ അവളെയും വിളിച്ചുകൊണ്ടുപോയി പാലൊ ഴിക്കാത്ത കാപ്പി നല്കും. ഒപ്പം അവൾകൂടി കാൺകെ പാലും പുഴു ങ്ങിയ മുട്ടയുമായി കരുണിന്റെ പിന്നാലെ ചെന്ന് അവനെ അതു കഴി ക്കാൻ നിർബ്ബന്ധിക്കും.

"ദേ– മഹിതയെ നോക്ക്. അവൾ കാപ്പികുടിച്ചതുകണ്ടോ – എത്ര വേഗമാണ്!" കട്ടൻകാപ്പി ദയാപൂർവ്വം വെച്ചുനീട്ടുന്ന കരുണിന്റെ അച്ഛ മ്മയോടവൾക്ക് ഈർഷ്യ തോന്നിയില്ല. മറിച്ച് തന്റെ വീട്ടിനുള്ളിൽ ഒരു കുട്ടിയാനയെപ്പോലെ തിന്നും കിടന്നും കഴിയുന്ന സ്വന്തം അമ്മൂമ്മയെ അവൾ അപരിചിതയായി കരുതി. ഇവർക്ക് തന്റെ ആരുമാവാൻ കഴിയി ല്ലെങ്കിൽപ്പിന്നെ എന്തിനാണാവോ ഇവിടെ കഴിയുന്നത്?

ആയിടയ്ക്കാണ് മഹിതയുടെ പ്രീഡിഗ്രിക്കു പഠിക്കുന്ന ഏട്ടൻ മഹേഷ് അടുത്തവീട്ടിലെ മുംതാസിനു പ്രേമലേഖനം കൊടുത്തത്. നീയാണ് ഞാൻ കണ്ടിട്ടുള്ളതിൽവെച്ച് ഏറ്റവും സുന്ദരിയെന്നോ മറ്റോ പലപ്രാവശ്യം അവൻ ആവർത്തിച്ചിരുന്നു. അവന്റെ അമ്മ അതു കണ്ടു പിടിച്ചപ്പോൾ മഹേഷ് അവരെ ശത്രുവായി വിചാരിക്കാൻ തുടങ്ങി. മയ ക്കുമരുന്നിന് അടിമപ്പെട്ടതുപോലെ വീട്ടുപകരണങ്ങളും മറ്റും അവൻ ആക്രമണവിധേയമാക്കാൻ തുടങ്ങിയപ്പോൾ അച്ഛനമ്മമാർ വേരുതേടി അവന്റെ കോളേജിൽച്ചെന്നു.

അദ്ധ്യാപകർക്ക് മഹേഷിനെപ്പറ്റി നല്ല അഭിപ്രായമായിരുന്നു. മനഃ ശാസ്ത്രം പഠിച്ച ഒരദ്ധ്യാപകൻ പറഞ്ഞു.

"നിങ്ങൾ നല്ല കുട്ടിയെ ചീത്തയാക്കരുത്. വീട്ടിൽ ലഭിക്കാത്ത സ്നേഹം അവൻ പുറത്ത് അന്വേഷിച്ചതാവും." മഹേഷിന്റെ അമ്മ പറ ഞ്ഞു. "എന്റെ പുന്നാരമോനാണവൻ. ഉറങ്ങാൻ കിടന്നാൽ പുതപ്പിച്ച് അവന്റെ ഉള്ളംകാലിൽ ഉമ്മവെച്ചിട്ടേ ഞാനവന്റെ മുറിവിട്ടുപോരാറുള്ളൂ."

അതുപോരാ എന്നായി അദ്ധ്യാപകൻ.

"ഉറങ്ങുമ്പോഴല്ല – അവൻ ഉണർന്നിരിക്കുമ്പോഴാണതു വേണ്ടത്. ഇക്കാലത്ത് സ്നേഹിച്ചാൽ മാത്രംപോരാ സ്നേഹിക്കുന്നുവെന്ന് അറി യിക്കുകയും വേണം."

തിരിച്ചുപോരുമ്പോൾ ആ സാധുവായ അമ്മ മഹേഷിന്റെ അച്ഛനോടു പറഞ്ഞു.

"വല്ലാത്ത കാലംതന്നെ. സ്നേഹത്തിന്റെ കാര്യത്തിലെ ഈ മാറ്റം, ജീവിതത്തിൽ മറ്റെങ്ങും കാണാനില്ലല്ലോ. പഴയതുപോലെ ആണും പെണ്ണും ഇണചേർന്നല്ലേ ഇപ്പഴും മക്കളുണ്ടാവുന്നത്! എന്നെ പ്രസവിച്ച തുപോലെ ഈ ഞാൻ പ്രസവിച്ചിട്ടല്ലേ എനിക്കും മക്കളുണ്ടായത്!"

മക്കളുടെ അച്ഛൻ ഒന്നും മിണ്ടാതെ കേട്ടതേയുള്ളൂ.

ഒരാൾ ജനിച്ച് മരിക്കുവോളവും പ്രായപൂർത്തിയായിക്കൊണ്ടിരിക്കു കയാണ്. ഒടുവിൽ എല്ലാ വളർച്ചയും പൂർത്തിയാവുമ്പോൾ എല്ലാ വിജ്ഞാനവും പൂർണ്ണമാവുമ്പോൾ പഴുത്തഫലം മാതൃവൃക്ഷ ത്തിൽനിന്നും കൊഴിയുംപോലെ കഴുത്തിനുമുകളിലുള്ള തലയോട് ഒടി ഞ്ഞുതൂങ്ങുന്നു. ഇതിനിടെ എന്റെ കുട്ടി എന്റെ മാത്രം എന്നൊക്കെ കരുതി അച്ഛനമ്മമാർ സ്നേഹിക്കുകയും അവനുവേണ്ടി നെട്ടോട്ടമോടു കയും ചെയ്യുന്നു. അർത്ഥമില്ലാത്ത ഓട്ടം.

ജീപ്പിൽവെച്ച് ദേവപാലൻ ചോദിച്ചു.

"വാസ്വേട്ടന്റെ പുസ്തകങ്ങൾ വായിക്കാറുണ്ടോ?"

"കത്തുന്ന നിലവിളക്ക് – മഴ – മരത്തണൽ – പിന്നെ വാസ്വേട്ടന്റെ പുസ്തകങ്ങളുമില്ലെങ്കിൽ എങ്ങനെ ജീവിക്കാൻ? ജനിച്ചുമരിക്കുവോളവും ഇതൊക്കെ അനിവാര്യതകൾ."

പാടത്തിന്റെ നടുക്ക് മുനിഞ്ഞുകത്തുന്ന മൂട്ടവിളക്കിന്റെ വെട്ടംകണ്ട് വണ്ടിനിർത്തി. പതിവുപോലെ കരിമ്പനക്കള്ള് കരുതിവെച്ചിരുന്നു. മതി യാവോളം കുടിച്ചു. മൺകുടുക്കകൾ നിറച്ചുതന്ന് വീണ്ടും വീണ്ടും കുടി പ്പിക്കുകയായിരുന്നു. ദേവപാലൻ പരിചയപ്പെടുത്തി.

"പുതിയ താസിൽദാരാ–"

ഷാപ്പുകാരൻ മുണ്ടഴിച്ച് തലയിൽ കെട്ടി ബഹുമാനം കാണിച്ചു. പിന്നെ ഒരപേക്ഷയും.

"എനിക്കീടം പതിച്ചുകിട്ടണം."

"ഈ പാടത്തിന്റെ നടുക്കോ? ഇതാരുടെ പട്ടയഭൂമിയാണ് കോന്നാ?"

"ആരുടെ പൂമ്യായാലും വേണ്ടില്ല്യ. ഇക്കാണണതൊക്കെ ഒരാൾട്യാ – വർക്കീസുമാപ്ലേടെ. യ്ക്കൊരു തുണ്ടുമാത്രം മതി. കച്ചോടത്തിന്. ബ്രാക്ക് പറ്റ്യോ?"

"അതിപ്പോ– മറ്റൊരാൾടെ പട്ടയഭൂമി പതിച്ചുതരണമൊന്നു പറ ഞ്ഞാല്‍–"

"അതാ പറഞ്ഞെ. ങ്ങക്ക് പറ്റ്ല്യാ. ആർക്കു പറ്റ്ല്യാ. ബടെ ന്യായോം മര്യാദേം നടപ്പാക്കാൻ ആർക്കും പറ്റ്ല്യ. മഴ പെയ്താ പൊലി ക്കണമ്ന്നാ കരാറ്. എല്ലാ കൊല്ലത്തിലും പതിവാ. മഴക്കാലത്ത് ഞാമ്പി ന്നെവിടെപ്പുവ്വാനാ?"

ഒന്നും ചെയ്യാനില്ലാതെ നോക്കിനിന്നപ്പോൾ അയാൾ പറഞ്ഞു. "കുടിച്ച കള്ള് ഛർദ്ദിച്ചുകളഞ്ഞിട്ട് നിയ്ക്കെന്തുകാര്യം? ബ്രാക്കള് പൊയ്ക്കോ – പൊയ്ക്കോന്ന്."

അയാൾ നിരാശയോടെയെന്നോണം പിടിച്ചുതള്ളി. ദേവപാലൻ താങ്ങിയില്ലെങ്കിൽ വരമ്പത്ത് മുഖമടച്ചു വീണേനെ.

അകലെനിന്നും റാന്തൽ വിളക്കുകളും തൂക്കി കാളവണ്ടികളുടെ നിര അടുത്തെത്തിക്കൊണ്ടിരുന്നു.

പിന്നെ വഴിനീളെ ദേവപാലൻ സഹോദരിയെക്കുറിച്ച് അമർഷത്തോടെ പിറുപിറുക്കുന്നുണ്ടായിരുന്നു. ആ ദേഷ്യം ഒരുപക്ഷേ അയാൾക്കവളോടുള്ള സ്നേഹത്തിന്റെ ആഴം വ്യക്തമാക്കുകയാവാം എന്നു തോന്നി.

"മനുഷ്യരെല്ലാം ഓരോ വിളക്കുകളാണ് ദേവപാലാ – കൊളുത്താതെ പ്രകാശിക്കേണ്ടവ. ഒരിക്കൽ അതു കൊളുത്തിയാൽ അതോടെ കെട്ടു പോകാനുള്ള കാരണമായി."

ദേവപാലന്റെ സഹോദരിയുടെ കാര്യത്തിൽ ആരാണിത്ര നേരത്തെ ആ വിളക്കു തെളിയിച്ചതാവോ?

ദേവപാലൻ പൊട്ടിത്തെറിച്ചു.

"അതാണെനിക്കും മനസ്സിലാവാത്തത്. എന്തിനാണവൾ ഇതു ചെയ്തത്? മതിയാവോളം സ്നേഹിക്കാഞ്ഞിട്ടാവാം. ഏട്ടൻ ഏട്ടനെ മാത്രമേ സ്നേഹിക്കുന്നുള്ളൂ എന്നു തോന്നിയിട്ടാവാം. ഒരിക്കൽ വിവാ ഹത്തെക്കുറിച്ച് പറഞ്ഞപ്പോൾ ചോദിക്കയാണ്–"

"ഏട്ടൻ വിവാഹം കഴിച്ചിട്ടില്ലേ? ഏട്ടനു കുട്ടികളില്ലേ? ഏട്ടന്റെ മക്കൾക്ക് പറ്റാത്തതെന്താണാവോ ഇനി എനിക്ക് കുട്ടികളുണ്ടായിട്ട് നട ക്കാൻ പോകുന്നത്?"

കേട്ടപ്പോൾ ചെറുതായി ഞെട്ടി. തനിക്കുമുണ്ടല്ലോ ഇതുപോലൊരു സഹോദരി. എട്ടാമത്തവൾ. അച്ഛനില്ലാഞ്ഞിട്ടും അച്ഛന്റെ സ്ഥാനത്തുനിന്ന് ഒരു കുറവുകളും വരുത്താതെ നോക്കിയിട്ടും ഒടുവിൽ തന്നെ അപഹാ സ്യനാക്കി വീടുവിട്ട് ഹോസ്റ്റലിൽ ചെന്നു താമസിച്ചവൾ.

വിവാഹാലോചനകൾ ഒന്നൊന്നായി നിഷേധിച്ചിട്ടവൾ പറഞ്ഞു. "ഇതുവരെ പരിചയമില്ലാത്ത ഒരാളുടെ കൂടെ ചെന്നു താമസിക്കാൻ വയ്യെ ന്ന്."

"എങ്കിൽ ഏതെങ്കിലും ഒരാശ്രമം?"

എന്താ– സന്യാസിനിയാക്കാനാണോ ഭാവമെന്നായി ചോദ്യം.

പിന്നെന്തുവേണം എന്നാരാഞ്ഞപ്പോഴാണ് വീടുവിട്ടിറങ്ങിയത്. എന്റെ ജീവിതം, എന്റെ പെട്ടി, വസ്ത്രങ്ങൾ, സർട്ടിഫിക്കറ്റുകൾ എന്ന് ആർത്തി പൂണ്ട് എല്ലാം അടുക്കിയെടുക്കുമ്പോൾ അത്ഭുതത്തോടെ തടുത്തു.

അവൾ മറുപടി പറഞ്ഞില്ല. എല്ലാം കേട്ടപ്പോൾ ദേവപാലൻ പറഞ്ഞു. "ഒരിക്കൽ പാവപ്പെട്ട ഒരു വിദ്യാർത്ഥിയെ സഹായിക്കാൻ അവന്റെ അദ്ധ്യാ പകൻ തയ്യാറായി. സ്വന്തം ചെലവിൽ ഭക്ഷണം, വസ്ത്രം അങ്ങനെ വിദ്യാർത്ഥിയുടെ എല്ലാ ആവശ്യങ്ങളും നിറവേറ്റി. ഒരുനാൾ മറ്റു തെമ്മാ ടികളായ വിദ്യാർത്ഥികളുടെ കൂടെ അവനും കൂടി. അദ്ധ്യാപകൻ അവനെ വിളിച്ചുചോദിച്ചു. "നീ എന്നോടെങ്കിലും ഒരുവാക്കു ചോദിച്ചില്ലല്ലോ." വിദ്യാർത്ഥി കുപിതനായി. "നിങ്ങളാരാ, എന്തിനാണ് എന്റെ കാര്യത്തിലി ടപെടുന്നത്? ഞാൻ നിങ്ങളുടെ ആരായിട്ടാണ്?"

ദേവപാലൻ തുടർന്ന് ഇതുകൂടി പറഞ്ഞു. "ഈ കൂട്ടത്തിലല്ലായി രുന്നു അവൾ– എന്റെ നളിനി. ഞാനവളെ നിരന്തരം ശകാരിക്കുമായിരു ന്നു. എന്നാൽ ഒരിക്കൽപ്പോലും അവളെന്റെ ആരുമല്ലെന്നു കരുതാൻ ശ്രമിച്ചിട്ടില്ല."

കുറിയ ശരീരമുള്ളവർ കൈകാലുകൾക്ക് കുറച്ചുകൂടി നീളമുണ്ടാ
യിരുന്നെങ്കിൽ എന്നാഗ്രഹിക്കുന്നു. നടക്കില്ലെന്നറിയാം. ഒരിക്കലും നട
ക്കാത്ത ഇച്ഛയെയാവും വിധിയെന്നു വിളിക്കുന്നത്.

മലയിറങ്ങിവരുന്ന നദി– നദിക്കു കുറുകേ പാലം. പാലത്തിനിരുവ
ശത്തും വീടുകളും മനുഷ്യരും. ഒരു പെയിന്റിങ്ങിന്റെ ചെറിയ ഫ്രെയി
മിലും ഒതുക്കാവുന്ന സ്വാഭാവികതകൾ. എങ്കിലും ജീവിതത്തിന്റെ ഭൂപ
ടത്തിൽ മലയിറങ്ങിവരുന്ന ഒരു നദിയുണ്ടാവണമെന്നില്ല. നദിയുണ്ടാ
യാലും പാലമോ പാലത്തിനിരുവശത്തും മനുഷ്യരോ ഉണ്ടാവണമെന്നി
ല്ല. വിചിത്രവും വ്യത്യസ്തവുമാണ് യഥാർത്ഥ ദൃശ്യങ്ങൾ. മനസ്സു
കൾപോലെ.

വീട്ടിലെത്തിയതും ദേവപാലനെ കാത്ത് ഒരു ഫോൺസന്ദേശം കിട
പ്പുണ്ടായിരുന്നു. നളിനിക്ക് വളരെ കൂടുതലാണെന്ന്. ആശുപത്രിയിലെ
കിടയ്ക്കക്കരികിൽ എല്ലാവരും വട്ടംകൂടി നിന്നിരുന്നു. അവരൊക്കെയും
ദേവപാലനുവേണ്ടി കാത്തുനില്ക്കുന്നതുപോലെ തോന്നി. ചിലരെങ്കിലും
അയാളോടുള്ള ദേഷ്യം മുഖത്ത് പ്രകടിപ്പിക്കുകയും ചെയ്തു.

പെണ്ണുകെട്ടിയതോടെ എല്ലാ ചുമതലകളും മറന്നു. സഹോദരിയെ
വേണ്ടസമയത്ത് ആരെയും ഏല്പിച്ചില്ല. ജീവിക്കാൻ ഒരു വഴിപോലും
ഉണ്ടാക്കിക്കൊടുത്തില്ല.

അയാൾ കണ്ടു. നളിനിയുടേതെന്നു പറയാൻ അവളുടെ രണ്ടു കണ്ണു
കൾ മാത്രം. പിന്നെ വീഴ്ചകളിലേക്ക് നിപതിക്കാത്ത മസ്തിഷ്കവും. കിട
ക്കുന്ന കിടപ്പിലും അവളെല്ലാം കാണുന്നു. ഓർമ്മിക്കുന്നു.

എന്നിട്ടും ദേവപാലന് അവളോടുള്ള ഈർഷ്യ അടക്കാനായില്ല.
എങ്കിലും അവളിത് എന്തിനു ചെയ്തു? തന്നോടുള്ള ദേഷ്യം
തീർക്കാനോ?

ആ കണ്ണുകൾ അയാളെ അടുത്തേക്കു വിളിച്ചു. ആ ചുണ്ടുകൾ
അയാൾക്കായി വിടർന്നു. "ദയവായി ഏട്ടൻ വിശ്വസിക്കണം. ഞാൻ വേണ
മെന്നുവെച്ചുണ്ടായതല്ല. സ്റ്റൗവ്വിൽ എണ്ണയൊഴിച്ചപ്പോൾ അറിയാതെ ഉടു
പ്പിലേക്ക് ചോർന്നൊഴുകിയതാവും. സ്റ്റൗ കത്തിക്കാൻ തീപ്പെട്ടിയുരച്ച
തും..."

ഒരുനിമിഷം കഴിഞ്ഞ് അവൾ തുടർന്നു. "ഏട്ടൻ സ്നേഹം തരാ
ഞ്ഞിട്ടാണെന്ന വ്യസനം വേണ്ട. നമ്മുടെ വീട്ടിൽ ഗാന്ധിജിയുടെ ഒരു
പടം വെച്ചിട്ടില്ലേ–അതിനു ചുവടെ എഴുതിയിട്ടുള്ളത് ഓർക്കുന്നോ– എന്റെ
ജീവിതമാണ് എന്റെ സന്ദേശം എന്ന്."

അവൾ ശരിയായി ശ്വസിക്കാൻ പാടുപെട്ടു. "അതുപോലെ– അതു
പോലെ – ഏട്ടന്റെ ജീവിതം തന്നെയാണ് ആ സ്നേഹവും."

നളിനി കണ്ണുകളടച്ചു.

ശരിക്കും കരഞ്ഞുപോയത് അപ്പോഴാണ്. വാസേട്ടനെ കാണുമ്പോൾ
ചോദിക്കണം. തിരിച്ചുതരാത്ത സ്നേഹവും ബഹുമാനവുമൊക്കെ ഈ
മനുഷ്യർ എവിടെക്കൊണ്ടു കൂട്ടിവെയ്ക്കുന്നു എന്ന്. ഒരുപക്ഷേ ഇതെല്ലാം
വാസേട്ടന് അറിയുമായിരിക്കും.

ഇലയുടെ കൂട്ടുകാരൻ കിളി

"**വൈ**കാതെ ഒരു ദിവസം ഞാൻ മൂപ്പെത്തി പഴുത്ത് കൊഴിഞ്ഞു വീഴും. നീയെന്നെ എടുത്തു കൊണ്ടുപോയി കൂടുണ്ടാക്കാൻ ഉപയോഗിച്ചോളൂ."

ഇല കിളിയോടുപറഞ്ഞു. പതിവുപോലെ മുത്തശ്ശിമരത്തിലെ യുവാവായ പച്ചിലയോടു സല്ലപിക്കാൻ എത്തിയതായിരുന്നു കിളി. ഇലയുടെ ഔദാര്യം കേട്ട് അതു ചുണ്ടുകോട്ടി.

"പഴുത്തുവീണാൽപ്പിന്നെ ആർക്കുവേണം നിന്നെ? ആരോഗ്യമുള്ള പ്പോഴാണ് എല്ലാവർക്കും എല്ലാവരെക്കൊണ്ടും ആവശ്യമുള്ളത്. അച്ഛന മ്മമാരെപ്പോലും. എനിയ്ക്കാണെങ്കിൽ പ്രായവുമായി. ഒരു കൂടുകെട്ടി യാൽ കൂടിയാൽ രണ്ടുമാസം. അതുവരെ രക്ഷനല്കാൻ പോലും ഒരു പഴുത്തില മതിയാവില്ല. പിന്നെ മറ്റുള്ളവരെ സഹായിക്കാനാണെങ്കിൽ ആർക്കും വേണ്ടാത്തതല്ല ദാനം ചെയ്യേണ്ടതെന്നും നീയറിയുക. ഉപകാ രപ്പെടുന്നതെന്തെങ്കിലും ദാനം ചെയ്യുമ്പോഴേ അത് ത്യാഗമാവുന്നുള്ളൂ."

ഇല പറഞ്ഞു: "എന്റെ ചങ്ങാതീ ഞാൻ വെറുതെ പറഞ്ഞതല്ല. ഈ യൗവ്വനത്തിൽ എന്നെ വൃക്ഷത്തിൽ നിന്നടർത്തിയാൽ ചോരകിനി യും. നിങ്ങളുടെ രക്തം പോലെ ചുവന്നതല്ലെങ്കിലും ഞങ്ങളുടെ ഞര മ്പിലോടുന്നതും ചോരതന്നെയാണ്."

കിളി സമ്മതിച്ചു: "പക്ഷേ ത്യാഗം ചെയ്യാൻ ഒരുമ്പെടുമ്പോൾ ഇത്തിരി ചോരപൊടിഞ്ഞാലും സങ്കടപ്പെടേണ്ടതില്ലെന്നേ പറഞ്ഞുള്ളൂ."

പൊടുന്നനെ വന്നു ഒരു മഴ. ഇടിയും മിന്നലും കൂടെ. നല്ല ശക്തി യുള്ള മഴയായിരുന്നു. മുകളിൽനിന്നും ആരോ കോരിയൊഴിക്കു ന്നപോലെ.

ഇല പറഞ്ഞു: "നീയെന്റെ ചുവട്ടിൽ ഇരുന്നോലൂ. നനയാതെ ഞാൻ കാത്തോളാം. കത്തുന്ന വെയിലത്ത് തണലുമേകാം. എന്നാൽ ശക്ത

നായ കാറ്റിനെയാണ് എനിക്കു പേടി. കാറ്റ് കടങ്കഥ കണക്കെയാണ്. പിടിച്ചാൽ പിടിതരില്ല. തടുക്കാൻ മുമ്പിൽ കാണില്ല. എത്രവലിയ ഇടി വെട്ടും മിന്നൽപോലും ഒഴിഞ്ഞുപോയേക്കാം. കാറ്റാണ് ശത്രു. എന്റെ യുള്ളിലും നിന്റെയുള്ളിലും നമുക്ക് ജീവനേകുന്ന കാറ്റ്. അതുതന്നെ നമ്മുടെ മരണകാരണവുമാകാം. എന്നാൽ അതുവരെയും നമുക്ക് സൗഹൃദവുമായി കഴിയാമല്ലോ. നാളെ മരിക്കുമെന്നു കരുതി ഇന്നുതൊട്ടേ നിരാഹാരമിരിക്കണോ?"

കിളി പുഞ്ചിരിച്ചു:

"ആരെങ്കിലും ശത്രുവായുള്ളത് ഏതായാലും നന്നായി. കാറ്റിനെ യെങ്കിലും നീ ഭയക്കുന്നുണ്ടല്ലോ. ആരും ശത്രുക്കളായിട്ടില്ലാത്തവർ യഥാർത്ഥത്തിൽ മരിച്ചവരാണ്. ശത്രുക്കളുടെ എണ്ണം കൂടുമ്പോഴാണ് ജീവിക്കാൻ ഒരു ത്രില്ലൊക്കെ ഉണ്ടാകുന്നത്. മനുഷ്യരുടെ ഇടയിൽ ഒരു സരിതയും ശാലുവുമൊക്കെ യാതൊരു ഉളുപ്പുമില്ലാതെ ക്യാമറയ്ക്കു നേരെ മുഖം പിടിക്കുന്നതിന്റെ അർത്ഥവും മറ്റൊന്നാവാൻ തരമില്ല. പിന്നെ ഭയത്തിന്റെ കാര്യത്തിൽ മനുഷ്യരെക്കാൾ ഭേദമാണ് നമ്മൾ. ഭയ ത്തിൽനിന്നാണല്ലോ വെറുപ്പുണ്ടാകുന്നത്. ഒരു കാലത്ത് ബോളിവുഡ്ഡിലെ കുപ്രസിദ്ധ വില്ലനായ പ്രാൺ എന്ന പേരിനെപ്പോലും വെറുത്തവരാണ് ഇന്ത്യക്കാർ. എത്രമനോഹരമായ പേരായിരുന്നിട്ടും പ്രാൺ എന്ന് സ്വന്തം കുഞ്ഞുങ്ങൾക്ക് പേരിടാൻ പോലും അച്ഛനമ്മമാർ തയ്യാറായിരുന്നില്ല. ആ പേരുള്ള ഒറ്റ കുട്ടിയെപ്പോലും അക്കാലത്ത് നാട്ടിലെങ്ങും കണ്ടെ ത്താനായില്ല."

ഇലപറഞ്ഞു: "മനുഷ്യരുടെ ചതിയുടെയും അല്പത്വത്തിന്റെയും കാര്യം പറയാതിരിക്കയാണ് ഭേദം. കണ്ണൂരിൽ പഴയൊരു സഖാവിനെ കുത്തി മലർത്തിയപ്പോൾ എത്ര പേരാണ് കണ്ണീരൊഴുക്കിയത്. അവർതന്നെ കോടതിയിലെത്തിയപ്പോൾ സത്യം മറച്ചുവെയ്ക്കുകയും ചെയ്തു. നന്ദികാണിക്കാത്ത കവികൾക്കും കഥാകാരന്മാർക്കും എത്രയോ സൃഷ്ടികൾക്ക് ആ കൊലപാതകം പ്രചോദനമായി. ഏറ്റവു മൊടുവിൽ സോളാർ വിവാദകഥയിലെ നായികമാരായ ഒരു സരിതയും ശാലുവും എത്ര പേരുടെ ഉറക്കം കെടുത്തി. മനുഷ്യരങ്ങനെയാണ്. സ്വാർത്ഥന്മാർ. അവർ ഒരാളെ സഹായിക്കുന്നുവെങ്കിൽ വസ്തു ഇടപാ ടിലും സാമ്പത്തിക തിരിമറിയിലും അയാളെ ബിനാമിയായി ഉപയോഗി ക്കും. തീരെ പാവമാണെങ്കിൽ പലവ്യഞ്ജനക്കട ചൂണ്ടിക്കാണിച്ചു അവി ടുന്ന് സാധനങ്ങൾ വാങ്ങിക്കൊണ്ടുവരുന്ന ജോലി ഏല്പിക്കും. ഡ്രൈവി ങ്ങറിയാമെങ്കിൽ പോർച്ചിൽ വെറുതെ കിടക്കുന്ന വണ്ടിയെടുത്ത് കവല വരെ ഓടിച്ചുവരാൻ കല്പിക്കും. വെറുതെ ആർക്കും ഒന്നും ചെയ്തു കൊടുക്കാൻ മനുഷ്യരെക്കൊണ്ടാവില്ല. ഞാനീ വൃക്ഷക്കൊമ്പിൽ ഭൂമി യിൽ നടക്കുന്ന അനീതികൾക്കെല്ലാം സാക്ഷിയായി കുറച്ചുകാലം ഈ നില്പു നില്ക്കും. നീയോ സർവ്വതിനും സാക്ഷിയായി ആവതുള്ള കാലം ഈ പ്രദേശത്തിനുമീതെ പറന്നു നടക്കുന്നു. എന്നിട്ടും നമ്മെ മനസ്സിലാ

വുന്നുണ്ടോ ആർക്കെങ്കിലും.! സത്യത്തിൽ സത്യമായതെന്തെന്ന് നമ്മോ
ടാരെങ്കിലും തിരക്കാറുണ്ടോ?

"ദേ ആ കാണുന്ന ടെറസ്സിനു മീതെ ഷീറ്റുമേഞ്ഞ മൂന്നുനിലക്കെ
ട്ടിടം കണ്ടോ" – ഇല പച്ചഞരമ്പുകൾ എഴുന്നുനിന്ന കൂർത്ത ഇലത്തുമ്പു
വിറപ്പിച്ചുകാട്ടി.

"അതൊരു സിനിമാ നടിയുടെ വീടാണ്. പാവങ്ങളായിരുന്നു അച്ഛ
നമ്മമാർ. വാടക വീട്ടിലാണ് കഴിഞ്ഞുവന്നത്. ചെറുപ്പത്തിൽ ഷാളിന്റെ
കീഴറ്റം കഴുത്തിൽ നിന്നും മാറിലേക്ക് ഇറക്കിയിടാൻ നിർബ്ബന്ധിച്ച
അച്ഛനെ അനുസരിക്കാതിരുന്ന മകളാണ് ഇപ്പോൾ ജീവിതത്തിന്റെ നടു
ക്കടലിൽനിന്നും ആ കുടുംബത്തെ കരകയറ്റിയത്. അന്ന് ഇച്ഛാഭംഗം
തോന്നിയ അച്ഛനോടു അവളുടെ അമ്മ പറഞ്ഞു. പഴയ കാലമല്ല സുരേട്ടാ
– നമ്മുടെ മോൾ അവളുടെ ഇഷ്ടമനുസരിച്ചു ജീവിക്കട്ടെ. ഒരോരു
ത്തർക്കും ഓരോ നിയോഗമുണ്ടാവും.

ദിനപത്രങ്ങൾ അരിച്ചുപെറുക്കി വായിക്കുന്ന അയാൾക്ക് മിണ്ടാതി
രിക്കാനായില്ല. ആ നിയോഗം തന്നെയാവും രാത്രി പതിനൊന്നു മണിയ്ക്ക്
ഡൽഹിയിലെയും അതിനുശേഷം മംഗലാപുരത്തെയും പെൺകുട്ടി
കൾക്ക് ഏറ്റുവാങ്ങേണ്ടിവന്നത്. ആരെയെങ്കിലും അനുസരിക്കുന്ന സ്വഭാ
വമുണ്ടായിരുന്നെങ്കിൽ ഒരു പക്ഷേ അരുതാത്തതൊന്നും അവിടങ്ങളിൽ
സംഭവിക്കില്ലായിരുന്നു.

ഇത്രയുമായപ്പോഴേക്കും കേട്ടുവന്ന മകൾ ഇടപെട്ടു. "ഈ രാജ്യത്ത്
സ്വതന്ത്രമായി സഞ്ചരിക്കാനുള്ള അവകാശം എല്ലാവർക്കുമില്ലേ. എങ്കിൽ
അതുമാത്രമല്ലേ ആ പെൺകുട്ടികളും ചെയ്തുള്ളൂ!"

അതെയെന്ന് അവളുടെ അച്ഛൻ തോല്വി സമ്മതിക്കുംപോലെ തല
യാട്ടി. പക്ഷേ അതിന് ഭരണകൂടംകൂടി വിചാരിക്കണം. നിയമസമാധാനം
നിലനില്ക്കുന്ന ഭരണസംവിധാനത്തിലേ ആ സ്വാതന്ത്ര്യമൊക്കെ അനു
ഭവിക്കാൻ പറ്റൂ.

അയാൾ ചോദിച്ചു: "എന്താ നിനക്ക് ഒരു മുഖ്യമന്ത്രിയോ പ്രധാനമ
ന്ത്രിയോ ഒക്കെയായി എല്ലാം നേരെയാക്കണമെന്നു തോന്നുന്നുണ്ടോ?"

അവളുടനെ വിയോജിപ്പുമായി എഴുന്നേറ്റുപോയി. പിന്നെക്കാൺമതു
വെള്ളിത്തിരയിൽ. വെള്ളമിറ്റുവീഴുന്ന ലോലലോലമാം മേലോടയിൽ.
ഒരാൾ ബലി കൊടുക്കപ്പെട്ടപ്പോൾ രക്ഷപ്പെട്ടത് ഒമ്പതുപേർ. അച്ഛൻ,
അമ്മ, ജ്യേഷ്ഠന്മാർ, അനുജന്മാർ, അനുജത്തിമാർ. പണ്ടു അവളുടെ
അച്ഛൻ ഉമ്മകൊടുത്തുറക്കിയ ചുണ്ടിൽ ഉമ്മവെച്ചഭിനയിക്കാൻ യുവനാ
യകനിരയുടെ മത്സരം. മാനേജരായി കൂട്ടു പോകുന്ന അമ്മ വാങ്ങിവെ
പ്പതു ലക്ഷങ്ങൾ, ലക്ഷദീപസമാനം താരത്തിളക്കം.

ഏഴുവയസ്സുകാരിയായ മകൾ സൂരിയുടെ സുരക്ഷയ്ക്കായി ആഴ്ച
തോറും മുപ്പതുലക്ഷം രൂപ ചെലവഴിക്കുന്ന ഹോളിവുഡ് നടൻ ടോം
ക്രൂസും മകളുടെ ഭാവിയെപ്പറ്റി ഒരു സ്വപ്നവും കാണുന്നുണ്ടാവില്ല. അമ്മ
യായ കാതിഹോംസുമായി പിരിഞ്ഞു താമസിക്കുന്ന അയാൾ മകൾക്ക്

ഇരുപത്തിനാലു മണിക്കൂറും സുരക്ഷയൊരുക്കാൻ ബോഡിഗാർഡു കൾക്കു നല്കുന്ന ഇത്രയും വലിയ തുകയെക്കാൾ ഭാരിച്ചൊരു ഭാവി വേണമല്ലോ സ്വപ്നം കാണാൻ. അമ്പത്തൊന്നുകാരനായ ക്രൂസ് തന്നെ രണ്ടു വലയം സുരക്ഷാഭടന്മാരുമൊത്താണ് സഞ്ചാരം. ഇതിന്റെ ഇരട്ടി യെങ്കിലും പേരാണ് അയാളുടെ മകൾക്കൊപ്പമുള്ളത്. വിദഗ്ധ പരിശീ ലനം ലഭിച്ച ഇവർ ലൈസൻസുള്ള അത്യന്താധുനിക ആയുധങ്ങളുമാ യാണ് നടപ്പ്. ലൈസൻസുള്ള ആയുധങ്ങളെന്നു വെറുതെ പറഞ്ഞതല്ല. നിരപരാധികളെ ഇരകളാക്കാനുള്ള അവസരങ്ങൾ മനുഷ്യർക്കിടയിൽ ആരും പാഴാക്കുക പതിവില്ല. പ്രത്യേകിച്ചും ക്രമസമാധാന ചുമതലയുള്ള പൊലീസുകാർ. ഇസ്രത്ത് ജഹാൻ കൊല്ലപ്പെടുമ്പോൾ വയസ്സ് പത്തൊാ മ്പതേ ആയിരുന്നുള്ളൂ. മുംബൈയിൽ വിദ്യാർത്ഥിനിയായിരുന്ന അവൾ അഞ്ചു ദിവസം തികച്ചുപോലും വീട്ടിൽനിന്നും മാറി നിന്നിട്ടില്ല. അവളെ യാണ് പരിശീലനം ലഭിച്ച ടെററിസ്റ്റായി ചിത്രീകരിച്ചത്. മരിച്ചു കിടക്കു മ്പോഴും അവളുടെ തൊട്ടടുത്ത് മികച്ച പരിശീലനം ലഭിച്ചവർക്കു മാത്രം ഉപയോഗിക്കാൻ കഴിയുന്ന ഏ.കെ.47 തോക്ക് കൊണ്ടു വെച്ചിരുന്നു. ആ തോക്കുമായാണവൾ സഞ്ചരിച്ചതെന്നു വരുത്തിത്തീർത്ത പൊലീസു കാരും യഥാർത്ഥത്തിൽ മറ്റാരുടെയൊക്കെയോ ഇരകൾ !

സത്യമാകുന്ന ഒരു പ്രകാശഗോപുരം മുന്നിലുണ്ടെങ്കിൽ അതിനെ നോക്കി നിന്ന് ദൈവമേ എന്നോ പിതാവേ എന്നോ അള്ളാ എന്നോ വിളി ച്ചപേക്ഷിച്ചാൽ കേൾക്കുന്നത് ഒരിടത്തുതന്നെയാവും. കർമ്മേന്ദ്രിയ ങ്ങൾക്കു പുറമെ ജ്ഞാനേന്ദ്രിയങ്ങൾകൂടി വികാസം പ്രാപിച്ച മനുഷ്യന് ബുദ്ധിയും മനനം ചെയ്യാനുള്ള കഴിവുമുണ്ടെന്ന ശ്രേഷ്ഠത അറിഞ്ഞ് പ്രവർത്തിക്കുമ്പോൾ പ്രകൃതി പലതും വെളിപ്പെടുത്തിത്തരുന്നതാണ്. ലുംബിനിയിലെ ബുദ്ധന്റെ ജന്മഗേഹത്തിലെത്തുമ്പോൾ ഹൃദയം തരളി തമാവുന്നതുപോലെ അതു ചിലപ്പോൾ സ്നേഹത്തിൽ പൊതിഞ്ഞൊരു തലോടലാവും. ചിലപ്പോൾ അടുത്തകാലത്തുണ്ടായ ഉത്തരാഖണ്ഡിലെ കൊടും പ്രളയഭീതിയും.

കിളി ഒറ്റൊരു വിസ്മയത്തോടെയാണ് എല്ലാം കേട്ടിരുന്നത്

"നമ്മളല്ല നമ്മെ രൂപപ്പെടുത്തുന്നതെന്ന് വിദേശിയായ എറിക് ഫ്രോം പറഞ്ഞതു തെറ്റ്. നമ്മളാണ്– നമ്മൾ മാത്രമാണ് ഉത്തരവാദികൾ. ഇര കളാവാൻ വിധിക്കപ്പെട്ടവരും നമ്മൾ തന്നെ. മനുഷ്യരുടെ കാര്യത്തിലാ ണിതു കൂടുതൽ യാഥാർത്ഥ്യമാവുക എന്നുമാത്രം."

കിളിതുടർന്നു : "ഞാനും നീയും മനുഷ്യ ജീവിതങ്ങൾക്കുമേൽ നിത്യസാക്ഷിയായ കണ്ണാടികൾ. ഒരുവേള അവരുടെ തലയ്ക്കുമേൽ തൂങ്ങുന്ന മൂർച്ചയുള്ള വാളുകളെന്നും പറയാം. എല്ലാമനുഷ്യരും അവ രുടെ ഒപ്പം അതിവിശിഷ്ട വ്യക്തികൾക്കുള്ള സുരക്ഷാഭടന്മാരെയും നിയോഗിച്ചു കൂടെ കൊണ്ടു നടക്കുവാൻ വിധിക്കപ്പെട്ടവർ. ദൈവം മന:സാക്ഷിയുടെ രൂപത്തിൽ ഒരാളുടെ ഉള്ളിൽത്തന്നെ അവന് അഭിമ തനോ അനഭിമതനോ ആയ സാക്ഷിയെയും നിയോഗിച്ചിട്ടുണ്ടെങ്കിലും

ഈ സൈബർ യുഗത്തിൽ അതൊന്നും തീരെ പര്യാപ്തമല്ലെന്നതാണ് അവസ്ഥ."

ഇല വൃക്ഷത്തിനുതാഴെ ഭൂമിയിലേക്കുതന്നെ ശ്രദ്ധിക്കുകയായിരു ന്നു. ഇപ്പോൾ വില കൂടിയ കാറിൽ വന്നിറങ്ങിയ കൂർത്ത മുഖവും വലിയ ചെവികളുമുള്ള ആ മനുഷ്യൻ രണ്ടാഴ്ച മുമ്പാണ് മരമുത്തശ്ശിയോടുള്ള ആദരവുമായി ക്യാമറക്കാരുമൊത്ത് ഇവിടെവന്നത്. ക്യാമറ ക്ലിക്ക് ചെയ്യു മ്പോൾ എത്ര അനായാസമായിട്ടാണെന്നോ അയാളുടെ മുഖത്ത് വ്യാജ മായ പുഞ്ചിരി വിരിയുന്നത്! അല്ലെങ്കിൽത്തന്നെ വിളക്കു കൊളുത്തിയോ നാടമുറിച്ചോ നടത്തുന്ന ചടങ്ങുകളിലെല്ലാം എത്ര അകലത്തു നിന്നാ യാലും കയ്യടിച്ചു പ്രോത്സാഹിപ്പിക്കാനും പല്ലു മുപ്പത്തിരണ്ടും പുറത്തുകാട്ടി ചിരിക്കാനും മനുഷ്യർക്കുള്ള കഴിവ് ഒന്നു വേറെത്തന്നെ യാണ്. ഇത്തവണ അയാൾ വന്നിറങ്ങിയ കാറിനു പിറകെ ലൈസൻസി ല്ലാത്ത ആയുധങ്ങളും ആലാസുമായി പെട്ടി ഓട്ടോയിൽ വന്നിറങ്ങിയ സംഘം ആജ്ഞാനുവർത്തികൾ മാത്രമേ ആകുന്നുള്ളൂ. ന്യായാന്യായ ങ്ങൾ ഇഴ കീറി നിരത്തുന്നവരെയല്ല സത്യത്തിന്റെ ആജ്ഞാനുവർത്തി കളെയാണു ലോകത്തിനു വേണ്ടത്. അങ്ങനെയല്ലെങ്കിലും മിണ്ടാപ്രാ ണികൾക്ക് എന്തു ചെയ്യാനാകും! ഒരിടത്തൊരു ദീപയും കുട്ടികളും നടന്നുപോയ പാടവരമ്പത്തേക്ക് ഏതോ അടിയന്തിരകാര്യം ധരിപ്പിക്കാ നെന്നോണം കെട്ടു പൊട്ടിച്ചോടിവന്ന എരുമയെപ്പോലെ വൃക്ഷങ്ങൾക്കും ഇലകൾക്കും ഇച്ഛാശക്തി പ്രകടിപ്പിക്കാൻ അവസരം തന്നില്ലല്ലോ ദൈവം! ഓടിയെത്തിയ എരുമയെക്കണ്ട് അംഗൻവാടിയിലേക്കു പോവുകയായി രുന്ന ദീപയും മക്കളും പരിഭ്രമിച്ച് വടക്കുട്ട് പാടശേഖരത്തിലെ വെള്ള ക്കെട്ടിലേക്കു മറിഞ്ഞു വീണു. വരമ്പത്തെ ഇലക്ട്രിക് പോസ്റ്റിൽ തട്ടി ദീപയുടെ കാലൊടിഞ്ഞു. എരുമയുടെ കൊമ്പുതട്ടി കുട്ടികൾക്കും പരു ക്കേറ്റു. ഓടിക്കൂടിയ നാട്ടുകാർക്കു മുന്നിൽ എരുമ വഴിയിൽ തടസ്സം നിന്നു. എവിടുന്നോ വീണുകിട്ടിയ അജ്ഞാതമായ ഉൾപ്രേരണയാൽ അത്യാവ ശ്യമായി എന്തോ ഏതോ വിളിച്ചു പറയാനുള്ള ഉത്ക്കടമായ ത്വരയാണ്. അതിന്റെ കണ്ണുകളിൽ നിഴലിച്ചത്.

വൃക്ഷച്ചുവട്ടിൽ കൂർത്തമുഖവുമായെത്തിയ മനുഷ്യനെ അനുഗമി ച്ചവർ വളരെ വേഗത്തിൽ ജോലി തുടങ്ങിയിരുന്നു. മരമുത്തശ്ശി സമൂലം ആടിയുലഞ്ഞപ്പോൾ ഏതൊക്കെയോ മിണ്ടാപ്രാണികൾ മൺവീടുപേ ക്ഷിച്ചുപോയി. രണ്ടു ദിവസം മുമ്പുമാത്രമാണ് സർക്കാർ അപകടകര മായി നില്ക്കുന്ന മരങ്ങൾ യാതൊരനുവാദവും വാങ്ങാതെ മുറിച്ചു നീക്കാ മെന്ന ഉത്തരവിട്ടത്. എവിടെയോ ഒരാൽമരം കാറ്റിൽ കടപുഴകി വീണ പ്പോൾ കാറിൽ യാത്ര പോകവേ, പരിക്കുപറ്റിയ മന്ത്രി പുത്രനായിരുന്നു പരാതിക്കാരൻ. ഉത്തരാഖണ്ഡിലെ പേമാരിയിൽ പുഴകൾ കരകവി ഞ്ഞൊഴുകിയപ്പോൾ ആരെങ്കിലും പുഴകൾക്കുനേരെ വാളോങ്ങിയോ ആവോ – ലോകത്തിലെ ആകെ കടുവകളുടെ എൺപതു ശതമാനവും

ജീവിക്കുന്ന രാജ്യത്ത് കടുവകൾ എത്ര അപകടകാരികളായാലും അവയെ ഇല്ലായ്മ ചെയ്യാനുള്ള ഉത്തരവുകളുണ്ടാകാറില്ലല്ലോ?

മരമുത്തശ്ശി ഒന്നുകൂടി ആടിയുലഞ്ഞു. ശാഖകൾ ദാരുണമായി വില പിക്കുന്നുണ്ടായിരുന്നു. അന്തിമമായ പതനത്തിനുമുമ്പ് ഇലകളുടെ കണ്ണു കൾ അടഞ്ഞടഞ്ഞു പോവുകയാണ്.

കിളിയുടെ ചിറകടിയൊച്ച ഒരു പ്രാവശ്യം മാത്രം കേട്ടു. പിന്നെ ശബ്ദവും കാഴ്ചയും നിലച്ചു. മൺനിറമുള്ള അതിന്റെ ചതഞ്ഞ ചിറകു കളുടെ ദൃശ്യം മുഖ്യമന്ത്രിയുടെ ഓഫീസിലുള്ളതുപോലെ പതിനാലു ദിവസത്തെ കാഴ്ചകൾ മാത്രം കരുതി വെയ്ക്കാറുള്ള സി.സി.ടി.വിയുടെ ഹാർഡ് ഡിസ്ക്കിലെങ്കിലും സ്റ്റോർ ചെയ്തു കാണണം.

ഏതു സമർത്ഥനായ കുററവാളിയും എത്ര വിദഗ്ദ്ധമായി ചെയ്ത കൊലപാതകമായാലും ആരും ശ്രദ്ധിക്കാത്ത എന്തെങ്കിലും തെളിവുകൾ അറിയാതെ ഉപേക്ഷിച്ചു പോകാറുണ്ടല്ലോ. അതുപോലുമില്ലെങ്കിൽ ലോകത്ത് സത്യമായസത്യം എങ്ങനെ വെളിപ്പെടാനാണ്!

രാമനുണ്ണിയുടെ ഇന്ത്യ

ഇന്ത്യയ്ക്കു സ്വാതന്ത്ര്യംകിട്ടിയ ദിവസമാണ് രാമനുണ്ണിയേയും പ്രസവിച്ചതെന്ന് അവന്റെ അമ്മ രാമനുണ്ണിയോടാദ്യം പറയുമ്പോൾ അവനു വയസ്സ് പതിമൂന്ന്. രാമനുണ്ണി അപ്പോൾ ഹൈസ്കൂളിൽ പഠി ക്കുകയാണ്. അക്കൊല്ലം ആഗസ്റ്റ് പതിനഞ്ചിന് സ്കൂളിൽ സ്വാതന്ത്ര്യദി നാഘോഷങ്ങൾ നടക്കുമ്പോൾ രാമനുണ്ണി കൂട്ടുകാരന്റെ ചെവിയിൽ പറഞ്ഞു.

"എനിക്കീ ഭൂമിയിലേക്ക് പ്രവേശനം കിട്ടിയതും ഇതേ ആഗസ്ത് പതിനഞ്ചിനാണ്."

പ്രസംഗങ്ങൾ കഴിഞ്ഞ് മിഠായി വിതരണം തുടങ്ങാറായിരുന്നതു കൊണ്ട് കൂട്ടുകാരന്റെ ശ്രദ്ധ രാമനുണ്ണിയിൽ തങ്ങിയില്ല. അതുകൊണ്ട യാളുടെ പ്രതികരണം അറിയാനും സാധിച്ചില്ല.

സ്കൂൾമുറ്റം നിറയെ അരങ്ങുകളും മൂവ്വർണ്ണക്കൊടികളുംകൊണ്ട് അലങ്കരിച്ചിരുന്നു. സ്കൂളിലെത്തുവോളം വഴിവക്കുകളിലും ക്ലബ്ബുകളു ടെയും കലാസമിതികളുടെയും മുമ്പിലും ഇതേ അലങ്കാരങ്ങൾ രാമനു ണ്ണിയെ ആകർഷിച്ചു. ഭഗവതിയമ്പലത്തിലെ വേല കഴിഞ്ഞാൽപ്പിന്നെ ശരിയ്ക്കും മനസ്സിനു സന്തോഷം തരുന്ന ഒരുത്സവം ഇതുതന്നെ.

സ്കൂളിൽ ഹെഡ്മാസ്റ്ററും മലയാളം പഠിപ്പിക്കുന്ന മാഷും പിന്നെ പുറമെ നിന്നുവന്ന ഒരാളും പ്രസംഗിച്ചതൊക്കെ നമ്മുടെ രാജ്യത്തിന്റെ മഹത്തായ സ്വാതന്ത്ര്യലബ്ധിയെപ്പറ്റിയാണ്. വളരെയൊന്നും മനസ്സിലാ യില്ലെങ്കിലും രാമനുണ്ണി എല്ലാ പ്രസംഗങ്ങളും ശ്രദ്ധാപൂർവ്വം കേട്ടിരു ന്നു. തന്റെ ജന്മദിനത്തിന്റെ കൂടി മഹത്ത്വത്തെപ്പറ്റിയാണല്ലോ അവ രൊക്കെ ആവർത്തിച്ചു പറയുന്നത്!

ഒമ്പതിൽ പഠിക്കുമ്പോൾ ഒരു ദിവസം ക്ലാസ്റ്റീച്ചർ എല്ലാ കുട്ടിക ളോടുമായി ചോദിക്കുകയുണ്ടായി:

"നിങ്ങൾക്കൊക്കെ ഭാവിയിൽ ആരാകാനാണിഷ്ടം?" ഒരാൾ പറഞ്ഞു: കളക്ടറാകണമെന്ന്. മറ്റൊരാൾ, പൊലീസുകാരനോ പോസ്റ്റു മാനോ ആകണമെന്നും ഇനിയുമൊരാൾ സിനിമാ നടനാകണമെന്നും പറഞ്ഞു.

രാമനുണ്ണിയ്ക്കുമാത്രം എത്ര ആലോചിച്ചിട്ടും ഒരുത്തരവും പറയാ നായില്ല. മിണ്ടാതെ കുറച്ചുനേരം എഴുന്നേറ്റുനിന്നപ്പോൾ ടീച്ചർ പറഞ്ഞു:

"അല്ലെങ്കിൽ വേണ്ട – എല്ലാവരും നല്ലവണ്ണം ആലോചിച്ച് നാളെ വരുമ്പോൾ ഉത്തരം പറഞ്ഞാൽ മതി–"

അന്ന് അങ്ങനെ രക്ഷപ്പെട്ടു. പിറ്റേന്നും ഒരു മറുപടിയും കരുതി ക്കൊണ്ടല്ല രാമനുണ്ണി സ്കൂളിൽ പോയത്. മറ്റു പല കാര്യങ്ങളിലും മുഴു കിപ്പോയതുകൊണ്ടാവാം ടീച്ചർ അക്കാര്യം മറന്നിരിക്കണം. ഏതായാലും ടീച്ചർ വീണ്ടും ചോദിക്കാതിരുന്നതുകൊണ്ട് രാമനുണ്ണിക്ക് ഏറെ ആലോ ചിക്കേണ്ടിയും വന്നില്ല.

പത്താംക്ലാസ്സ് ജയിച്ചപ്പോൾ രാമനുണ്ണിയെ അവന്റെ അമ്മ പട്ടണ ത്തിൽ ധാന്യങ്ങൾ മൊത്തക്കച്ചവടം ചെയ്യുന്ന ഒരു കടയിൽ കൊണ്ടു ചെന്നാക്കി. തടിയനായ ആ കച്ചവടക്കാരന്റെ വീട്ടിലാണ് അവരത്രയും നാൾ അടുക്കളപ്പണി ചെയ്തിരുന്നത്.

കച്ചവടക്കാരൻ രാമനുണ്ണിയെ ഒന്നുഴിഞ്ഞുനോക്കിയിട്ട് അർദ്ധമന സ്സോടെ പറഞ്ഞു: "ഇവനു പറ്റിയ പണിയൊന്നും ഇവിടില്ല. ശമ്പളൊന്നും ചോദിക്കില്ലെങ്കിൽ നിന്നോട്ടെ."

രാമനുണ്ണിയുടെ അമ്മ സമ്മതിച്ചു. അന്നദാതാവായ കച്ചവടക്കാരൻ പറയുന്നതെന്തും അവർക്ക് സ്വീകാര്യമായിരുന്നു.

കുറഞ്ഞ കാലംകൊണ്ടുതന്നെ കടയിലെ പ്രധാനജോലികളെല്ലാം രാമനുണ്ണി വശമാക്കി–ധാന്യങ്ങൾ കുറഞ്ഞ വിലയ്ക്ക് സംഭരിക്കുന്നതും അത് ഇന്ത്യയുടെ വിവിധ ഭാഗങ്ങളിൽ ഏറ്റവും കൂടിയ വിലയ്ക്ക് വിറ്റഴി ക്കുന്നതും അതിന്റെ കണക്കുകൾ തയ്യാറാക്കുന്നതും അതിൽ ഏറ്റവും കുറച്ചു ലാഭം മാത്രം കാണിക്കുന്ന സൂത്രപ്പണികളും എല്ലാം. കച്ചവട ക്കാരൻ വിശ്വസ്തനായ രാമനുണ്ണിയെ വളരെ വേഗം ഇഷ്ടപ്പെട്ടു. ഏതു കാര്യവും അവനെ വിശ്വസിച്ച് ഏല്പിക്കുവാൻ അയാൾക്ക് മടിയില്ലായി രുന്നു. എങ്കിലും പണത്തിന്റെ കാര്യത്തിൽ കൂടെക്കൂടെ അയാൾ രാമ നുണ്ണിയെ ഉപദേശിച്ചുപോന്നു:

"എന്റെ ധാരാളം പണം നിനക്കു കൈകാര്യം ചെയ്യേണ്ടിവരും. അപ്പോഴൊക്കെ ഒരു കാര്യം നീ ഓർക്കണം. പണം ചെകുത്താനാണ്. ആരാന്റെ പണം പ്രത്യേകിച്ചും. ഞാനങ്ങനെ കരുതി ജീവിച്ചതുകൊ ണ്ടാണ് ഇന്നീ നിലയിൽ എത്തിയത്.കുറച്ചു കഴിയുമ്പോൾ നീയും എന്നെപ്പോലെ വലുതാവണം. അതിനുവേണ്ടിയാണീ പറയുന്നത്."

രാമനുണ്ണിയ്ക്ക് അതുവരെയും ആരെയും അവിശ്വസിക്കാനുള്ള അവസരമുണ്ടായിട്ടില്ല. അതുകൊണ്ട് കച്ചവടക്കാരൻ പറഞ്ഞതും വളരെ സത്യമായിത്തന്നെ അവൻ കരുതി.

ക്രമേണ കച്ചവടം മുഴുവനും രാമനുണ്ണിയുടെ ചുമതലയായി. രാമ
നുണ്ണിയെ അത്രയേറെ വിശ്വാസമായിരുന്നതുകൊണ്ട് പതിവായി കട
യിൽ വരുന്നതുപോലും കച്ചവടക്കാരൻ നിർത്തി. കുമിഞ്ഞുകൂടുന്ന
പണം ഇടക്കിടെ എടുത്തുകൊണ്ടുപോകാൻവേണ്ടി മാത്രമായി അയാ
ളുടെ വരവ്. അയാൾ പുതിയ നിലങ്ങളും പറമ്പുകളും വാങ്ങി. മൂന്നാൺമ
ക്കൾക്കുംവേണ്ടി വെവ്വേറെ വീടുകൾ പണിയിച്ചു. കാറുകളും ലോറി
കളും വീണ്ടും വീണ്ടും വാങ്ങിക്കൂട്ടി.

ഇക്കാലത്താണ് രാമനുണ്ണിയ്ക്ക് ഒരു ചെറിയ മോഹം തോന്നിയത്.
കുറച്ചുനാൾ കമ്പ്യൂട്ടർ പഠിക്കണം. തന്റെ ഒപ്പം സ്കൂൾഫൈനൽ പാസ്സാ
യവരിൽ പലരും ഇതിനകം കമ്പ്യൂട്ടറും ടാലിയുമൊക്കെ പഠിച്ച് നല്ല
ജോലിക്കുവേണ്ടി ശ്രമിക്കുകയാണ്. അതുകൊണ്ട് കുറച്ചുനാൾ എന്നും
ഓരോ മണിക്കൂർ വീതം പുറത്തുപോയി കമ്പ്യൂട്ടർ പഠിക്കാൻ രാമനുണ്ണി
കച്ചവടക്കാരന്റെ അനുവാദം ചോദിച്ചു. പെട്ടെന്നാണ് അയാളുടെ മുഖം
ഇരുണ്ടുപോയത്.

"നീയെന്തിനാണിപ്പോ അതിനൊക്കെ പോകുന്നത്?"
—അയാൾ ചോദിച്ചു. "ഇവിടെ ജോലിയില്ലേ? ഞാൻ നന്നായാൽ
നീയും നന്നാവും. ഒന്നോർത്തോ, ഇവിടുത്തെ ജോലിക്ക് വീഴ്ചവരുത്തി
യിട്ടുള്ള പഠിപ്പിനൊന്നും ഞാൻ സമ്മതിക്കാൻ പോണില്ല."

അങ്ങനെ ആ മോഹവും രാമനുണ്ണി ഉപേക്ഷിച്ചു. വർഷങ്ങൾ കട
ന്നുപോയി. കച്ചവടക്കാരന്റെ വീട്ടിൽ അടുക്കളപ്പണി ചെയ്തുകൊണ്ടു
നില്ക്കവെ തലകറങ്ങി വീണ് ഒരു ദിവസം രാമനുണ്ണിയുടെ പാവം അമ്മ
മരിച്ചു. രാമനുണ്ണി ഒറ്റയ്ക്കായി. കച്ചവടക്കാരൻ പറഞ്ഞു:

"നീ വിഷമിക്കണ്ട. നിനക്കു ഞങ്ങളൊക്കെയുണ്ട്. എന്റെ മക്കൾ
നിന്റെനുജൻമാരാണ്. നീയിനി അവരെ ഓരോരുത്തരെയായി കച്ചവട
മൊക്കെ പഠിപ്പിക്കണം."

പഠിപ്പിൽ മണ്ടൻമാരായതുകൊണ്ട് കച്ചവടക്കാരന്റെ മൂന്ന് ആൺമ
ക്കളും ഏറെയൊന്നും പഠിച്ചില്ല. പിറ്റേന്നുമുതൽ പതിവായി അവർ കട
യിലേക്കു വരാൻ തുടങ്ങി. രാമനുണ്ണി ഓരോരുത്തരെയായി എല്ലാ കാര്യ
ങ്ങളും പഠിപ്പിച്ചു. കച്ചവടമൊക്കെ പഠിച്ചു കഴിഞ്ഞപ്പോൾ ഓരോരുത്ത
രായി വിവാഹവും കഴിച്ചു. പിന്നെ പെട്ടെന്നായിരുന്നു കാര്യങ്ങൾ ആകെ
മാറിയത്. കച്ചവടക്കാരന്റെ ആസ്തികളെല്ലാം അയാളുടെ മൂന്നു മക്ക
ളുംകൂടി തുല്യമായി വീതിച്ചെടുത്തു. ഒരു ദിവസം രാവിലെ കടയിലേക്കു
ചെന്ന രാമനുണ്ണി അന്തംവിട്ടുപോയി. കട മൂന്നുഭാഗമായി വീതിച്ച് മൂന്നു
ഷട്ടറുകളും മൂന്നു ബോർഡുകളും വച്ചിരിക്കുന്നു. ഓരോ കടയിലും ഓരോ
മക്കൾ ഇരുന്നു കച്ചവടം നടത്തുന്നു. സഹായിക്കാൻ അവരവരുടെ ഭാര്യ
മാരും ഉണ്ടായിരുന്നു.

രാമനുണ്ണിയ്ക്കു ദുഃഖം തോന്നി. മുതലുകൾ ഭാഗംവെച്ചപ്പോൾ
തന്നെമാത്രം ഒരു ഭാഗത്തും പെടുത്തിയില്ലല്ലോ എന്നോർത്തു അവൻ
കുറേനേരെ അവിടെത്തന്നെ ചുറ്റിക്കറങ്ങി. മൂന്നുപേരും വിളിക്കാതായ

പ്പോൾ രാമനുണ്ണി ഓരോരുത്തരുടെയും അടുത്തേക്കു ചെന്നു. മൂന്നുപേ
രുടെ മുഖത്തും രാമനുണ്ണിയോടുള്ള സഹതാപമായിരുന്നു. മൂന്നുപേരും
പറഞ്ഞു:

"ഞങ്ങൾക്കുമാത്രം ചെയ്യാവുന്ന കച്ചവടമൊക്കെയേ ഉള്ളൂ രാമനുണ്ണീ.
പോരാത്തതിന് ഞങ്ങളുടെയൊക്കെ ഭാര്യമാരും സഹായത്തിനുണ്ട്. പഠി
പ്പുള്ള പെണ്ണുങ്ങളല്ലേ–! വെറുതെ വീട്ടിലിരിക്കയും വേണ്ടല്ലോ–"

മനസ്സിലാമനസ്സോടെ രാമനുണ്ണി മടങ്ങിപ്പോന്നു. കടുത്ത ഏകാന്തത
മനസ്സിനെ വേദനിപ്പിച്ചുകൊണ്ടിരുന്നു. ഒരു ജോലിയും ചെയ്യാനില്ലാതെ
എങ്ങനെയാണ്?

ബസ് സ്റ്റാന്റിലെത്തി രാമനുണ്ണി ആദ്യംകണ്ട ബസിൽ കയറിയി
രുന്നു. കണ്ടക്ടർ ചോദിച്ചപ്പോൾ അയാൾ ഒരു സ്ഥലത്തിന്റെ പേര് പറ
ഞ്ഞു.

കണ്ടക്ടർ പറഞ്ഞു:

"അവിടെ പോകില്ല. പാലം കേടാണ്." രാമനുണ്ണി മറ്റൊരു സ്ഥല
ത്തിന്റെ പേര് പറഞ്ഞപ്പോൾ കണ്ടക്ടർ ചിരിക്കുന്നു.

"ആ സ്ഥലം രണ്ടാഴ്ചയായി വെള്ളത്തിനടിയിലാണ്. നിങ്ങൾ ഇതൊ
ന്നുമറിഞ്ഞില്ലേ...?" രാമനുണ്ണിക്ക് ദേഷ്യംവന്നു. "എന്നാൽ ഈ ബസ്
പോകുന്ന സ്ഥലമേതോ അവിടെവരെ."

കണ്ടക്ടർ ടിക്കറ്റ് മുറിച്ചുകൊടുത്ത് കാശിനുവേണ്ടി കൈ നീട്ടുമ്പോ
ഴാണ് രാമനുണ്ണി കീശയിൽ തപ്പുന്നത്. കീശയിൽ ഒന്നു രണ്ടു ചെറിയ
നോട്ടുകളും ഏതാനും ചില്ലറത്തുട്ടുകളും മാത്രമേ ഉണ്ടായിരുന്നുള്ളൂ.

കണ്ടക്ടർ ബസിൽനിന്നിറക്കി വിട്ടപ്പോൾ രാമനുണ്ണിക്കു വീണ്ടും
ആത്മരോഷം അനുഭവപ്പെട്ടു. "ഇത് ഇന്ത്യയല്ലേ? ഇന്ത്യയിൽ എവിടെ
സഞ്ചരിക്കാനും ഇവിടെയുള്ളവർക്ക് അവകാശമില്ലേ?"

ആരൊക്കെയോ രാമനുണ്ണിയെ നോക്കിചിരിച്ചു.

രാമനുണ്ണി ആരെയും ശ്രദ്ധിച്ചില്ല. നടന്നു. വഴിയിൽകണ്ട സ്ഥാപന
ങ്ങളിലൊക്കെ ചെന്ന് ജോലി ചോദിച്ചു. ആരും ഒരു ജോലിയും കൊടു
ത്തില്ല. ഒടുവിൽ രാമനുണ്ണിക്കുതോന്നി... അമ്പത്തിനാലു വയസ്സായ തനി
ക്കിനി ആരാണ് ജോലി തരുന്നത്? ഈ അമ്പത്തിനാല് നമ്മുടെ സ്വാത
ന്ത്ര്യത്തിന്റെയും വയസ്സാണ്. അതിനേക്കാൾ എത്രയോ പ്രായംകുറഞ്ഞ
ചെറുപ്പക്കാരാണ് ഒടുങ്ങാത്ത കർമ്മശേഷിയുമായി നാട്ടിൽ ചുറ്റിത്തിരി
യുന്നത്!

നടന്നുനടന്ന് രാമനുണ്ണി ഒരു മേൽപ്പാലം കയറിയിറങ്ങി. അവിടെ
കുറെ പൊലിസുകാർ കൂട്ടംകൂടി നിന്നിരുന്നു. മുന്നോട്ട് നടന്ന രാമനു
ണ്ണിയെ ഒരു പൊലീസുകാരൻ ലാത്തിനീട്ടി തടഞ്ഞു.

"എങ്ങോട്ടാണ്?"

മറുപടി പറയാൻ താമസിച്ചപ്പോൾ പൊലീസുകാരൻ അയാളെ കഴു
ത്തിനു പിടിച്ച് പിറകോട്ടുന്തി!

"അവിടെ ഭയങ്കര ബഹളം നടക്കുകയാണ്. ഇയാൾക്ക് പോകാൻ കണ്ട സ്ഥലം..."

രാമനുണ്ണി ഭയപ്പെട്ട് പിന്നോക്കം മാറി. ഭക്ഷണം കഴിച്ചിട്ട് നേരത്തോടുനേരമാവുന്നതുകൊണ്ട് ഭയങ്കര ക്ഷീണം. മേൽപ്പാലം ഒന്നുകൂടി കയറിയിറങ്ങാൻ തീരെ വയ്യ.

അതുകൊണ്ട് പാലത്തിന്റെ അടിയിലേക്ക് ചെന്ന് ഒരു കല്ലിന്മേൽ ഇരുന്നു. തൊട്ടപ്പുറത്ത് തറയിൽ തീകൂട്ടി ഒരു അലുമിനിയപ്പാത്രം അടുപ്പത്തുവെച്ച് ചൂടാക്കുന്ന ഒരു നാടോടി... കുറെനേരം രാമനുണ്ണി അയാളെത്തന്നെ നോക്കിയിരുന്നു. അയാളുടെ ഉടുപ്പുകൾ കീറിയതും മുഷിഞ്ഞതുമായിരുന്നു. പച്ചയിറച്ചി വേവിച്ചുതിന്നുകയും പിന്നെ നീണ്ട സിഗരറ്റുകൾ കത്തിച്ചുവലിച്ച് തറയിൽ മലർന്ന് കിടന്ന് വിശ്രമിക്കുകയും ചെയ്തു അയാൾ. അപ്പോഴൊക്കെ കൂടെകൂടെ ചുറ്റുപാടും ഒരു കള്ളനെപ്പോലെ നിരീക്ഷണം നടത്താനും അയാൾ ശ്രദ്ധിച്ചിരുന്നു. മേൽപ്പാലത്തിന്റെ ഇപ്പുറത്തായതുകൊണ്ടാവാം പൊലിസുകാർ അയാളെ ശ്രദ്ധിച്ചതേയില്ല.

കുറെനേരം രാമനുണ്ണിയെ നിരീക്ഷിച്ചശേഷം പതുക്കെപ്പതുക്കെ അയാൾ അടുത്തുവന്നു. രാമനുണ്ണിയുടെ വിശപ്പുകൊണ്ട് തളർന്ന മുഖവും ഭാവവും ഒരുപക്ഷേ അയാളെ ആകർഷിച്ചിരിക്കണം.

"വിശക്കുന്നുണ്ട്... അല്ലേ?" രാമനുണ്ണി തലയാട്ടി.

അയാൾ ഒരു സ്റ്റീൽ കിണ്ണത്തിൽ രാമനുണ്ണിക്ക് ആഹാരം കൊടുത്തു. രാമനുണ്ണി ആർത്തിയോടെ ഭക്ഷണം കഴിച്ചു. "ജോലിവേണം... അല്ലേ?" രാമനുണ്ണി തലയാട്ടി. അയാൾ പറഞ്ഞു:

'വൈകുന്നേരംവരെ ക്ഷമിക്ക്. രാത്രിയിലേ നമുക്കവിടെ പോകാൻ പറ്റൂ.' രാമനുണ്ണിയോടയാൾ പിന്നീട് വിശേഷമൊന്നും ചോദിച്ചില്ല.

രാത്രിയായപ്പോൾ അയാൾ രാമനുണ്ണിയെയും കൂട്ടി നടന്നു. കുറെ ദൂരം ചെന്നപ്പോൾ വെളിച്ചമില്ലാത്ത ഒരിടവഴിയിലൂടെയായി യാത്ര. പിന്നീട് ഒരു കയറ്റം... അതൊരു ചെറിയ കുന്നാണെന്ന് തോന്നി. കുന്നിറങ്ങിച്ചെന്നത് ഒരു പഴയ കെട്ടിടത്തിലേക്കാണ്. അവിടെ കറുത്ത വസ്ത്രങ്ങൾ ധരിച്ച കുറെപേരുണ്ടായിരുന്നു. വളരെ പതുക്കയാണവർ സംസാരിച്ചിരുന്നത്. രാമനുണ്ണിയെ പുറത്തിരുത്തി കൂട്ടുകാരൻ അകത്തേക്കുപോയി. പിന്നെ തിരിച്ചുവന്നത് തീർത്തും അപരിചിതനായ മറ്റൊരാളാണ്. അയാൾ ആധുനിക രീതിയിലുള്ള ഒരു തോക്ക് രാമനുണ്ണിയെ ഏല്പിച്ചു.

"പട്ടണത്തിൽ ധാന്യങ്ങൾ മൊത്തക്കച്ചവടം നടത്തിവന്ന തടിയന്റെ മക്കളിൽ മൂത്തയാളെ നീയാദ്യം കൊല്ലണം" – അയാൾ പറഞ്ഞു:

"അതാണ് നിന്റെ ഇന്നത്തെ ജോലി..."

രാമനുണ്ണി അയാളെ തുറിച്ചുനോക്കി. നിറവേറ്റാനുള്ള ആജ്ഞയും പേറി എന്തുചെയ്യേണ്ടു എന്നറിയാതെ അയാൾ നിന്നു.

അതെ... ഇപ്പോഴും രാമനുണ്ണി അവിടെത്തന്നെ നില്ക്കുകയാണ്.

ആണിക്കടയിലെ കൊടുങ്കാറ്റ്*

ആണിക്കടയിൽ തിരക്കുള്ളപ്പോൾ ജോണിക്ക് പിടിപ്പതു പണി യാണ്. കുരുവിള എപ്പോഴും പണപ്പെട്ടിക്ക് മുന്നിലായിരിക്കും. തൂക്കം നോക്കുന്നതും പൊതിഞ്ഞുകെട്ടിക്കൊടുക്കുന്നതും എല്ലാം ജോണിയുടെ ജോലിയാണ്.

കൂടുതൽ കച്ചവടം നടക്കുന്ന ദിവസം കുരുവിളയ്ക്ക് ജോണിയോട് വലിയ സ്നേഹമാണ്. അന്നയാൾ ഇടക്കിടെ പുറത്തുപോയി ഈരണ്ട് പെഗ് മദ്യം അകത്താക്കിവരും. എന്നിട്ട് കൂടെക്കൂടെ ജോണിയെ വിളിച്ചു പറയും:

"ജോണി – നീ പേടിക്കണ്ട. ഞാൻ നന്നായാൽ നീയും നന്നാവും. നോക്കിക്കോ ഞാനീ രാജ്യം മുഴോനും ആണിക്കച്ചോടം തുടങ്ങും. അരി പ്പെട്ടിക്കും പണപ്പെട്ടിക്കും ശവപ്പെട്ടിക്കും ആണി വേണം. നോക്ക്, ആണി യില്ലാതെ ആർക്കെങ്കിലും ഇവിടെ ജീവിക്കാൻ കഴിയ്യോ?"

ജോണിക്ക് അത്ഭുതമാണ് അതൊക്കെ കേൾക്കുമ്പോൾ. മുതലാളി വിചാരിച്ചതുപോലെയൊക്കെ നടത്തും. എന്തിനും കഴിവുള്ളവനാണ്.

ഏഴിൽ തോറ്റപ്പോൾ കുടിയനായ അപ്പച്ചൻ കുരുവിളയുടെ കടയിൽ കൊണ്ടുവന്നുനിർത്തിയതാണ്. അന്ന് പറഞ്ഞത് ഇന്നും ജോണി അനു സരിക്കുന്നു.

---

*   കേരള സംഗീത നാടക അക്കാദമിയുടെ പ്രസിദ്ധീകരണമായ 'കേളി'യ്ക്കുവേണ്ടി
സെക്രട്ടറി എം എൻ കുറുപ്പിന്റെ ആവശ്യാർത്ഥം എഴുതിയ ഈ ലഘുരചനയെപ്പറ്റി
അത് പ്രസിദ്ധീകരിച്ച കാലത്ത് കോളേജ് വിദ്യാർത്ഥിയായിരുന്ന 'മാതൃഭൂമി'യിലെ
അനിൽബാലകൃഷ്ണൻ 25 വർഷങ്ങൾക്കുശേഷം തമ്മിൽ കാണാൻ ഇടയായപ്പോൾ
ഓർത്തുവെച്ച് സംസാരിച്ചതാണ് ഇതീസമാഹാരത്തിൽ സ്ഥാനംപിടിക്കാനുണ്ടായ
കാരണം. നീണ്ടകാലം ഈ കഥ ഓർമ്മിച്ച് ഏതാനും നല്ല വാക്കുകൾ പറഞ്ഞ
അനിൽബാലകൃഷ്ണനോടുള്ള നന്ദിസൂചകമായിട്ടാണ് ഇതിവിടെ ചേർക്കുന്നത്.

"മോനെ മൊതലാലി കാണപ്പെട്ട ദൈവമാണ്. ഈ കച്ചവടമൊക്കെ അദ്ദേഹത്തിന് ജനസേവനം മാത്രമാണ്. പുരക്ക് പട്ടികയടിക്കാനും ചുമ രിൽ ഒരു പടം തൂക്കാനും ആണി കിട്ടാതെ ജനം വലയുമ്പോഴാ, മൊത ലാലി ഇവിടെ ഒരാണിക്കട തുടങ്ങുന്നത്. നോക്കിക്കോ മൊതലാലി ഇനീം ആണിക്കട വലുതാക്കും. വിളിച്ചതും പറഞ്ഞതും കേട്ടുനിന്നാൽ നിനക്ക് നല്ലത്."

ജോണി എല്ലാം വിശ്വസിച്ചു.

ജോണി എല്ലാം അനുസരിച്ചു.

നല്ല മഴയുള്ള ഒരു ദിവസം കടയിൽ കച്ചവടം തീരെ കുറവായിരു ന്നു. രാവിലെ മുതൽ കടയിൽ ആരുംതന്നെ കയറിവന്നില്ലെന്നു പറയാം. ജോണി ഒരു പണിയുമില്ലാതെ തെരുവിലേക്ക് നോക്കിയിരുന്നു. കുറെ നേരമായി കുരുവിള അതുതന്നെ ശ്രദ്ധിക്കുന്നു. അസ്വസ്ഥനായി അയാൾ കുറെനേരം എഴുന്നേറ്റുനിന്നു. പിന്നെ അവിടെത്തന്നെ ഇരുന്നു. വീണ്ടും എഴുന്നേറ്റുനിന്ന് ഉറക്കെ വിളിച്ചു:

"എടാ ജോണി—"

ക്രൂദ്ധനായ മുതലാളിയുടെ ശബ്ദം ജോണി പെട്ടെന്ന് തിരിച്ചറിഞ്ഞു.

ഇതാദ്യമൊന്നുമല്ല – കച്ചവടം മോശമായാൽ മുതലാളിയുടെ സ്വഭാവം എന്നും ഇങ്ങനെയാണ്. വല്ലാതെ അസ്വസ്ഥനാവും. ഭൂമിയിലെ ധനം മുഴുവനും മറ്റുള്ളവരുടെ പെട്ടിയിലേക്ക് പോകുന്നു എന്ന തോന്നൽ. ജോണി അടുത്തുചെന്നപ്പോൾ അദ്ദേഹം പതിവില്ലാതെ ഒരു പണിയേ ല്പിച്ചു.

"നീ ആ ആണിപ്പാത്രമെടുത്ത് ചെറിയ ആണിയൊക്കെ പെറുക്കി യെടുക്ക്."

ജോണി ആണിപ്പാത്രങ്ങൾക്കിടയിലേക്ക് ചെന്ന് വലിയൊരു പാത്ര മെടുത്തു നിലത്തേക്ക് ചെരിഞ്ഞ് ചെറിയ ആണികൾ വെവ്വേറെ തിരഞ്ഞു വെക്കാൻ തുടങ്ങി. കുറച്ച് കഴിഞ്ഞപ്പോൾ അതാ ഒരാൾ കടയിലേക്ക് കയറിവരുന്നു. കുരുവിള വീണ്ടും ജോണിയെ വിളിച്ചു:

"ജോണി – എല്ലാം തിരികെ ആ പാത്രത്തിൽ തന്നെയിട്ട് വേഗം ഇങ്ങോട്ട് വാ–"

കുറച്ചുനേരം കാത്തുനിന്നിട്ടും ജോണിയെ കാണാതെ കുരുവിള നീട്ടി വിളിച്ചു.

"നീയെവിട്യാ – ഇങ്ങോട്ടു വരാനല്ലേ പറഞ്ഞത്!"

ജോണി ആണിപ്പാത്രം ഒച്ചയോടെ നിലത്തിട്ടു നടന്നുചെന്നു.

ബന്ധനസ്ഥമായ സ്വാതന്ത്ര്യം കണക്കെ അവന്റെ മുഖം വീർത്തു കെട്ടിനിന്നു.

കടയ്ക്കു മുമ്പിലെ തെരുവ് പരീക്ഷാഹാൾപോലെ നിശ്ശബ്ദം.

ആളോ വാഹനങ്ങളോ ഇല്ല. തെരുവോരത്തെ കടകളിൽ ആളനക്കം തീരെയില്ല.

കുരുവിളയ്ക്ക് മുഖം കൊടുക്കാതെ ജോണി കൊടുങ്കാറ്റായി പുറ ത്തുകടന്നു.